பொய்யும் வழுவும்

பொய்யும் வழுவும்
பொ. வேல்சாமி (1951)

புலவர் பட்டம்பெற்றவர். *நிறப்பிரிகை* இதழ் ஆசிரியர் குழுவில் ஒருவராகப் பங்குபெற்றவர். இது இவரது மூன்றாவது நூல். முதல் நூல் 'பொற்காலங்களும் இருண்ட காலங்களும்' (2006), இரண்டாவது நூல் 'கோவில் – நிலம் – சாதி' (2007).

முட்டை வணிகம் செய்துவருகிறார்.

மனைவி	:	ரத்தினம்.
மகள்கள்	:	ரேவதி, அம்பிகா, அபிராமி, நித்யா.
முகவரி	:	185, கலைவாணி நகர்,
		மோகனூர்ச் சாலை
		நாமக்கல் 637 001.
கைப்பேசி	:	9443132605

பொ. வேல்சாமி

பொய்யும் வழுவும்

காலச்சுவடு பதிப்பகம்

● அன்பார்ந்த வாசகருக்கு,

வணக்கம்.

காலச்சுவடு நூலை வாங்கியமைக்கு நன்றி.

நூலின் உள்ளடக்கம், உருவாக்கம், அட்டைப்படம் இன்ன பிற அம்சங்கள் பற்றிய உங்கள் கருத்துகளையும் ஆலோசனைகளையும் காலச்சுவடு வரவேற்கிறது. தகவல், எழுத்து, வாக்கியப் பிழைகள் தென்பட்டால் கட்டாயம் தெரிவித்து உதவுங்கள். நூல் தயாரிப்பில் கடும் குறைபாடு இருப்பின் மாற்றுப் பிரதி உங்களுக்குக் கிடைக்கக் காலச்சுவடு ஏற்பாடு செய்யும்.

மின்னஞ்சல்: *publisher@kalachuvadu.com*

காலச்சுவடு நாகர்கோவில் தலைமையகத்துக்கும் கடிதம் அனுப்பலாம்.

தங்கள்
எஸ்.ஆர். சுந்தரம் (கண்ணன்)
பதிப்பாளர் — நிர்வாக இயக்குநர்

பொய்யும் வழுவும் ✧ கட்டுரைகள் ✧ ஆசிரியர்: பொ. வேல்சாமி ✧ © பொ. வேல்சாமி ✧ முதல் பதிப்பு: டிசம்பர் 2010, ஏழாம் பதிப்பு: ஜூலை 2023 ✧ வெளியீடு: காலச்சுவடு பதிப்பகம், 669 கே. பி. சாலை, நாகர்கோவில் 629001

poyyum vazuvum ✧ Essays ✧ Author: B. Velusamy • © B. Velusamy ✧ Language: Tamil ✧ First Edition: December 2010, Seventh Edition: July 2023 ✧ Size: Demy 1x8 ✧ Paper: 18.6 kg maplitho ✧ Pages: 176

Published by Kalachuvadu Publications Pvt.Ltd., 669 K.P. Road, Nagercoil 629001, India ✧ Phone: 91-4652-278525 ✧ e-mail: publications@kalachuvadu.com ✧ Printed at Clicto Print, Jaleel Towers,42 KB Dasan Road, Teynampet Chennai 600018

ISBN: 978-93-80240-25-1

07/2023/S.No. 371, kcp 4554, 18.6 (7) rss

"இடுக்கண் களைவதாம் நட்பு" – என்ற திருக்குறள் தொடரை
வாழ்வில் உண்மையாக்கிய எனது அருமை நண்பர்
தியாகு என்கின்ற க.ம. தியாகராசன் அவர்களுக்கு
இந்நூலைச் சமர்ப்பணம் செய்வதில்
பெருமகிழ்வு அடைகின்றேன்.

நன்றி

நான் சிந்தித்து எழுதும் விஷயங்கள் என் மூளையில் மட்டும் உதித்தவை அல்ல. தமிழ்நாட்டின் பல்வேறு தோழர்கள் – தோழிகள் போன்ற பலரும் இதே வகையான சிந்தனை உள்ளவர்கள்தான் என்பதை, 'பொற்காலங்களும் இருண்ட காலங்களும்', 'கோவில் – நிலம் – சாதி' ஆகிய நூல்கள் பரவலாக வாசிக்கப்படுவதை, அவற்றின் விற்பனை மூலம் அறிந்துகொண்டேன். முகம் தெரியாத அந்தத் தோழமை நெஞ்சங்களுக்கு என் நன்றி!

இந்நூலில் உள்ள கட்டுரைகளை வெளியிட்ட *அம்ருதா, காலச்சுவடு, தாமரை, சிந்தனையாளன் – சிறப்பு மலர், புத்தகம்பேசுது – பதிப்புத் தொகுப்பு* போன்றவைகளுக்கு நன்றி!

இந்நூலில் உள்ள பெரும்பாலான கட்டுரைகளை நான் சொல்லச் சொல்ல எழுதியும் கணினியில் வடிவமைத்தும் உதவிய நாமக்கல் கலைக் கல்லூரித் தமிழ்ப் பேராசிரியர் மு. நடராசனுக்கும் கட்டுரைகளைச் செம்மைப்படுத்துவதில் பேருதவி புரிந்த எழுத்தாளர் பெருமாள்முருகனுக்கும் நண்பரும் பேராசிரியருமான பா. மதிவாணனுக்கும் வியாபார நெருக்கடியில் சிக்கி அமிழ்ந்துபோகாமல் என்னைத் தடுத்து பணிசெய்துவருகின்ற கை. மணிகண்டன், ரா. சரவணனுக்கும் நூலை வெளியிடும் காலச்சுவடு பதிப்பக ஊழியர்களுக்கும் என் நன்றிகளை உரித்தாக்குகின்றேன்.

பொருளடக்கம்

முன்னுரை

முதல் வாசக விருப்பம் 11

மதிப்பீடுகள்

1. அண்டப் புளுகும் அறிவியல் உண்மையும் 19
2. நாம் செய்யத் தவறியது என்ன? 32
3. சங்ககாலக் குடும்ப அமைப்பு 44
4. சமண சமயமும் வடமொழியும் 51
5. டாக்டர் சிவத்தம்பியின் சங்ககால ஆய்வுகள் 61
6. பார்ப்பனியம் – பார்ப்பனர் = சைவ சித்தாந்தம் 73
7. தமிழ் ஆய்வுக்கு ஒளிவிளக்கு 86
8. நியெட்ஸே – எதிரும் புதிரும் 99
9. இந்தியத் தத்துவம் ஓர் அறிமுகம் 104
10. தென்னிந்தியப் பறையர்கள் திராவிடர்கள்தானா? 108
11. ஜெயம் என்ற பாரதமும் நல்லாப்பிள்ளையும் 115
12. தேசத்துரோகி யா(ர்)? 122

ஆளுமைகள்

1. தமிழ் – தமிழர் – தந்தை பெரியார் 131
2. சைமன் காசிச்செட்டி 148
3. மளிகைக்கடை மகாவித்துவான் கோ. வடிவேலு செட்டியார் 152
4. தொல்காப்பிய ஆசான் யாழ்ப்பாணம் சி. கணேசையர் 156
5. பாவலர் பாலசுந்தரம் : விலகிய மனோநிலை 159
6. உ.வே.சா. : ஒரு சனாதனியின் நவீனத்துவம் 165
7. கோபாலையர் : உண்மைத் தமிழறிஞர் 171

முன்னுரை

முதல் வாசக விருப்பம்

2001ஆம் ஆண்டு பணியிட மாற்றம் பெற்று நாமக்கல் வந்தேன். அதேசமயம் மாவட்டக் கருவூல அதிகாரியாகக் கந்தர்வன் நாமக்கல் வந்தார். சிற்றிதழ் சேகரிப்பிலும் இலக்கிய வாசிப்பிலும் பெரும் ஆர்வலரான சு. துரை ஏற்கனவே நாமக்கல் கல்லூரியில் பணியாற்றிக் கொண்டிருந்தார். நாங்கள் அனைவரும் கூடும் இடம் பொ. வேல்சாமியின் வீடு. சிலசமயம் இரவுகள் பேச்சாக நீளும். பேசுவதில் பொ.வே.வுக்குச் சலிப்பே வராது. தன்னிடமிருந்த அரிய நூல்கள் பலவற்றை நுணுகிப் படித்து அவற்றில் பொதுக்கருத்தியலுக்கு முரண்பட்டுள்ள செய்திகளை எடுத்துக்காட்டுவார். தமிழக வரலாறு, நூல் பதிப்புகள், தனி ஆளுமைகள் என விரியும் அறிதலின் பெரும்பரப்பை அவர் பேச்சில் உணர்வோம். பெரும்பாலான சந்தர்ப்பத்தில் வியப்பே எங்களின் எதிர்வினை. பேச்சை எழுத்தாக்குங்கள் என்பதே எங்களின் தொடர் ஆலோசனை.

அப்படிப்பட்ட ஓரிரவில் நானும் கந்தர்வனும் பொ.வே. உடனடியாக எழுத வேண்டிய கட்டுரைகள் என ஒரு பட்டியல் தயாரித்தோம். கிட்டத்தட்ட முப்பது தனிக் கட்டுரைகளுக்கான தலைப்புகள் தோன்றின. எனினும் பொ.வே. பேச்சில் மட்டுமே விருப்பம்கொண்டிருந்தார். பேச்சு தரும் திருப்திக்கு மிகக் குறுகிய எல்லை. ஆகவே அவர் பேச்சில் கூறியது கூறலைக் கேட்க வேண்டியவர்களானோம். எழுத்தினால் கிடைக்கும் எல்லை விரிவு அவருக்கு உருவாகுமானால் நிறைதிருப்தி கிடைக்கும் எனக் கருதினோம். ஆனால் அதற்கு வாய்ப்பில்லை. பொறுக்க முடியாமல் நானும் துரையும் அவர் சொல்லச் சொல்ல எழுதத் தொடங்கினோம். எழுதுவதுபோலவே

பேசுவார். தொடரமைப்பில் சில திருத்தங்களைச் செய்ய வேண்டியிருக்கும். அவ்வளவுதான். அப்படிச் சில கட்டுரைகள் எழுதப்பட்டுக் *கவிதாசரண்* உள்ளிட்ட இதழ்களில் அவை வெளி யானதும் எழுத்தினால் கிடைத்த கூடுதல் வெளி அவருக்கு உந்துதல் கொடுத்தது. தற்போது *காலச்சுவடு* இதழில் துணை யாசிரியராகப் பணிபுரியும் என் மாணவர் பெ. பாலசுப்பிரமணி யனைப் பொ.வே. சொல்ல, எழுதும் வேலைக்கு நியமித்தோம். அது பெரிய பயனைக் கொடுத்தது. அச்சமயம் பொ.வே. எழுது வதை எல்லாம் அப்படியே வெளியிடக் *கவிதாசரண்* இதழ் தயாராக இருந்தது. இந்தப் பின்னணியில்தான் பொ.வே.வின் பேச்சுகள் எழுத்தாகி வெளியீட்டு வாய்ப்பைப் பெற்றன.

அவர் பேசும் விஷயங்கள் முக்கியமானவை என்றும் எதிலும் வேறுபட்ட கோணம் ஒன்றை அவர் பார்வை கொண் டிருக்கும் என்றும் எங்களுக்கு எண்ணம் இருந்தது. ஆனால் அவரது எழுத்துகளுக்கு எத்தகைய வரவேற்பும் வாசகத் தளமும் அமையும் என்பதைப் பற்றி எங்களுக்கு மட்டுமல்ல, அவருக்குமே தெரியவில்லை. அவர் கட்டுரை ஒன்று வெளி யானால் உடனே நூறுபேருக்காவது தொலைபேசியில் தகவல் தெரிவித்துப் 'படித்தீர்களா?' என்று கேட்பார் எனவும் அவருடைய தொந்தரவுக்குப் பயந்து பலர் கட்டுரையைப் படித்தார்கள் எனக் கேலி செய்தவர்கள் உண்டு. ஆனால் கட்டுரை கள் நூல்களாக வந்தபின் அந்த எண்ணம் தவறு என்பது துலக்கமாகத் தெரிந்தது. *நிறப்பிரிகை* இதழ் மூலமாக அவரது பெயருக்கு ஓர் அறிமுகம் இருந்தது. அதையன்றி நிறுவனப் பின்புலம் எதுவும் இல்லாமல், திட்டமிட்டு முன்னிறுத்தும் சக்தி கள் எவையும் இன்றி, நூல் வெளியீட்டு விழாவும் நடத்தாமல், குறிப்பிடத்தக்க மதிப்புரைகூட இதழ்களில் வெளியாகாமல் அவரது நூல்கள் மிக நன்றாகவே விற்பனை ஆயின. அவை அடுத்தடுத்துப் பதிப்பிக்கப்படும் தொடர்விற்பனை மதிப்பு உள்ளவையாக இருப்பதைக் கண்டு தமிழ் வாசகத்தளம் பற்றிய நல்ல நம்பிக்கை ஏற்பட்டது.

வெற்றுரைகளாகவும் புகழ்மொழிகளாவும் ஆயிரக்கணக் கான பக்கங்கள் அச்சிடப்பட்டுப் புத்தகச் சந்தைகளில் குவியும் நூல்களுக்கிடையே தேர்ந்தெடுத்து வாங்கும் வாசகத்தளம் ஒன்றை இனங்காண முடிந்தது. பொதுவாகத் தமிழ்ச் சூழலில் படைப்பிலக்கியங்களைவிட ஆய்வு நூல்களுக்கும் கட்டுரை களுக்கும் கூடுதல் விற்பனை மதிப்பும் கூடுதல் கவனமும் உண்டு. அதற்குப் பல காரணங்கள் இருக்கக்கூடும். ஆய்வுப் பார்வையை முற்றிலுமாக உதிர்த்துவிட்டுப் பாடப்புத்தகங்கள் சாரமற்றவற்றை வெறுமனே சொல்லிக்கொண்டிருக்கின்றன. ஆகவே புதிய பார்வைகளைத் தேடும் எண்ணம் மிகுகின்றது இயல்பே.

நிறுவனமயப்பட்ட கட்சி அமைப்புகள், அவை எத்தனை புரட்சி கரமான கொள்கைகளைக் கொண்டிருந்தபோதும், தாங்கள் வடித்து வைத்திருக்கும் மனிதகுல விடுதலைக் கோட்பாடுகளைத் தவிர வேறெதையும் தங்கள் ஆதரவாளர்கள் வாசித்துவிடக் கூடாது என மிகவும் முயற்சி செய்கின்றன. ஊருக்கு ஊர் புத்தகக் கடைகள் வந்துவிட்டதும் புத்தகச் சந்தைகள் எட்டும் தொலைவில் நடப்பதும் இப்படிப்பட்ட முயற்சிகளை நீர்த்துப் போகச் செய்துவிடுகின்றன. அவரவர் ஆர்வம் சார்ந்து நூல் களைத் தேர்வு செய்துகொள்ள வாய்ப்பு ஏற்படுகின்றது. எதனோடும் தம்மை அடையாளப்படுத்திக்கொள்ளாமல் புதிய வெளிச்சங்களைக் காட்டும் எழுத்துகளைக் கண்டடையும் தேடல் நிறைந்த வாசகர்கள் பலர் இருக்கிறார்கள். இவையெல் லாம் காரணங்கள் ஆகலாம்.

இத்தகைய வாசகத்தளம் பொ.வே.வின் எழுத்துகளை வாசிக்க அப்படியென்ன அவற்றில் இருக்கிறது? ஆய்வாளர்கள், அறிஞர்கள், எழுத்தாளர்கள், அரசியல்வாதிகள் எனச் சகல தரப்பிலும் நிலவும் பொதுப்புத்தி சார்ந்த கருத்துகளை எளிய தகவல் ஒன்றைக் கொடுத்துக் கலைத்துவிடுவார். இத்தனைக் கும் அந்தத் தகவல் எல்லாருக்கும் தெரியும் இடத்தில்தான் இருக்கும். ஆனால் பொ.வே. கண்ணுக்குத்தான் அதுபடும். அவர்தான் அதன் முக்கியத்துவத்தை எடுத்துச் சொல்வார். பல சமயங்களில் ‘இருப்பதைத்தானே நான் சொல்கிறேன்’ என்பார் அவர். கால்டுவெல்லின் ‘திராவிட மொழிகளின் ஒப்பிலக்கணம்’ நூலின் முன்னுரையை எத்தனையோ பேர், மொழியியல் அறிஞர்கள் உள்படப் பார்த்திருப்பார்கள். ஆனால் அதன் இரண்டாம் பதிப்பின் பல பகுதிகள் நீக்கப்பட்டு வெளியிடப் படும் தகவல் அதன் முன்னுரையிலேயே இருந்தும் யாரும் எடுத்துப் பேசவில்லை. அத்தகவலுக்குப் பொ.வே. முக்கியத் துவம் கொடுத்தார். அதன் காரணமாக அந்நூலின் இரண்டாம் பதிப்பு அப்படியே வெளியாகும் வாய்ப்பு உருவாயிற்று.

தேவிபிரசாத் சட்டோபாத்யாயவின் ‘உலகாயதம்’ நூலைப் படித்ததும் ‘சான்றுக்காக அவர் தமிழ் நூல்களில் தேடியிருந் தால் பல கருத்துகளை நிரூபிக்க இத்தனைச் சிரமப்பட நேர்ந் திருக்காது’ என்று சொல்லிப் பலவற்றை எடுத்துக்காட்டுகிறார். ‘குடவோலை முறை’ என்பதை இன்றைய தேர்தல் முறை என்பதாக அர்த்தப்படுத்தி எழுதிக்கொண்டிருக்கும் கருத்திய லுக்கு எதிராக அது ‘திருவுளச்சீட்டு முறை’ என்று சொல்கிறார். குடவோலை முறையைச் சொல்லும் உத்தரமேரூர் கல்வெட்டு களின் மூலத்தை வாசித்து அதை எடுத்துக்காட்டுகிறார். இப்படிப் பொ.வே. கவனப்படுத்துபவை பல. புறக்கணிக்கப்பட்டவற்றை எடுத்துக்காட்டிப் புதிய கோணங்களில் சிந்திக்கத் தூண்டுகிறது

அவரது எழுத்து. அந்த அடிப்படையில்தான் இந்த நூலுக்கான தலைப்பு தொல்காப்பியத்தின் புகழ்பெற்ற நூற்பா ஒன்றிலிருந்து எடுக்கப்பட்டிருக்கிறது.

'பொய்யும் வழுவும் தோன்றிய பின்னர்
ஐயர் யாத்தனர் கரணம் என்ப'

என்பதன் தொடக்கச் சொற்கள் நூலின் தலைப்பாக அமை கின்றன. 'பொய்யும் வழுவும்' என்னும் உம்மைத்தொடர் ஏற்கனவே நிலவும் பொதுக்கருத்தியலைக் குறிப்பிடுகிறது. அதன்மீது எதிர்வினை செலுத்தும் கட்டுரைகளைக்கொண்ட தால் இப்பெயர் மிகவும் பொருந்துகின்றது. பொய் என்பது வெகுஜனத்தளத்தில் நிலவுவனவற்றையும் வழு என்பது அறிவுத்தளத்தில் நிகழ்வனவற்றையும் குறிப்பதாகக்கொள்ள லாம். இவற்றைக் களைவதற்கான சில கருவிகளை முன்வைக் கின்றன பொ.வே.வின் கட்டுரைகள்.

இங்கு ஆய்வு என்னும் பெயரில் நிலவும் ஒற்றைப் பார்வையை மறுத்துப் பல்வேறு பார்வைகளுக்கான சாத்தியப் பாடுகளை இவரது எழுத்து முன்வைக்கிறது. உ.வே. சாமிநாதை யரைப் பற்றி இன்று ஆய்வு செய்வோருக்கு 'அவர் பார்ப்பனர்' என்பது பெரும் இடைஞ்சலாக இருக்கிறது. அவரது பணியைப் புறக்கணிக்க முடியாமலும் அதேசமயம் அவரைத் 'தங்களவ ராக' ஏற்றுக்கொள்ள முடியாமலும் தவிக்கும் மனநிலையைக் காண முடிகிறது. பணிகளை மதிப்பிடும்போது அவர் வாழ்க்கை நினைவுக்கு வருவதும் அதைக்கொண்டு குறைத்து மதிப்பிட முயல்வதுமான குழப்ப நிலை பலரிடம் உள்ளது. அவரை எங்கே நிறுத்துவது எனப் புரிவதில்லை. இந்தச் சிக்கலுக்கான எதிர்வினையாகத்தான் 'சனாதனியின் நவீனத்துவம்' என்னும் பொ.வே. கட்டுரை அமைகிறது. *காலச்சுவடு* வெளியிட்ட உ.வே.சா. சிறப்பிதழுக்காக எழுதப்பட்ட இக்கட்டுரை மிகுந்த முக்கியத்துவம் வாய்ந்தது. சொந்த வாழ்வில் சனாதனியாக இருந்த ஒருவர் நவீனத்துவப் பார்வையைத் தம் பணியில் கொண்டிருக்க முடியும் என்பதை இக்கட்டுரை மையப்படுத்து கிறது. அவரது சனாதன வாழ்வைப் பிற்போக்கு என விமர்சிக் கும் அதேசமயம், புறக்கணிக்க முடியாத அவரது பணிகளுக் கான அங்கீகாரத்தை உறுதி செய்கிறது இக்கட்டுரை. இந்தப் பார்வையை நாம் இன்னும் பலருக்கு விரிவாக்க முடியும். சான்றாகத் தமிழ்ச் சிறுகதையின் முக்கிய ஆளுமையாகிய மௌனியைச் சொல்லலாம்.

பொ.வே. எழுத்தின் வாசிப்புத் தன்மையும் முக்கியமானது. அவரால் ஒரு புத்தக மதிப்புரையைக்கூடச் சாதாரணமாக எழுத முடியாது. கூடுதலாகச் சில தகவல்களைத் தருவதோ அவற்றின்

மூலம் வேறொரு பார்வைக்குத் தூண்டுவதோ அவரது மதிப்புரை யில் இருக்கும். 'நல்லாப்பிள்ளை பாரதம்' பற்றிய மதிப்புரையில் சையது முகம்மது அண்ணாவியார் என்னும் இசுலாமியப் புலவர் 4103 பாடல்களில் 'சாந்தாதி அசுவமகம்' எனப் பாரதக் கதையின் ஒரு பகுதியைப் பாடிய நூலைக் குறிப்பிடுகின்றார். இது பொ.வே. தரும் கூடுதல் தகவல். அதைக்கொண்டு 'இருபதாம் நூற்றாண்டின் நடுப்பகுதிவரையிலான காலத்தில் தமிழ் மக்கள் அனைவரும் ஒன்றாகக் கூடிக் களிக்கும் பொது அரங்கங்கள் என்பது கிடையா' எனத் தமிழக நிகழ்த்து கலை பற்றிய வேறொரு பார்வையை முன்வைத்து விவரிக்கிறார். இப்படி அவரது மதிப்புரைகள் எல்லாம் கட்டுரைகள் என்னும் தகுதியைப் பெறுவது இதனால்தான்.

இத்தகையக் கூறுகள் எல்லாம் பொ.வேவின் நூல்களுக்கு ஒரு வாசகத்தளம் உருவாகக் காரணம் என்று தோன்றுகின்றது. இன்னும் அவர் வெளிப்படுத்தப் பல்வேறு தகவல்களும் விரிவு படுத்தப் பல்வேறு பார்வைகளும் கொண்ட புலமைத் திறம் அவரிடம் இருக்கிறது. ஆகவே அவர் மேலும் தீவிரமாகச் செயல்பட வேண்டும் என்பதே அவரது முதல் வாசகனாகிய எனது விருப்பம்.

நாமக்கல்   **பெருமாள்முருகன்**
17.12.10

மதிப்பீடுகள்

1

அண்டப் புளுகும் அறிவியல் உண்மையும்

இந்தியாவின் வரலாறு என்று சொல்லப்படுவதும் தமிழ்நாட்டின் வரலாறு என்று சொல்லப்படுவதற்கு மான ஆதாரங்கள் என்பன அந்நிய ஆட்சியாளர்களான வெள்ளையர்களால் உருவாக்கித் தரப்பட்டவைதான். இந்தியாவுக்கும் தமிழ்நாட்டுக்கும் புராணங்கள் இருந்தனவே தவிர வரலாறு என்பது என்றுமே இருந்ததில்லை. இருபதாம் நூற்றாண்டின் ஆரம்ப காலங்களில் மேற்குறித்த ஆங்கிலேயர்களின் ஆதாரக் குறிப்புகளைக் கொண்டு இங்கிருந்த உயர்சாதியினரும் அதிகாரத்தில் பங்குகொண்டிருந்த சாதியினரும் எதிர்கால ஆட்சி அதிகாரத்தில் பங்குகொள்வதற்கு முயன்றுகொண்டிருந்த சாதியினரும் தங்கள் நலனுக்கு உகந்ததான புராணப் புனைவுகளை வரலாறாகச் சித்திரித்தனர். அதைத் தங்கள் வசமிருந்த ஊடகங்களின் வழியாக உண்மைகளைப் போன்று தோற்ற மளிக்கச் செய்தனர். தொடர்ச்சியான பிரச்சாரங்களினால் பொதுமக்கள் இதனை ஒரு பொதுக்கருத்தாகவே ஏற்றுக் கொண்டனர். இதன்விளைவாக மொத்த நாடும் கொள்ளையடிக்கப்பட்டதோடு இந்திய ஜனநாயகத்துக்கும் சுற்றுச் சூழலுக்கும் மிகப்பெரிய அச்சுறுத்தல்கள் உருவாகி யிருக்கின்றன. ஜனநாயகத்தை விரும்புகின்றவர்களும் அறிவியல் ரீதியான சிந்தனை கொண்டவர்களும் அப்பாவிகளான பொதுமக்கள்மீது கரிசனம் கொண்ட சிந்தனையாளர்களும் மேற்கூறப்பட்ட புனைவுகளுக்கு எதிரான அறிவியல்பூர்வமான கருத்துகளையும் தர்க்க ரீதியான வாதங்களையும் முன்வைத்து வருகின்றனர். இருப்பினும் இன்றையநிலைவரை பொய்ம்மையாளர் களின் கூற்றுகளே உண்மைகளாக உலா வருகின்றன.

ஆனால் காலம் என்பது இப்படியே இருந்துவிடாது என்பதற்கு உலக வரலாற்றில் பல சாட்சியங்கள் உள்ளன. இத்தகைய நம்பிக்கையின் அடிப்படையில் தமிழக வரலாற்றில் அறிவியல் பூர்வமாகச் சிந்தித்தவர்களின் கருத்துகளைத் தொகுத்து வழங்கு வதே இக்கட்டுரை.

1. பிராமி எழுத்துகளைப் பற்றிய புனைவுகள்

தமிழர்களுடைய தொன்மையைப் புனைந்து காட்ட எண்ணு கின்ற பலர் இந்தியாவில் பழமையாகக் கிடைக்கின்ற எழுத்துருவ மாகிய பிராமி எழுத்துகளைத் துணைக்கு அழைத்துக்கொண்டு தங்கள் நியாயத்தை வலியுறுத்த முயல்கின்றனர். இம்முயற்சிகளில் பாதியளவுதான் உண்மைகள் உள்ளன. அசோகன் காலத்தில் இந்த எழுத்துகளில் பேரரசருடைய கட்டளைகள் எழுதப்பட் டிருந்தன. இந்த எழுத்துகளால் எழுதப்பட்ட மொழி என்பது வடஇந்தியாவிலும் தமிழ்நாட்டிலும் இலங்கையிலும் வேறு வேறாக இருந்தது. அசோகனுடைய காலத்திற்குப்பிறகு பத்தொன் பதாம் நூற்றாண்டின் தொடக்க காலமான கி.பி. 1837வரை இந்தியர்கள் எவருமே அசோகனைப் பற்றி அறிந்திருக்கவில்லை. பத்தொன்பதாம் நூற்றாண்டில் கல்கத்தாவிலிருந்த நாணயம் அச்சிடும் அலுவலகத்தில் அதிகாரியாகவும் வங்காளத்தில் ஆசியக் கழகச் செயலாளராக இருந்தவருமான ஜேம்ஸ் பிரின்சேப்[1] என்ற ஆங்கிலேயர்தான் இந்திய மொழிகளில் பொறிக்கப்பட்ட அந்தக் கல்வெட்டுகளைப் படித்துப் பொருள் சொன்னவர் ஆவார். அவரும் உடனே இக்கல்வெட்டுகளைப் படித்துவிடவில்லை. இந்தக் கல்வெட்டுகளைக் கண்டுபிடித்துப் படிக்க முடியாமல் திணறிக்கொண்டிருந்தார். இந்த நேரத்தில் படைவீரனொருவன் பழைய தங்கக் காசு ஒன்றை அவரிடம் கொடுக்கின்றான். ஆந்தக் காசுதான் பிராமி எழுத்தைப் படிக்கும் வழியை அவருக்குக் காட்டியது. அந்தக் காசின் ஒருபுறம் பிராமி எழுத்துகளும் மறுபக்கத்தில் கிரேக்க எழுத்துகளும் எழுதப்பட்டிருந்தன. கிரேக்கத்தில் எழுதப்பட்டிருந்தது என்ன என்பதை உடனே புரிந்துகொண்டார். ஏனென்றால் கிரேக்க மொழி அவருக்குத் தெரியும். இதே பொருளைத்தான் அந்தப் பிராமி எழுத்துகளும் குறிக்கின்றன என்பதை அவர் அறிந்து கொண்டார். மிகப் பழைய காலங்களில் இந்தியாவின் வடபகுதி யில் பாலி, பிராகிருதம் போன்ற மொழிகள்தான் வழக்கில் இருந்தன. இதனடிப்படையில் அந்தக் காசிலிருந்ததும் கல்வெட்டு களிலிருந்ததும் பாலி மொழி என்பதைப் புரிந்துகொண்டார். இந்தப் புரிதலின் அடிப்படையில் அந்த ஆங்கிலேயர் படித்து எழுதியதுதான் அசோகனைப் பற்றிய வரலாறு. இந்த வரலாற்றுக் கண்டுபிடிப்புக்கும் இந்தியர்களுக்கும் எவ்விதத் தொடர்புமில்லை.

சுமார் இரண்டாயிரம் ஆண்டுக் காலமாக அசோகன் போன்ற மாமன்னனை மறந்துவிட்டதுதான் இந்தியர்களின் பங்களிப்பு.

இந்தியாவின் மற்றைய பகுதியினருக்கு நாங்கள் ஒன்றும் சளைத்தவர்களில்லை என்று தமிழர்களும் மார்தட்டிக்கொள்ள லாம். எப்படியென்றால் தமிழ்நாட்டில் எழுதப்பட்டிருந்த பிராமிக் கல்வெட்டுகளைத் திருநெல்வேலி மாவட்ட ஆட்சியர் அலுவலகப் பணியிலிருந்த ஆங்கிலேயர் ஒருவர்தான் கண்டுபிடிக்கிறார். அந்த ஆண்டு 1906. (இந்தியாவில் பிராமிக் கல்வெட்டுகள் கண்டுபிடிக்கப்பட்டு 69 ஆண்டுகளுக்குப் பின்னர்தான் அத்தகைய கல்வெட்டுகள் தமிழ்நாட்டில் இருப்பதும் கண்டறியப் படுகின்றன.) இந்தக் கண்டுபிடிப்பு 1907ஆம் ஆண்டு அரசாங்கத் தொல்லியல் அறிக்கையில் வெளியிடப்படுகின்றது. இருப்பினும் அக்கல்வெட்டுகள் என்ன சொல்கின்றன என்று 1924வரை தமிழ்நாட்டில் யாருக்குமே தெரியாது. பிராமி எழுத்துகளில் எழுதப்பட்ட மொழி பிரதேசவாரியாக வேறுபட்டிருந்ததே அதற்குக் காரணம். தமிழ்நாட்டில் எழுதப்பட்ட பிராமிக் கல்வெட்டுகளில் தமிழும் பயன்படுத்தப்பட்டுள்ளது என்பதை எச். கிருஷ்ணசாஸ்திரி, கே.வி. சுப்ரமணிய ஐயர் என்ற இரண்டு பார்ப்பனர்கள்தான் முதலில் கண்டுபிடித்தனர். பின்னர் இந்தக் கல்வெட்டுகளை மயிலை சீனி வேங்கடசாமி போன்றவர்கள் படித்து விளக்க முயற்சி செய்தனர். இன்றைய நிலையில் ஐராவதம் மகாதேவன் இந்தப் பிராமிக் கல்வெட்டுகளையும் தமிழ்நாட்டின் பல இடங்களில் தொல்பொருளாய்வில் கண்டெடுக்கப்பட்டு ஓடுகளில் எழுதப்பட்டிருந்த எழுத்துகளையும் வாசித்து அவற்றில் எழுதப்பட்டுள்ள மொழி தமிழ்மொழிதான் என்பதை நிறுவினார். அந்த வாசகங்களில் மிகச் சிலவான பிராகிருத மொழிச் சொற்கள் இருப்பதாகக் கூறுகிறார். அதனைச் சங்க இலக்கியச் செய்திகளுடன் பொருந்தும்படிக் காட்டுகிறார். இதன் விளைவாக சங்ககாலம் என்பது கி.மு. மூன்றாம் நூற்றாண்டிலிருந்து கி.மு. ஐந்தாம் நூற்றாண்டுவரை பழைமையான வரலாறு உடையது என்று உறுதிப்படுத்துகின்றார். இதனை உலகின் மற்ற பகுதிகளி லிருந்த வேற்றுநாட்டு அறிஞர்களும் ஏற்றுக்கொள்கின்றனர்.

2. சிந்துவெளிக் குறியீடுகள் எழுத்துகளா?

சிந்துவெளி எழுத்துகளைப் புரிந்துகொள்வது என்பது “ஒருவர் தனது மலத்தை அதன் நாற்றத்தை வைத்துக் கண்டு பிடிக்கும் முயற்சிக்கு ஒப்பானதாகும்” என்று ஐரோப்பிய நாட்டுத் தமிழறிஞர் கமில் சுவலபில் கவலையுடன் கூறுகின்றார்.[2] 419 வகைக் குறியீடுகள் சிந்துவெளி எழுத்துகளில் உள்ளன. அவற்றில் 113 வகைக் குறியீடுகள் ஒரே ஒருமுறைதான் முத்திரை களில் பதிக்கப்பட்டுள்ளன. 47 வகையானவை இருமுறை இடம்

பெறுகின்றன. 59 வகையானவை ஐந்துமுறைக்குக் குறைவாக இடம்பெற்றுள்ளன. இவைபோக மிஞ்சியுள்ள இருநூறு வகைக் குறியீடுகள் பலமுறை மீண்டும் மீண்டும் பயன்படுத்தப்பட் டுள்ளன. இவற்றில் 35 வகையின தென்கிழக்குப் பாரசீக முத்திரை களில் காணப்படுகின்றன.[3]

சிந்துவெளி எழுத்துகளைப் படிப்பதற்கு இதுவரை மேற் கொள்ளப்பட்ட முயற்சிகளைப்பற்றி விமர்சிப்பதற்குமுன் ஹரப்பன் எழுத்துப் பிரச்சினையில் தீர்க்கமுடியாத சிக்கல்களை வரிசைப்படுத்தப்படலாம்.

அ) புரியாத எழுத்தில் எழுதப்பட்ட புரியாத மொழிச் சொற்கள்

ஆ) இருமொழி வாசகங்கள் இல்லாத நிலை (பிராமி எழுத்தைப் பற்றிக் கூறும்போது ஒரு காசின் ஒரு பக்கத்தில் எழுத்தும் மறுபக்கத்தில் கிரேக்க எழுத்தும் பொறிக்கப்பட்ட நிலை)

இ) மிகக் குறுகிய அளவிலான வாசகங்கள்

ஈ) ஆட்பெயர், இடப்பெயர் போன்று ஊகிக்கத்தக்க 'துப்பு'க்கள் எவையும் கிடைக்காத நிலை

உ) மற்ற பழங்கால நாகரிகங்களிலிருந்து இடஅளவில் மிகவும் தொலைவில் அமைந்திருப்பது

ஊ) இந்தியாவின் வரலாற்றுக்கால நாகரிகத்துடன் சிந்துவெளி நாகரிகத்துக்கு உள்ள கால இடைவெளி[4]

இத்தனை பிரச்சினைகள் இருந்தாலும் 1934இல் ஹன்டர் என்பவரும் 1943, 1948இல் ஹரோஷ்னி என்பவரும் 1953இல் ஹீராஸ் பாதிரியாரும் இதனைப் படித்து விளக்குவதற்கு முயற்சி செய்தனர். அம்முயற்சி வெற்றி பெறவில்லை. 1960க்குப் பின்னர் சோவியத்து, பின்லாந்து அறிஞர்கள் கணிப்பொறியின் உதவி யுடன் இந்தக் குறியீடுகளைப் படித்தறிய முயன்றனர். இவர் களுக்குப் பின்னர் தமிழ்நாட்டைச் சேர்ந்த ஐராவதம் மகாதேவன் இம்முயற்சியில் ஈடுபட்டுப் பணிசெய்தார். இவர்கள் அனைவரின் முயற்சிகளுக்குப் பிறகும் ஹரப்பன் எழுத்துகளில் அதிகமாக மீண்டும் மீண்டும் ஒரு குறிப்பிட்ட ஒழுங்கு முறைப்படி பயிலும் சித்திர எழுத்துகளின் இலக்கணச் செயல்பாடு அல்லது பொருள் மதிப்பீடு பற்றிக்கூட உறுதியாக ஏதும் சொல்ல முடியவில்லை. அதாவது அவை உருபுகளா, சொற்களா, அவை மொழி வளர்ச்சியின் எந்த காலகட்டத்தைச் சார்ந்தவை போன்ற அடிப்படையான கேள்விகளுக்குக்கூட விடை கிடைக்கவில்லை. இவர்கள் அனைவருமே ஹரப்பன் மொழி என்பது ஒருவகைப்

பழந்திராவிட மொழியே எனக் கருதினாலும்கூட ஹரப்பன் எழுத்துகளைப் 'படிப்பதில்' வெகுவாக வேறுபடுகின்றனர்.[5]

1974இல் ஜே.வி. கின்னியர் வில்சன் என்பவர் மிகுந்த கவனத்துடன் இக்குறியீடுகளைப் படிக்க முயற்சிசெய்தார். முற்காலத்தில் சுமேரிய எழுத்துகளும் சிந்துவெளி எழுத்துகளும் ஒரே மூலத்திலிருந்து பிரிந்தன என்றும் அம்மூலக்கூறுகள் இவ்விருவகை எழுத்துகளிலும் காணப்படுகின்றன என்றும் எனவே சிந்துவெளி மக்களில் ஒரு பிரிவினராவது சுமேரியக் கிளைமொழி பேசியிருக்கவேண்டும் என்றும் அவர் கருதினார்.

தொல்லியல் துறையில் பெயர் பெற்றவரான ஆர். ராவ் என்பவர் ஹரப்பன் மொழி தொன்மையான (வழக்கொழிந்த) ரிக்வேத மொழியையொத்த இந்தோ ஆரிய மொழியே என அடையாளம் காட்டி இவ்வடிப்படையில் ஆயிரத்துக்கும் மேற் பட்ட ஹரப்பன் பொறிப்புகளை தாம் படித்து, விளக்கி, வேறு எழுத்துகளிலும் விளக்கி எழுதிக்காட்டி புரியும்வகையில் மொழி பெயர்த்திருப்பதாகக் கூறினார். ஆனால் இந்த வாதங்களை 1983இல் இந்தியன் ஹிஸ்டாரிக்கல் ரிவியூ 8ஆம் தொகுதியில் ஐராவதம் மகாதேவன் அவர்கள் நுட்பத்துடனும் நியாயமாகவும் வாதிட்டுத் தகர்த்துவிட்டதாக கமில் சுவலபில் கூறுகின்றார்.

இவ்வாறு பல்வேறு கருத்தோட்டங்களுக்கு இடங்கொடுத் துள்ளன இந்த ஆய்வுகள். இறுதியாக, பெருவாரியான அறிஞர்கள் இதில் பயிலும் மொழி என்பது திராவிட மொழியின் ஒரு வடிவமே என்பதை ஒத்துக்கொண்டனர். ஆயினும் தொல்லிய லாளர்கள், மானிடவியலாளர்கள், மொழியியலாளர்கள், பன் மொழி அறிஞர்கள் மற்றும் சங்கேத எழுத்து வல்லுநர்கள் ஆகியோர் இணைந்து திறந்த மனதுடன் தீவிரமான ஆய்வை மேற்கொண்டால் மட்டுமே ஹரப்பன் எழுத்துப் பிரச்சினைக்கு ஏதாவது ஒரு தீர்வு ஏற்படும் என்று கூறுகிறார் கமில் சுவலபில்.

இந்த ஆய்வில் இதுவரை அடைந்துள்ள முன்னேற்றம் என்பது சிந்துவெளி எழுத்துகள் மூன்று வகைப்பட்டன என்று புரிந்துகொண்டதுதான்.

1) கருத்து எழுத்துகள் (குறிப்பிட்ட பொருள்களையும் கருத்துகளையும் உணர்த்தும் சித்திரங்கள்)
2) ஒலியன் எழுத்துகள் (பொருள் தொடர்பு இல்லா விட்டாலும் ஒரு சித்திரத்தில் உணர்த்தப்படும் சொல்லோடு ஒத்த ஒலியுடைய வேறு சொற்களையும் அதே சித்திரம் மூலமாக உணர்த்தும் எழுத்து)
3) தொடர்ந்து பயன்பாட்டில் இருந்த சித்திர வடிவ மில்லாத சில குறியீடுகள்

இம்மூன்றுவகை எழுத்துகளுள் எந்த மொழியில் எழுதப்பட்டுள்ளது என்பது புரிந்தால்தான் இரண்டாவதாகச் சொல்லப்பட்ட ஒலியன் எழுத்துகளைத் தெரிந்துகொள்ள முடியும். இருமொழிகளில் எழுதப்பட்ட பொறிப்புகள் கிடைக்காத வரை சித்திர வடிவமில்லாத குறியீடுகளின் (உருபுகளின்) ஒலி மதிப்பீட்டையோ பொருளையோ தெரிந்துகொள்ள இயலாது.

ஒட்டுமொத்தமாகப் பார்த்தால் இதுவரை உண்மையில் சாதிக்கப்பட்டுள்ளது இவ்வளவுதான். சிந்துவெளி எழுத்து என்பது அகரம் ஆதியாக நாம் அறிந்த ஒலி எழுத்தோ அசையொலி எழுத்தோ அன்று என உறுதியாகக் கூறமுடியும். என்ன எழுத்து வகை என உறுதிப்படக் கூற இயலவில்லை. பிற்கால இந்திய எழுத்து வகையான பிராமி, கரோஷ்டி போன்ற எதனுடனும் ஹரப்பன் எழுத்து உறவுடையதன்று. இறுதியாகவும் உறுதியாகவும் கூறத்தக்க ஒரு எதிர்மறையான முடிவு என்னவெனில், சிந்துவெளி எழுத்தினைப் படித்து விளக்கம் அளித்துள்ளதாகக் கூறி வெளியிடப்பட்டுள்ள எந்த ஓர் ஆய்வுமே ஏற்கத்தக்கதாக இல்லை என்று அழுத்தம் திருத்தமாகக் கமில் சுவலபில் தன் ஆய்வில் முடிக்கின்றார்.[6]

இன்றைய காலம்வரையிலும் சிந்துவெளி நாகரிகம் பற்றியும் எழுத்துகள் பற்றியும் மொழிபற்றியும் அந்தந்தத் துறைகளில் வல்லுநர்களான எந்த அறிஞரும் உறுதிப்பட கருத்துக்கூற இயலவில்லை. அறிவியல் பூர்வமான உண்மைகள் இவ்வாறு இருக்கின்றன. தமிழ்மொழியில் மட்டும்கூட போதுமான புலமை பெறாத ‘தமிழ் அறிஞர்கள்’ என்று தங்களுக்குள் அழைத்துக் கொள்ளும் குறிப்பிட்ட சிலர் சிந்துவெளி நாகரிகம் தமிழர் நாகரிகமே என்று எவ்வித ஆதாரமுமின்றி நீண்டகாலமாகச் சொல்லி வருகின்றனர். இதுபோன்ற கூற்றுகளைக் கருதிதான் ‘கேட்பவன் கேனையனாக இருந்தால் கேழ்வரகில் நெய் வடியும்’ என்ற சொலவடை எல்லாம் எழுந்ததுபோலும்.

1987இல் அ.ச. ஞானசம்பந்தன் அவர்கள் பெரியபுராணம் – ஓர் ஆய்வு (ப.25) என்ற நூலில் ஸ்டெல்லா க்ராம்ரி என்ற அம்மையார் தன்னுடைய சிவனின் தோற்றம் என்ற நூலில் ஹரப்பா குறியீடு 420 ஒரு யோகியின் வடிவம் என்றும் அவரைச் சுற்றிப் பல விலங்குகள் நிற்பதால் சுக்கிலத்தைக் கட்டி மேனோக்கிச் செலுத்தும் யோகவழியைப் பின்பற்றியவர்கள் வழிபடுதெய்வம் அது என்றும் முடிவுக்கு வருகின்றார். இது சிவனைக் குறிப்பதாகலாம். சிவனை ஊர்த்துவ லிங்க வடிவமாக வழிபடுவது பல்லாயிரம் ஆண்டுகளாக இருந்து வருகிறது. பாலுணர்ச்சியைக் கட்டுப்படுத்தி அதனை வெல்வதன்மூலம் பெறும்நிலையை யோகிகளின் தலைவனாகிய சிவனுடைய

வடிவமூலம் கற்பித்துள்ளார். மற்றுமோர் முத்திரை ஆண்குறியுடன் கூடிய பெண் வடிவம். எனவே இது பிற்காலத்திய அர்த்தனாரி வடிவத்தின் முன்னோடி என்றெல்லாம் எழுதிச் செல்கிறார்.[7] அண்மையில் ஐராவதம் மகாதேவன் அவர்களின் சிந்துவெளிக் குறியீடுகளின் வாசிப்பை நவீனமானது என்று கூறலாமே தவிர மேற்கண்ட அ.ச. ஞானசம்பந்தன் அவர்களின் கூற்றுக்கும் ஐராவதம் மகாதேவன் அவர்களின் விளக்கத்திற்கும் பெரிய வேறுபாடு இருப்பதாகக் கருத முடியவில்லை. தேவநேயப் பாவாணரின் கற்பனை மிகுந்த எழுத்துகள் தமிழ்ப் பழைமைக் கதைகள் பேசுவதுபோல இதுவும் ஒரு கதைதான் என்று எண்ணத் தோன்றுகிறது.

'ரிக்வேத சரஸ்வதி: புனைவும் உண்மையும்' என்ற கட்டுரையை எழுதிய அசோக் முகர்ஜி என்ற வரலாற்றறிஞர் "இந்தியாவின் தொல்வரலாறு பல இந்திய, மேல்நாட்டு ஆய்வாளர்கள் மேற்கொண்ட தீவிரமான ஆய்வுகளால் உருவானது. அவர்களது ஆய்வு அறிவு வேட்கையால் மட்டுமன்றி இந்தியாவின்மீது கொண்ட அன்பாலும் இந்தியப் பண்பாடுகளின் மேம்பாடுகளின்மீது கொண்ட மதிப்புகளாலும் மேற்கொள்ளப்பட்டவை. கலாச்சார மேம்பாடுகளை ஒரு மதத்தின் சாதனையாகக் கொண்டு வரலாற்றை எழுதுவது முறையல்ல. அவ்வாறு செய்வது எத்தகைய சமூக ஊறுகளை ஏற்படுத்தும் என்பதை உணராமல் வரலாற்றையோ புவியியலையோ விட்டேத்தியாக மாற்றி எழுத முற்படுவதை நாம் முழுமையாக எதிர்க்க வேண்டும். இதே கருத்தைச் சென்ற ஆண்டு சென்னை வந்திருந்த பர்ப்போலாவும் (தமிழக அரசு இவருக்குப் பெரிய தொகையுடன் கூடிய விருதை அறிவித்திருப்பதை வாசகர்கள் கவனிக்க வேண்டுகிறேன்) எதிரொலித்தார். பழங்கால வரலாறு அரசியலாக்கப்படுவதும் கல்விப்புலம் சாராத நோக்கங்களுக்காக அது பயன்படுத்தப்படுவதும் நம் துரதிருஷ்டம் என்றே நினைக்கிறேன். மதவாதிகளும் மொழிவெறியர்களும் ஒரு தவறான தேசியத்தை உருவாக்கிவிடுகின்றார்கள்"[8] என்கிறார். (இந்து நாளிதழ், 4.3.2008)

மொழியின் பெருமை, இனத்தின் பெருமை, மதத்தின் பெருமை பேசி அரசியல் ஆதாயம் அடையக்கூடியவர்கள் தமிழ்நாட்டில் மட்டும்தான் உள்ளனர் என்று எண்ணிவிடக் கூடாது. இந்து மதத்தின் பெருமையைப் பேசி வட இந்தியாவில் அரசியல் ஆதிக்கம் தேடும் இந்துத்துவ சக்திகளும் இதனைச் செய்து வருகின்றன. சரஸ்வதி நதி பற்றிய கதைகள், சிந்துவெளி நாகரிகம், இராமர் பாலம் போன்றவற்றை இவர்கள் அரசியல் ஆக்கியது அனைவரும் அறிந்த செய்திதான். வேதத்தில் உள்ளதாக

இவர்கள் குறிப்பிடும் சரஸ்வதி நதி என்ற பெயரையே முழுமை யாக ஏற்க முடியவில்லை. வேதகாலத்தில் சரஸ்வதி என்பதே நதியைக் குறிக்கும் பொதுப்பெயராகவே உள்ளது. சர என்றால் நீர்: வதி என்றால் நிரம்பிய: என்ற பொருள்கள்தான் சமஸ்கிருதத் தில் உள்ளதாக அறிஞர்கள் குறிப்பிடுகின்றனர். அஸ்ஸாமில் ஒரு சரஸ்வதி நதி உள்ளது. குஜராத்தில் ஒரு சரஸ்வதி நதி உள்ளது. இத்தகைய விசயங்களைப் புவியியலாளர் ஒல்டேம் *(c.f. Oldham)* போன்றவர்கள் விஞ்ஞான ஆதாரமற்றது என்கின்ற னர். இதேபோன்று பொறியியலாளர் ராஜாராம் என்பவர் சிந்துவெளி நாகரிகத்தில் குதிரைகள் இருந்தன என எப்படியாவது காட்டினால் அது வேதகால நாகரிகம் என்பதை நிறுவுவதற்கு உதவியாக இருக்கும் என்பதற்காக 1920இல் கண்டெடுக்கப்பட்ட ஒரு பாதி உடைந்த சிந்துவெளி முத்திரையின் பதிவைக் காட்டி அது குதிரையின் உருவம் என்று கூறினார். ஆனால் அவர் காட்டிய ஆதாரங்கள் போலியானவை என்பதை ஹார்வார்ட் பல்கலைக்கழக ஆய்வாளர் மைக்கேல் விட்ஸல் *(Michael Witzel)* வரலாற்று ஆய்வாளர் ஸ்டீவ் பார்மர் *(Steve Farmer)* இருவரும் திறம்பட விளக்கி தம் கடுமையான மறுப்புகளை *ப்ரண்ட்லைன்* அக்டோபர் 13, 2000 இதழில் தெரிவித்தனர். இதேபோன்று தம் வாழ்நாள் முழுவதையும் சிந்துவெளி ஆய்வுக்கு அர்ப்பணித் திருக்கும் அஸ்கோ பர்ப்போலா *(Asko Parpola)* குதிரையின் பின்பாகம் என ராஜாராம் சித்திரித்த படம் உண்மையில் ஒற்றைக் கொம்புடன் சித்திரிக்கப்பட்ட மாட்டின் உருவமே என்பதை உறுதிப்படுத்தினார்.[9] இதேபோன்று ராஜாராம் கூறிய சிந்துவெளி மொழி வேதகாலத்துக்கும் பிற்பகுதியில் பேசப்பட்ட சமஸ்கிருதமே என்பதை மறுத்து சு.கி. ஜெயகரன் இது தொல்லியல், மொழியியல் முடிவுகளுக்கு முற்றிலும் முரணானது: ஏனெனில் வேதகாலத்தின் பிற்பகுதி ஹரப்பா நாகரிகத்துக்கும் இரண்டாயிரம் ஆண்டுகள் பிற்பட்டது. அதுமட்டு மல்ல, வேதகாலத்தியது குடிபெயர் (நாடோடி வாழ்க்கை) கலாச்சாரம்: சிந்துவெளி நாகரிகமோ ஒரு நகர கலாச்சாரம் என்று சரியாகவே மறுக்கிறார்.[10]

3. இராமர் பாலம் பற்றிய கதைகள் உருவாவதற்கே அமெரிக்காவின் நாசா விண்கோள் நிலையம் எடுத்த படங்கள் தான் ஆதாரமாகக் காட்டப்பட்டன. நாசாவின் படங்கள் இந்தியாவில் சர்ச்சைக்குள்ளானபோது அந்நிறுவனத்தின் சார்பில் பேசிய மைக்கேல் பராகஸ் *(Michael Brakuss)* இணையத்தில் வெளியிடப்பட்ட மன்னார் வளைகுடாவின் படம் தம் நிறுவனத் தால் எடுக்கப்பட்ட படம் என்றாலும் பரப்பப்படும் (மதச்சாயம் பூசிய) விளக்கங்கள் தம் நிறுவனத்துடையவை அல்ல என்றுகூறி பாலம் பற்றிய வதந்திகளை மறுத்தார். மார்க் ஹெஸ் *(Mark*

Hess) என்ற மற்றொரு அதிகாரி மேற்கூறிய இணைய தளங்கள் சுட்டிக்காட்டும் பகுதி இயற்கையாக அமைந்த மணல் திட்டுகள் என்று விளக்கினார். இராமர் பாலத்திற்கு ஆதரவாக இருந்த டேவிட் ப்ராலி *(David Farwley)* மைக்கேல் கிரிமோ *(Michael Criemo)* ஆகிய இருவருக்கும் முறையே பண்டித வாமதேவ சாஸ்திரி என்றும் தூதகர்ம தாசா என்றும் இஸ்கான் நிறுவனத் தால் நாமம் சூட்டப்பட்டிருந்தது குறிப்பிடத்தக்கது.[11] இராமர் பால ஆதரவாளர்கள் இராமர் வாழ்ந்தது திரேதா யுகம் என்றும் அது 17 லட்சம் ஆண்டுகளுக்கு முற்பட்டது என்றும் கூறினர். ஆனால் மனித குலம் தோன்றிய காலம் பற்றி தொல்லியல், மானிடவியல், புவியியல் ஆய்வுகள் இரண்டு லட்சம் ஆண்டுகள் தான் என்று கூறுகின்றன. இரண்டு லட்சம் ஆண்டுகளுக்கு முன்பு ஆப்பிரிக்காவில் தோன்றிய மனித இனம் சுமார் ஒரு லட்சம் ஆண்டுகளாகத்தான் உலகின் மற்ற பகுதிகளுக்கும் பரவியது என்று குறிப்பிடுகிறது அறிவியல் சிந்தனை.[12] 17 லட்சம் ஆண்டுகளுக்கு முன்பு டைனோசர்களாவது பூமியில் வாழ்ந் தனவா என்பது தெரியவில்லை. சேது சமுத்திர திட்டத்தை முன்மொழிந்ததே பி.ஜே.பி. அரசாங்கம்தான். சுற்றுச்சூழல் ஆய்வாளர்களின் எச்சரிக்கையையும் மீறி அந்தத் திட்டத்திற்கு பி.ஜே.பி. அழுத்தம் கொடுத்தது. திட்டம் செயல்படுத்தப்படும் நிலையில் பி.ஜே.பி. ஆட்சியில் இல்லாததால் ஆதாயம் கைமாறிப் போனதுதான் இராமர் பாலமாக அவர்களைக் கதற வைத்தது.

லெமூரியாக் கண்டம் பற்றிய புனைவுகள்

குமரி முனைக்குத் தென்பகுதியில் லெமூரியாக் கண்டம் இருந்ததாகக் கூறிக்கொண்டு பழந்தமிழர் வாழ்வும் பண்பாடும் அங்கு செழித்து வளர்ந்ததாகத் தமிழ்ப் புலவர்கள் சிலர் கடந்த ஒரு நூற்றாண்டாகச் சொல்லி வருகின்றனர். கண்டங்கள் நகர்ந்தபோது அந்தப் பகுதி கடலில் மூழ்கியதால் அங்கிருந்த தமிழர்கள் வடபகுதிக்கு வந்ததாகச் கூறுகின்றனர். ஆனால் விஞ்ஞானிகள் கண்டங்கள் இவ்வாறு நகர்ந்த காலங்களில் மனித இனமே தோன்றவில்லை என்று தொடர்ந்து கூறுகின்றனர். ஃபிலிப் ஸ்கேலடர் என்ற ஆங்கிலேயர்தான் இந்துமகா சமுத்திரத் தில் லெமூரியாக் கண்டம் இருந்த கதையைக் கூறியவர். குமரிக் கண்டம் பற்றி எழுதுகின்ற தமிழர்கள் அட்லாண்டிக் மற்றும் லெமூரியா என்ற நூலை எழுதிய ஸ்காட் எலியட் என்பவரை மேற்கோள் காட்டுவர். இந்நூலுக்கான தகவல்களை எலியட் ஞானதிருஷ்டியால் பெற்றதாகக் கூறுவர். இவர் கூறுகிறார்: லெமூரியாவில் வாழ்ந்தவர்கள் முதலில் நுங்கு போன்ற வடிவமற்ற உடலைக்கொண்டிருந்தனர். பின்னர் திடமான உடலைப்

பெற்றனர். 4.5 மீட்டர் (14 அடிக்கு மேற்பட்ட) உயரம் கொண்ட அவர்களின் கண்களுக்கிடையே அகன்ற இடைவெளி இருந்தது. காதுகள் பின்புறமாக அமைந்திருந்தன. மொத்தத்தில் அவர்கள் மனிதர்களைப் போலத் தோற்றமளிக்கவில்லை.[13] தமிழ் இலக்கியங் களில் இத்தகைய தகவல்கள் உள்ளதாகக் குறிப்பிடப்படும் புறநானூறு 9, சிலப்பதிகாரம் காடுகாண்காதை, முல்லைக்கலி 104, இறையனாரகப்பொருள் உரை, அடியார்க்கு நல்லாரின் உரைக்குறிப்பு போன்ற எதிலும் கண்டம் என்ற சொல் குறிப்பிடப் படவில்லை என்கிறார் மண்ணியல் அறிஞரான சு.கி. ஜெயகரன். அத்தோடு இந்தத் தமிழ்க் குறிப்புகளில் மூழ்கிவிட்ட நிலம் எழுநூறு காவதம் என்று உள்ளது. எழுநூறு காவதம் என்பது 11,200 கி.மீ. இன்றைய குமரிமுனைக்கும் அண்டார்டிகாவிற்கும் இடைப்பட்ட தூரம் 8500 கி.மீ. (பூமியில் இல்லாத 2700 கி.மீ. நிலப்பகுதியை எந்தத் தமிழ் விரோதிகள் கொள்ளையடித்து விட்டார்கள் என்பது ஆராயத்தக்கது). சு. கி. ஜெயகரன் அவர்கள் உலகின் பல பகுதிகளிலும் நேரே சென்று அறிவியல்படி ஆராய்ந்த அனுபவத்தால் எழுதிய விளக்கங்களை மறுப்பதாகக் கருதிக்கொண்டு பலவிதமாக ஏசுகின்றனர். இவர் சொல்லும் விஞ்ஞான உண்மைகளைக் கணக்கில் கொள்வதே இல்லை. எடுத்துக்காட்டாக ஒட்டகம் என்ற விலங்கு பாலைவனத்தில் தான் வாழும் என்று நாம் எல்லோரும் கருதிக்கொண்டிருக் கிறோம். ஆஸ்திரேலியாவிலும் உலகின் மற்ற பகுதிகளிலும் ஒட்டகம் பரவிய வரலாற்றை அறிவியல் பூர்வமாக இவர் விளக்கும்போதுதான் மற்ற விலங்குகளைப்போல் காடுகளில் வாழ்ந்ததுதான் ஒட்டகம் என்பதை நாம் புரிந்துகொள்கிறோம்.

தான் விஞ்ஞானப்பூர்வமாக நிரூபித்த விசயங்கள் தங்களுடைய அரசியலைப் பலவீனப்படுத்துவதை விரும்பாத சிலர் இவரை வசைபாடுகிறார்கள். இதைப்பற்றி இவர் கவலை கொள்வதைவிட அந்த வசைபாடக்கூடிய நபர்கள் எந்தச் சாதியைச் சேர்ந்தவர்கள் என்பதைப் புரிந்துகொண்டாலே போதும். ஏனென்றால் தமிழர்கள் என்று யாரும் தமிழ்நாட்டில் தங்களைக் கூறிக்கொள்வதில்லை. இன்னின்ன சாதிகளைச் சேர்ந்தவர்கள் என்றுதான் அறியப்படுகிறார்கள். குறிப்பிட்ட சில சாதிகள் தமிழ் பேசும் மற்ற சாதிகளை ஆதிக்கம் செலுத்தி வருகின்றனர். இந்த ஆதிக்கத்திற்குத் துணை சேர்க்கும் பல விசயங்களில் தமிழின் தொன்மை, குமரிக்கண்டம், மொகஞ் சதாரோ ஹரப்பா போன்ற விசயங்களை அதன் விஞ்ஞானத் தன்மைகளை மறுத்துவிட்டுப் புனைவுகளை மட்டும் தங்கள் துணைக்கு அழைத்துக்கொள்கின்றனர். அத்தகைய சாதிகளைச் சேர்ந்தவர்கள் சு.கி. ஜெயகரன் போன்றவர்களின் அறிவியல்பூர்வ ஆதாரங்களை எதிர்க்கவே செய்வர். மொத்தத் தமிழ்ச் சாதிகள்

பொய்யும் வழுவும்

தங்கள் சாதியத் தன்மையைத் தூர எறிந்துவிட்டு தமிழர்கள் என்று உண்மையாக ஒருங்கிணையும் காலத்தில் இத்தகைய மனிதர்கள் இனம் காணப்பட்டு தூக்கி எறியப்படுவார்கள். அப்படியான காலத்தில் சு.கி. ஜெயகரன் போன்ற அறிவியலாளர் கள் போற்றப்படுவார்கள். காலத்திற்காக நாம் காத்திருக்கத்தான் வேண்டும்.

வையாபுரிப்பிள்ளை, தெ.பொ. மீனாட்சிசுந்தரம் பிள்ளை, சு.கி. ஜெயகரன் போன்றவர்களை வசைபாடும் இத்தகைய கும்பல்களை நோக்கிச் சில கேள்விகளை வைக்கவேண்டி உள்ளது. இந்தியத் தத்துவம் தொடர்பான பழைமையான கருத்துகள், கர்நாடக இசைக்கு இலக்கியமாக உள்ள பாடல்கள் (சாகித்தியங்கள், உருப்படிகள்) பிராமி தமிழ்க் கல்வெட்டுகள் போன்றவை படித்துப் புரிந்துகொள்ளப்பட்ட வரலாறு மற்றும் சிற்பம், நடனம், போன்றவற்றுக்கான ஆதாரப் பகுதிகள் என்ற இவை போன்ற பலவற்றுக்கும் தமிழ்நாடும் தமிழ்மொழியும் மையமாக இருந்ததைத் தமிழ் பேசும் சாதிகள் வரலாற்றுக் காலங்களில் மறந்துவிட்டதும் மறைக்கப்பட்டதும் ஏன் என்பதை இவர்கள் விளக்கினார்களா? எடுத்துக்காட்டாக அண்மையில் வெளிவந்துள்ள மு. அருணாசலத்தின் தமிழ் இசை இலக்கிய வரலாறு, தமிழ் இசை இலக்கண வரலாறு ஆகிய நூல்கள் இந்திய இசைக்கான மூல ஆதாரங்களைக் கொடுத்தது தமிழிசை தான் என்பதைத் தெளிவான ஆராய்ச்சியுடனும் எடுத்துக்காட்டு களுடனும் விளக்குகின்றன. அதே நேரத்தில் தமிழ்நாட்டில் சென்ற காலங்களில் இது மறக்கப்பட்டுப் போனது எப்படி என்பதை இந்த நூல்கள் சரியாகக் குறிப்பிடவில்லை. தியாகையருக்குப் பிறகு பார்ப்பனர்கள் தமிழ் இசையை வசப்படுத்திக்கொண்டுவிட்டனர் என்றும் எனவே தமிழ்ச் சாகித்தியங்களுக்குப் பதிலாகத் தெலுங்கு சாகித்தியங்கள் தமிழ்நாட்டு இசை அரங்குகளில் பாடப்பட்டன என்றும் கூறுகிறார். ஆனால் அருணாசலம் அவர்களே, சீர்காழி அருணாசலக் கவிராயர், முத்துத்தாண்டவர் போன்றவர்களின் தமிழ்ப் பாடல்கள்தான் தியாகையருக்குமுன் தமிழ்நாட்டு இசை அரங்குகளில் பாடப்பட்டன என்றும் கூறுகிறார். அருணாசலக் கவிராயர், முத்துத்தாண்டவர் ஏன் பதினெட்டாம் நூற்றாண்டின் ஆரம்பத்தில் தஞ்சாவூரில் ஆட்சி செய்த மராட்டிய மன்னன் சகஜியின் அவையில் புகழ்பெற்றிருந்த ‘வாசுதேவகவி’ யும்கூட (1730 காலங்களில்) தமிழில்தான் இசைப்பாடல்களை இயற்றியிருந்தார். எனவே தமிழ் இசை மறைக்கப்பட்டதற்கு அரசியலையும் பார்ப்பனரையும் காரணமாக்குவது பொருந்துமா என்ற ஐயம் எழுகிறது. டாக்டர் மு. வரதராசன் அவர்கள் 1950இல் கூறுகிறார். “பிற்காலத்தில் ஒரு வீழ்ச்சி. இதனைத்தான்

களேபர காலம் என்று சொல்வது வழக்கம். கையில் யாழ் ஏந்திப் பண்ணைக் காத்த பாணர்கள் தீண்டத்தகாதவர்களாக ஒதுக்கப்பட்டார்கள். இந்த அநியாயமே வீழ்ச்சிக்குக் காரணம். இதற்குத் தேவாரம், பிரபந்தம் போன்றவைகளே சான்று. கலையின் பாதுகாவலர்கள் தீண்டத்தகாதவர்கள் ஆனார்கள். யாழும் தீண்டத்தகாததாக ஆக்கப்பட்டது. இதனை மறுக்க முடியாது. மறக்கவும் முடியாது. இசைக்கருவியும் அதன் காவலரும் தாழ்த்தப் பட்டுவிட்டால் கலை எப்படி வளரும்?[14] தமிழ் மக்கள் சாதி களாகப் பிளவுண்டு போனதால்தான் தமிழ்மொழியின் பெருமை யும் தமிழ்க் கலைகளின் மேன்மையும் மறக்கப்பட்டது என்று கூறுவது பொருந்தும்.

இன்றைய நிலையிலும் தமிழர்களின் சிற்பக் கலையின் பெருமைக்கு இராஜராஜ சோழனையும் தஞ்சைப் பெரிய கோயிலையும் கூறிவருகின்றனர். ஆனால் இராஜராஜன் காலத்துக்குப்பின் தஞ்சைப் பெரிய கோயிலையும் இதனைக் கட்டியவனையும் தமிழ் பேசும் சாதிகள் மறந்துவிட்டன என்பது தான் உண்மை. 1900க்குப் பின்னர் குல்ஸ் என்ற ஆங்கிலேயர் இந்தக் கோயிலைக் கட்டியவன் இராஜராஜன்தான் என்று இக்கோயிலிலுள்ள தமிழ்க் கல்வெட்டுகளைப் படித்துச் சொன்ன பிறகுதான் தமிழ்நாட்டினருக்குப் புரிந்தது. அதற்கு முன்னர் இந்தக் கோயிலைக் கட்டியவன் காடுவெட்டிச் சோழன் என்றும் இதில் பொறிக்கப்பட்டுள்ள எழுத்துகளை நம்மால் படிக்க முடியாது என்றும் கூறிவந்தனர். தமிழ்நாட்டினருக்கே தமிழ்க் கல்வெட்டுகள் அந்நியமாகிப் போனதை என்னவென்று சொல்வது?

இனம், மொழி, மதம் இவற்றைப் பயன்படுத்தி மக்களிட மிருந்து அதிகாரத்தைப் பெற்றவர்கள் உலக வரலாற்றில் பலராவர். இவர்கள் தங்கள் அதிகாரத்திற்கான வாய்ப்பைத் தடுப்பவர்களாக அறிவியலாளர்களையும் அறிவியல்ரீதியாகச் சிந்திப்பவர்களை யும் கருதுகின்றனர். எனவே அத்தகையோரை இனத் துரோகிகள், மொழிப்பற்று இல்லாதவர்கள், நாத்திகவாதம் பேசுபவர்கள், நாட்டுப்பற்று அற்றவர்கள் என்று முத்திரை குத்தி ஓரம் கட்டுவர். பல நேரங்களில் தமிழகத்தில் தந்தை பெரியாருக்கே இத்தகைய நிலை நேர்ந்ததுண்டு. நாட்டு மக்களை முன்னேற்றம் அடையச் செய்பவர்கள் இத்தகைய வசவுகளினூடாகத்தான் தங்கள் பயணத்தைத் தொடர்ந்திருக்கிறார்கள் என்று தந்தை பெரியார் கூறுவார். உண்மையாக மக்கள்மீது பரிவுகொண்டவர்கள் இவற்றையெல்லாம் பொருட்படுத்தாமல் தங்கள் பணியைச் செய்வதுதான் நாட்டுக்குச் செய்யும் தொண்டாகும்.

(இந்தக் கட்டுரை உருவாவதற்குப் பெரிய அளவில் சு.கி. ஜெயகரன் அவர்களின் நூலிலிருந்தும் கமில் சுவலபில் அவர்களின் கட்டுரையிலிருந்தும் செய்திகள் எடுக்கப்பட்டுள்ளன. அறிஞர்கள் இருவருக்கும் என்னுடைய நன்றி.)

குறிப்புகள்

1. வியத்தகு இந்தியா, ப.7
2. ஆய்வு வட்டக் கட்டுரைகள்1, ப.159
3. ஆய்வு வட்டக் கட்டுரைகள்1, ப.165
4. ஆய்வு வட்டக் கட்டுரைகள்1, பக். 167 – 168
5. ஆய்வு வட்டக் கட்டுரைகள்1, பக். 173 – 174
6. ஆய்வு வட்டக் கட்டுரைகள்1, ப.204
7. பெரிய புராணம் ஓர் ஆய்வு, அ.ச. ஞானசம்பந்தன், ப.25
8. மணல்மேல் கட்டிய பாலம், சு.கி.ஜெயகரன், ப.35 (காலச்சுவடு வெளியீடு டிசம்பர் 2009.)
9. மணல்மேல் கட்டிய பாலம், சு.கி.ஜெயகரன், ப.33
10. மணல்மேல் கட்டிய பாலம், சு.கி.ஜெயகரன், ப.34
11. மணல்மேல் கட்டிய பாலம், சு.கி.ஜெயகரன், ப.20
12. மணல்மேல் கட்டிய பாலம், சு.கி.ஜெயகரன், ப.21
13. மணல்மேல் கட்டிய பாலம், சு.கி.ஜெயகரன், பக். 42 – 43
14. பண்ணாராய்ச்சியும் அதன் முடிவுகளின் தொகுப்பும், ப.21

2

நாம் செய்யத் தவறியது என்ன?

அறிவியல் நெறியிலிருந்து ஒரு துளியும் பிசகாத தன்மையை உடையவர் அறிஞர் வையாபுரிப்பிள்ளை என்கிற என் மனக் கருத்து அண்மையில் சிறிது ஆட்டம் கண்டுவிட்டது. வையாபுரிப்பிள்ளையின் முதல் தொகுதி யில் உள்ள மௌரியர் பற்றிய கட்டுரை அவர்மேல் உள்ள நம்பிக்கையைச் சிதைக்கின்றது. இந்த எண்ணத்தை வலுப்படுத்துவதாக அவருடைய நான்காம் தொகுதியில் உள்ள சுமார் 150 பக்கங்களிலான வடமொழி நூல்கள் பற்றிய கட்டுரைகள் அமைந்துள்ளன. தமிழ் நூல்களின் காலத்தைத் துருவித்துருவி ஆராய்ந்து பின்னுக்குத் தள்ளும் இவர் வேதங்கள், உபநிடதங்கள், இதிகாசங்கள், யாஷ்க நிருத்தம் போன்றவை தோன்றிய காலத்தை எவ்விதமான ஐயப்பாடும் இன்றி ஏற்றுக்கொள்கிறார். எடுத்துக்காட்டாக, பாணினி ஆசிரியர் வைதீக வழக்கினைச் 'சந்தஸ்' என்றும் உலக வழக்கினைப் 'பாஷை' என்றும் தன்னுடைய நூலில் குறிப்பிடுகின்றார். இது பழைய வேதமொழியையும் புதிதாக உருவான சமஸ்கிருத மொழியையும் பாணினி நன்கு அறிந்தவர் என்பதைத் தெரிவிக்கின்ற சான்று ஆகும். புதிய சமஸ்கிருதம் கி.பி. இரண்டு, மூன்றாம் நூற்றாண்டு களுக்குப் பிற்பட்டுத் தோன்றியதுதான் என்பது ஆராய்ச்சி யாளர்களின் முடிவு. ஆனால் வையாபுரிப்பிள்ளை கி.பி. மூன்றாம் நூற்றாண்டுக்குப் பின்னர் தோன்றிய புதிய சமஸ்கிருதத்தைக் கையாளும் காத்யாயனரின் காலத்தை கி.மு. 250 என்று ஒப்புக்கொள்கிறார்: (நான்காம் பாகம் 165) பாணினி நூலைத் தமிழில் மொழிபெயர்த்த முனைவர் கு. மீனாட்சி பாணினியின் காலம் கி.மு. 3ஆம் நூற்றாண் டாக இருக்கலாம் என்று நம்பப்படுகிறது என்கிறார் (ப.6). அவரே அந்நூலின் அடுத்த சில பக்கங்களில் (ப.22) பாணினியின் காலத்திற்கு வெகுபிற்பட்டு தோன்றிய

உரையாசிரியராகிய காத்யாயனர் காலத்தை கி.மு. நான்காம் நூற்றாண்டு என்கிறார் (பாணினி, அஷ்டாத்யாயி, பாகம் 1. ப.22). இதே போன்று சமஸ்கிருதத்திலும் தமிழிலும் அறிஞராகிய டாக்டர் பி.சா. சுப்பிரமணிய சாஸ்திரி தான் எழுதிய தொல்காப்பிய எழுத்ததிகாரக் குறிப்புரையின் முன்னுரையில் தொல்காப்பியர் காலம் கி.பி. இரண்டாவது நூற்றாண்டு என்கிறார். அவரே தன்னுடைய வடமொழி நூல் வரலாறு (ப.662, 663) என்ற நூலில், தமிழிலக்கணமாகிய தொல்காப்பியத்தின் மெய்ப்பாட்டியலில் உள்ள ஏழு சூத்திரங்கள் நாட்டிய சாஸ்திரப் பகுதியின் மொழிபெயர்ப்பாக இருத்தலானும், தொல்காப்பியம் கி.மு. இரண்டாம் நூற்றாண்டுக்குப் பிற்பட்ட நூலன்று ஆகலானும், நாட்டிய சாஸ்திரம் கி.மு. இரண்டாம் நூற்றாண்டுக்கு முன்னது எனக் கொள்ளல் தகும் எனத் தன் கூற்றுக்குத் தானே மாறுபட உரைக்கிறார்.

தமிழ் அறிஞர்கள் பலரும் தொல்காப்பியரின் காலத்தையும் சங்க இலக்கியங்களின் காலத்தையும் அவரவர் மனம்போனபடி குறிப்பிட்டுள்ளனர். எடுத்துக்காட்டாக, தொல்காப்பியர் காலத்தை டாக்டர் ராசமாணிக்கனார் ஏறத்தாழ கி.மு. 3ஆம் நூற்றாண்டு என்பார் (தமிழ் மொழி இலக்கிய வரலாறு, மூன்றாம் பதிப்பு ப.84). பாவாணர் கி.மு. 7ஆம் நூற்றாண்டு என்கிறார். (ஒப்பியல் மொழிநூல், ப.74, 1971) மயிலை சீனி வேங்கடசாமி கி.மு. 8 அல்லது 9ஆம் நூற்றாண்டு என்பார். (சங்ககால வரலாற்று ஆய்வுகள், முதல் தொகுதி, ப.99, பதிப்பாசிரியர் பொ. தேவராசன், 2001) வெள்ளைவாரணர் கி.மு. 1500 என்பார் (தமிழிலக்கிய வரலாறு, தொல்காப்பியம், ப.126).

இவர்களைப் போன்றே தமிழ்நாட்டைச் சேர்ந்த பல அறிஞர்களும் பழந்தமிழ் இலக்கியங்கள் இலக்கணம் போன்றவற்றின் காலத்தை மிகவும் முற்பட்டது என்றோ அல்லது மிகவும் பிற்பட்டது என்றோ கூறுகின்றனர். இப்படி இவர்கள் பேசுவதற்கான காரணம் மிக எளிமையானதுதான். அது சமஸ்கிருத நூல்கள் தோன்றியதாகச் சொல்லப்படும் காலத்திற்கு முன்பாகவோ அல்லது பின்பாகவோ தமிழ்நூல்களை வைக்க வேண்டும் என்ற மனஎழுச்சியே ஆகும். இவர்களைப் போன்றவர்கள் ஒருவராவது சமஸ்கிருத நூல்கள் ஏடுகளில் இருந்து எப்படி பதிப்பிக்கப்பட்டன என்பதையோ அந்த நூல்களுக்கான காலக்கணிப்பு எப்படித் தீர்மானிக்கப்பட்டது என்பதையோ கவனித்ததாகத் தெரியவில்லை. எனவே சமஸ்கிருத நூல்களின் பதிப்பு, கால வரையறை போன்றவை உருவான வரலாற்றை நாம் பார்க்க வேண்டியுள்ளது.

16ஆம் நூற்றாண்டில் ஐரோப்பியர்களுக்கு இந்தியாவில் ஆதார மையங்களும் கிடங்குகளும் இருந்தன. 17ஆம் நூற்றாண்டில் பண்டசாலைகளும் குடியிருப்புகளும் அவர்களுக்கு அமைந்தன. 18ஆம் நூற்றாண்டிலோ ஐரோப்பியர்கள் இந்திய அரசுகளை அடிமைப்படுத்தத் தொடங்கினார்கள் (இ. வரலாறு மாஸ்கோ. ப.7). 1740இல் தொடங்கி ஒரு அறுபது ஆண்டுகளில் இந்தியாவின் சில பகுதிகள் ஆங்கிலேயர்களின் ஆட்சி அதிகாரத் திற்கு உட்பட்டுவிட்டன. 1700ஐ அடுத்து ஔரங்கசீப் மரண மடைந்தவுடன் மொகலாயப் பேரரசு என்பது சிதைவடையத் தொடங்கியது. மொகலாயப் பேரரசின் பகுதியாக இருந்த கல்கத்தா தனி அரசாகவும் தென்னிந்திய பகுதிகள் தனித்தனி அரசுகளாகவும் பிரிந்துவிட்டன. இந்தியாவின் மேற்குப் பகுதியில் இருந்த பூனேவும் அதைச் சார்ந்த பகுதிகளும் மராட்டியர் களின் தனியரசாகவும் மாறிவிட்டன. இந்தியாவின் வடக்கு வடமேற்குப் பகுதிகள் சீக்கியர்கள், இராஜபுத்திரர்களின் தனியரசுகளாக மாறிவிட்டன. இந்த இந்திய அரசர்கள் டெல்லியைப் பிடிப்பதில் தங்களுக்குள் ஏற்பட்ட போர்களில் நவீன ஆயுதங்களை வைத்திருந்த பிரெஞ்சுக்காரர்களையும் ஆங்கிலேயர்களையும் பெருமளவிலான கூலி கொடுத்து தங்கள் உதவியாளர்களாக கைக்கொண்டனர். தொடர்ந்து நடந்த போர்களால் இவர்கள் அனைவரும் வலுவிழந்து நின்றனர். நவீன ஆயுதங்களையும் உள்நாட்டு மக்களைச் சிப்பாய்களாக மாற்றிக்கொண்ட பிரெஞ்சுக்காரர்களும் ஆங்கிலேயர்களும் இந்தியாவின் ஆட்சியாளர்களாக உருப்பெறத் தொடங்கினர். உள்நாட்டு மன்னர்களிடையே நடந்த போர்களாலும் இதன் விளைவாக உருவான பதற்றத்தைப் பயன்படுத்திக் கொள்ளை, கொலைகளில் ஈடுபட்ட இந்தியர்களாலும் அலைக்கழிக்கப்பட்ட மக்கள் இந்த துயரங்களில் இருந்து விடுபட்டுத் தங்களுக்கு அமைதியான வாழ்க்கையை வழங்க வல்லவர்கள் ஆங்கிலேயர் களே என்ற முடிவுக்குத் தள்ளப்பட்டனர். எனவே இந்த வாய்ப்பைச் செம்மையாகப் பயன்படுத்திக்கொண்ட கிழக்கிந்தியக் கம்பெனி உள்நாட்டு ஆட்சியாளர்களிடமிருந்து கப்பம் வசூலிப்பதைவிட நிர்வாகத்தைத் தாங்களே மேற் கொள்வது தங்கள் பொருளாதாரத்தையும் அதிகரிக்கச் செய்யும்: ஆட்சியாளர்கள் என்ற அந்தஸ்தும் தங்களுக்குக் கிடைக்கும் என்று முடிவு செய்தனர். இங்கிலாந்து அரசு, கிழக்கிந்தியக் கம்பெனி இந்தியப் பகுதிகளின் ஆட்சி உரிமையை ஏற்றுக் கொண்டால் அதனைக் கண்காணிக்க ஒரு குழு ஏற்படுத்த வேண்டும். கவர்னர் ஜெனரல் என்று ஒருவனையும் அவருக்கு ஆலோசகர்களாக நான்கு நபர்களையும் 1773இல் ஏற்படுத்தியது. அந்த முதல் கவர்னர் ஜெனரல்தான் வாரன் ஹேஸ்டிங்ஸ்.

இவர் காலத்தில்தான் ஐரோப்பாவில் உள்ளது போன்ற நீதிமன்றம் இந்தியாவில் முதல்முதலாக ஏற்படுத்தப்படுகின்றது. அவ்வாறு 1773இல் ஏற்படுத்தப்பட்ட நீதிமன்றத்தில் முதல் நீதிபதியாக எலிசா இம்பே (Elezey Imphey) பதவியேற்கிறார். அக்காலத்தில் நீதிபதிகளை ஆல்டர்மேன் என்று குறிப்பிட்டார்கள். இந்நீதிமன்றத்தில் இந்தியர்களின் குடிமை (Civil) வழக்குகளை விசாரிக்க ஜென்டோகோடு (gentoo code) என்ற சட்டமுறை உருவாக்கப்பட்டது. இந்த ஜென்டோகோடுதான் பிற்காலத்தில் இந்துச் சட்டம் என்று பெயர்பெற்றது. ஆரம்பத்தில் உள்ளூர்ப் பழக்கவழக்கங்கள் பற்றிய தகவல்களைக்கொண்டே இந்த ஜென்டோகோடு செயல்பட்டு வந்தது. ஆனால் சிக்கலான வழக்குகளை இதனால் கையாள முடியவில்லை. இந்தப் பிரச்சினை தீர்க்கப்படவேண்டுமானால் இந்திய சட்டமுறை என்று இந்துக்கள் ஏற்றுக்கொண்ட நூல்களில் இருந்து தகவல்களைத் திரட்டவேண்டும். அப்போது இந்தியர்கள் அனைவராலும் நீதிநூல் என்று ஒப்புகொண்ட நூல்களில் முதன்மையானது மனுநீதி: அடுத்தது பகவத்கீதையும் வேதங்களும். வாரன் ஹேஸ்டிங்ஸ் தன்னுடைய நண்பர்களில் ஒருவரான *சார்லஸ் வில்கின்ஸனைக் கொண்டு பகவத்கீதை (1784), கீதோபதேசம் (1787)* ஆகியவற்றை மொழிபெயர்க்கச் செய்தார்.

மற்றொரு நண்பரான சர். வில்லியம் ஜோன்சைக் கொண்டு *மனுநீதியையும் (1792) சாகுந்தலத்தையும் (1798)* மொழிபெயர்த்தார். மனுநீதி 1794இல் 'இந்து தர்மசாரம்' என்ற பெயரில் அச்சிடப்பட்டது. இதே காலத்தில் 'ஆசிய ஆராய்ச்சிகள்' என்னும் இதழ் சர்.வில்லியம் ஜோன்ஸால் தொடங்கப்பட்டது. பல மொழிகளில் வல்லுநராக இருந்த ஜோன்ஸ், பிற ஐரோப்பிய மொழிகளுடன் சமஸ்கிருத மொழியை ஒப்பிட்டு ஆராய்ந்து 'இந்தோ ஐரோப்பிய மொழிக்குடும்பம்' என்ற கருத்தாக்கத்தை உருவாக்கினார். இக்கருத்தாக்கம் சமஸ்கிருதம் என்பது ஐரோப்பாவில் இருந்து இந்தியாவுக்குச் சென்றது என்று கூறியது. இக்கருத்து அன்றைய ஐரோப்பிய அரசுகளையும் அறிஞர்களையும் சமஸ்கிருத மொழியின் மீதும் அதனடியாக உருவாக்கப்பட்டதாக அவர்கள் கருதிய இந்தியப் பண்பாட்டின்மீதும் ஆர்வம்கொள்ள வைத்தது. இதன் விளைவாக 1795இல் பிரெஞ்சுக் குடியரசில் 'கீழைத்தேய வாழும் மொழிகளுக்கான கல்லூரி' ஒன்று ஏற்படுத்தப்பட்டது. அக்கல்லூரியில் அலெக்சாண்டர் அமிற்றன் என்பவர் வடமொழிப் பேராசிரியராக நியமிக்கப்பட்டார். ஐரோப்பாவில் முதலில் சமஸ்கிருதமொழியைக் கற்பித்த கல்லூரியும் அதற்காக முதலில் சமஸ்கிருதமொழிப் பேராசிரியர் பதவியை உருவாக்கிய கல்லூரியும் இதுதான் என்பது குறிப்பிடத்தக்கது.

பொ. வேல்சாமி

இங்கிலாந்தில் 1805இல் ஏற்படுத்தப்பட்ட கிழக்கிந்தியக் கம்பெனியின் பயிற்சிக் கல்லூரியில் சமஸ்கிருதம் பயிற்றுவிக்கப்பட்டது. 1832இல் ஆக்ஸ்போர்டு பல்கலைக்கழகத்தில் சமஸ்கிருத மொழிப் பேராசிரியராக எச். வில்சன் நியமிக்கப்பட்டார். தொடர்ந்து லண்டன், கேம்பிரிட்ஜ், எடின்பரோ பல்கலைக் கழகங்களிலும் ஐரோப்பா, அமெரிக்காவில் இருந்த பல்கலைக் கழகங்களிலும் சமஸ்கிருத மொழிக்கெனப் புலமைப் பீடங்கள் நிறுவப்பட்டன.

இந்தியாவின் குடிமை (Civil) நிர்வாகத்துக்காக ஆங்கிலேயர்களால் தொடங்கப்பட்ட சமஸ்கிருத நூல்களின் மொழி பெயர்ப்பு என்பது ஐரோப்பியர்கள் அதுவரை அறிந்திராத பல சமூக ஆராய்ச்சிப் புலங்களைத் தேடிச்செல்ல வழி வகுத்தது. இது மொழிகளின் ஒப்பாய்வு, மொழிகளுக்கிடையேயான உறவுகள், இதனடியாக தேசங்கள், மக்களுக்கிடையேயான உறவுகள் பற்றிய ஆய்வுகளாக மலர்ந்தது. பின்வந்த காலங்களில் மொழியியல், மானுடவியல், உளவியல் போன்ற துறைகளாகவும் வளர்ந்தது. இதன் விளைவாக வேதங்கள், நிகண்டுகள், வேதங்களுக்கான உரைகள் போன்றவற்றையும் ஐரோப்பிய மொழிகளில் மொழிபெயர்க்கும் பணி விரைவுபட்டது. பிரெட்ரிக் சிலகெல் (Fredric Schlegel) பாரத மொழி ஞானம் (On the Language and Wisdom of the Indians – 1808) என்ற நூலை எழுதினார். அவருடைய சகோதரர் வான் சிலகெல் (Von schlegel) 'பாரதீய கிரந்தாவளி' (Indishe Bibliothek) என்ற பத்திரிகையை ஆரம்பித்து நடத்தினார். பிரான்ஸ் பாப், யூஜின் பர்னாப் (இவர் மாக்ஸ்முல்லரின் வடமொழி ஆசிரியர்) போன்ற பல அறிஞர்கள் சமஸ்கிருத ஏட்டுச் சுவடிகளை ஆராய்ந்து கட்டுரைகளும் நூல்களும் வெளியிட்டனர். இந்தக் காலகட்டங்களிலெல்லாம் ஐரோப்பிய அறிஞர்கள் சாகுந்தலம், பகவத்கீதை, மனுஸ்மிருதி, பர்த்ருஹரி, இதோபதேசம் போன்ற நூல்களையே சமஸ்கிருத மொழியின் முக்கியமான நூல்கள் என்று கருதியிருந்தனர். கிழக்கிந்திய பவனத்தில் (East India House) இருந்த ஆயிரக்கணக்கான சமஸ்கிருத ஏட்டுச் சுவடிகளைப் படித்து பிரெட்ரிக் ரோசன் (1805 – 1837) ரிக் வேதம் முதல் அஷ்டகத்தை வெளியிட்டார். தொடர்ந்து தியோடர் பென்வே (Theodar Benfey 1809–1881) சாம வேதத்தை 1848இலும் சமஸ்கிருத ஆங்கில நிகண்டை 1866இலும் வெளியிட்டார். கிழக்கிந்தியக் கம்பெனி 1847இல் வேத நூல்களை வெளியிடுவதற்காக ஒன்பது லட்ச ரூபாய் ஒதுக்கீடு செய்தது. அந்த வேலைக்குப் பொறுப்பாளராக மாக்ஸ் முல்லர் நியமிக்கப்பட்டார். 1849–75க்கு இடையில் மாக்ஸ் முல்லர் ரிக் வேதத்தை பீடிகை, சொல் அட்டவணை இரண்டும் கூட்டி ஆறு பாகமாக வெளியிட்டார். 1873இல்

ரிக் வேதம் முழுவதையும் பதபாடத்தோடு அச்சிட்டார். இந்தக் காலகட்டத்திலேயே ரிக் வேதம் பிரெஞ்சு மொழியிலும் ஜெர்மன் மொழியிலும் மொழிபெயர்க்கப்பட்டது. 1853 – 75க்கு இடையில் பேராசிரியர் போட்லிங் *(Bohtlingh)* பேராசிரியர் ராத் *(Roth)* ஆகிய இருவரும் ரஷ்யாவிலுள்ள செயின்ட் பீட்டர்ஸ்பர்க் நகரத்தில் வடமொழி ஜெர்மன் மொழியிலான மிகப் பெரிய அகராதியை வெளியிட்டனர். 'செயின்ட் பீட்டர்ஸ்பர்க் அகராதி' என்று இன்றுவரை புகழ்பெற்று விளங்கும் இந்த அகராதி ரிக் வேதத்தின் புகழ்பெற்ற உரையாசிரியரான சாயனர் பாஷ்யத் திற்கும் மேலாக மதிக்கப்படுகின்றது. பேராசிரியர் ராத் 1848 – 52க்கு இடையில் யாஷ்கநிருத்தத்தை அதற்கான பழைய உரை யுடனும் அதற்குத் தாம் எழுதிய விளக்கங்களுடனும் வெளி யிட்டார். இவ்வாறு வேதங்கள் சார்ந்த எல்லா நூல்களும் 1875க்குள் ஐரோப்பிய மொழிகளில் முழுமையாக வெளிவந்து விட்டன. இந்த நூல்களின் அடிப்படையில் ஐரோப்பிய அறிஞர்கள் வேதங்களைப் பற்றியும் சமஸ்கிருத இலக்கியங்கள் பற்றியும் இவற்றின் அடிப்படையிலான செய்திகளைக்கொண்டு உருவாக்கப்பட்ட இந்திய வரலாறு பற்றியும் நூற்றுக்கணக்கான நூல்களை வெளியிட்டுவிட்டனர். இதேகாலத்தில் இந்து சட்ட முறை *(Hindu Law)* என்ற தொகுப்பும் உருவாக்கப்பட்டு இன்று வரையிலான இந்திய சட்ட அமைப்புக்குள் நிலைபெற்றுவிட்டது. இந்தக் காலகட்டத்தில் தமிழ்மொழியைப் பற்றியும் அதன் இலக்கிய இலக்கணங்கள் பற்றியும் தமிழ் நூல்கள் ஏட்டுச் சுவடியில் இருந்து அச்சு நூல்களாக வந்துவிட்டனவா? என்ற விவரங்களையும் மேற்கூறிய தகவல்களோடு ஒப்பிட்டுப் பார்க்க வேண்டும்.

தமிழின் மிகப் பழங்காலத்து நூல்களான எட்டுத்தொகை, பத்துப்பாட்டு, ஐம்பெரும் காப்பியங்கள், ஐஞ்சிறுங்காப்பியங்கள், திருக்குறள், நாலடியாரின் சில பகுதிகள் தவிர்த்த கீழ்க்கணக்கு நூல்கள், தொல்காப்பியப் பொருளதிகாரம், தொல்காப்பிய நூலுக்கான புகழ்பெற்ற உரைகள், அன்றைய நிலையில் தமிழகக் கல்விப் புலத்தில் நிலைபெற்றிருந்த சைவ சித்தாந்த நூல்கள், அவற்றுக்கான உரைகள், நன்னூல் தவிர்த்த தமிழின் முக்கிய மான சிற்றிலக்கண நூல்கள் என்று தமிழ் மொழிக்கே உயிர்ப்பாக இருந்த எந்த நூலும் 1875வரை அச்சு வடிவமே பெறவில்லை. எனவே 1815வாக்கில் எல்லீஸ் அவர்கள் ஆய்ந்து வெளிப்படுத்திய தமிழின் திராவிடத் தன்மையோ 1856இல் கால்டுவெல் தமிழ் மொழி என்பது வடமொழியினின்று மாறுபட்ட குடும்பத்தைச் சார்ந்த திராவிட மொழிகளின் முதல் மொழி என்ற கருத்தோ அன்றைய தமிழ்நாட்டுக் கல்வியாளர்களுக்கே அந்நியமானதாக இருந்தது. சங்க இலக்கியங்கள், தொல்காப்பியம் போன்ற

நூல்களைப் பயிலும் நிலை பெரிதும் அருகி இருந்தது. எனவே சுப்ரமணிய தீட்சிதர், (பிரயோக விவேகம்) சுவாமிநாத தேசிகர், (இலக்கணக் கொத்து) சிவஞான முனிவர், (சிவஞான போதச் சிற்றுரை) சபாபதி நாவலர் (திராவிடப் பிரகாசிகை) போன்ற பெரும் தமிழ்ப் புலவர்கள் கொண்டிருந்த வடமொழியிலிருந்து தமிழ் தோற்றம் கொண்டது என்ற கருத்தே அனைவராலும் ஏற்றுக்கொள்ளப்பட்டதாக இருந்தது. வேதத்தை அடிப்படை யாகக்கொண்ட சைவ சித்தாந்தமும் விசிஷ்டாத்வைதத் தத்துவத்தைக்கொண்டிருந்த வைணவப் பாரம்பரியமும்தான் அன்றைய தமிழ்நாட்டுக் கல்விப் புலத்தில் பெரும் செல்வாக் குடன் இருந்தது. எனவே துறு பாதிரியார், (Drew) ஜான் முர்டாக் (John Murdoch) பவர் பாதிரியார் (Rev. H. Bower) ஜி.யு. போப் (G.U. Pope) போன்றவர்கள் சமண மதத்தை அடிப்படை யாகக் கொண்ட தமிழ் இலக்கியங்கள், இலக்கணங்கள்தான் காலத்தால் மிகவும் முற்பட்டவை என்ற கருத்தும் ஏற்றுக் கொள்ளப்படாத நிலை இருந்தது. இந்தச் சூழலில்தான் தமிழ் நூல்கள் அச்சு வடிவம் பெறத் தொடங்கின. முன்னர் சுட்டிக் காட்டியுள்ளதுபோன்று வடமொழி நூல்கள் ஐரோப்பியர்களால் ஏட்டிலிருந்து அச்சுக்குக் கொண்டுவரப்பட்டதால் அந்நூல்கள் அச்சு வாகனம் ஏறும்போதே ஆங்கிலம், பிரெஞ்சு மற்றும் ஜெர்மன் மொழிபெயர்ப்புகளுடனே வெளிவந்தன. எனவே மேலைநாட்டினருக்கு சமஸ்கிருதமொழி நூல்களைப் படித்துப் புரிந்துகொள்வதில் எத்தகைய சிக்கல்களும் ஏற்படவில்லை. இந்த நூல்களும் ஐரோப்பாக் கண்டத்திலேயே வெளியிடப் பட்டன என்பதையும் நாம் கவனத்தில் கொள்ள வேண்டும். இத்தகைய வாய்ப்பு திருக்குறள் – பரிமேலழகர் உரையுடன் கூடிய 630 பாடல்களுக்குத்தான் கிடைத்தது. (1840 – 1850).[6] இது துறு பாதிரியாரால் செய்யப்பட்டது. மற்ற பழம்பெரும் தமிழ் நூல்கள் சிலவற்றுக்கான மொழிபெயர்ப்புகூட 1950க்குப் பிறகு தான் சாத்தியமாயிற்று. இன்றைய நிலையிலும் ஆய்வுக் கண்ணோட்டத்துடன் கூடிய தமிழ் இலக்கிய வரலாற்று நூல்கள் வெளிவரவில்லை.

ஏடறிந்த வரலாற்றுக் காலத்திலிருந்தே நால்வருணப் பாகுபாட்டைத் தமிழ்நாட்டுப் பழங்குடிகள் மறுதலிப்பவர்களாக இல்லை. குறிப்பாகத் தமிழ்நாட்டில் நால்வருணங்களுக்கான பிரிவுகளாக மக்களைப் பகுத்த செய்திகள் இலக்கண நூல்களில் உள்ளன. ஆனால் நான்கு வருணங்களில் முதலில் இருந்த பார்ப்பனர்களும் இறுதியில் இருந்த சூத்திரர்களும்தான் தமிழ்ச் சமூகம் இயங்கி வந்த நடைமுறைத் தகவல்கள் கிடைக் கின்றன. சோழர் காலத்திலும் (கி.பி. 8 – 12ஆம் நூற்றாண்டு) அதற்குப் பின்னர் வந்த நூற்றாண்டுகளிலும் நான்காவது

வருணமாகிய சூத்திர வருணம் என்பது நூற்றுக்கணக்கான சாதிகளாகத் தன்னை வளர்த்துக்கொண்டது. இதில் அரசு அதிகாரத்திலும் செல்வக் குவியல்களிலும் மேம்பட்டிருந்த சூத்திர சாதிகள் தங்களை வைதீக நெறியுடனும் மனுநீதியுடனும் இணைத்துக்கொண்டு மற்ற சாதியார்களை கீழ்மைப் படுத்துவதில் பார்ப்பனர்களுடன் இணைந்து செயல்பட்ட நிகழ்ச்சிகளைத்தான் தமிழ்நாட்டு வரலாறாகக் காண்கின்றோம். இந்த உயர்சாதி சூத்திரர்களிடமும் பார்ப்பனர்களிடமும் தமிழ் இலக்கண, இலக்கிய, தத்துவ, பண்பாட்டு நிலைகளைப் பேசும் எழுத்துத்தமிழ் சிறைப்பட்டிருந்தது. தமிழ்நாட்டின் பெருவாரியான மக்களாக இருந்தாலும் கீழ்நிலைச் சாதிகளாக இருந்த சூத்திரர்கள், தீண்டப்படாதவர்கள், நாடோடிகள், மலைவாழ் மக்கள், சிறு கைத்தொழிலாளர்கள் போன்றவர்கள் பேச்சுத் தமிழை மட்டும்தான் தம்முடைய மொழியாகக் கொண்டிருந்தனர். இப்படிச் சொல்வதைவிட தங்களுக்கிடையேயான ஒரு பரிமாற்றக் கருவியாகத்தான் மொழியைப் பெருவாரியான மக்கள் கருதி வந்தனர். அதுமட்டுமல்லாது நடுத்தர கீழ்நிலைச் சாதிகளைச் சார்ந்த மக்களின் பண்பாட்டுப் பழக்கவழக்கங்களுக்கும் தமிழ் இலக்கியங்கள் குறிப்பிட்டுப் பேசுகின்ற பண்பாட்டுக் கூறுகளுக்கும் இடையே ஒற்றுமைகளைவிடப் பெரும் வேற்றுமைகளே நிலவிவந்தன. இவை இலக்கியத் தமிழுக்கும் பொதுமக்களுக்கும் இடையே பெரும் பிளவை உண்டுபண்ணி இருந்தன. பெரும்பான்மையான தமிழ்ச் சாதிகளைச் சேர்ந்த மக்கள் தங்களுக்கான சடங்கு மொழியாக சமஸ்கிருதத்தை ஏற்றுக்கொள்வதில் எவ்விதத் தயக்கமும் காட்டவில்லை.

"வேதகால விசாரணையில் ஆழ்ந்து ஈடுபட்டுக் காலத்தை நிறுவுவதற்கு முதன்முதலாக முன்வந்தவர் மாக்ஸ் முல்லர். இன்றுகூட சரித்திர வரலாற்று நூலாசிரியர்கள் இவர் இத்துறையில் கையாண்ட வழியை மெச்சிப் போற்றுகின்றனர். வேதங்களின் உட்பகுதிகள் சங்கிதை, பிராமணம், உபநிடதம் என்பன. இவற்றை ஒப்பிட்டு நோக்கினால் கருத்து வளர்ச்சியாலும் மொழியமைப்பினாலும் ஒன்றிலிருந்து மற்றொன்று வேறுபட்டிருப்பது தெளிவாகின்றது. இவ்விதம் வேறுபடும் இருபகுதிகளை எடுத்துக்கொண்டு இவற்றிற்கிடையில் இருநூறு வருடகால இடைவெளி இருந்திருக்கலாம் என ஊகத்தினால் கணக்கிட்டு மாக்ஸ் முல்லர் கால நிர்ணயம் செய்யத் தொடங்கினார். இப்படிக் கணக்கிடும்பொழுது சங்கிதைக்கும் பிராமணங்களுக்கும் இடையே இருநூறு வருசங்களும் பிராமணங்களுக்கும் உபநிடதங்களுக்கும் இடையே இருநூறு வருசங்களும் இருந்திருக்கலாம் என ஆகின்றது. சங்கிதைக்கும் அதன் வளர்ச்சி

கருதி அதன் தொடக்க நிலையைக் கருதிக்கொண்டு இவ்வாறு இருநூறு வருசங்களைக் கணக்கிடின் வேதங்கள் சங்கிதையாகத் தோன்றி உபநிடதங்களாக முடியும் வரை – அதாவது வேத இலக்கியம் தோன்றி வளர்ந்து அதன் முழு உருவத்தையும் பெறுவதற்கும் – அறுநூறு வருடங்கள் ஆகி இருக்கலாம். இதுவே வேதகாலத்தைத் தாம் நிர்ணயிக்கும் முறையை விளக்கும் மாக்ஸ் முல்லரின் ஆராய்ச்சியின் முதல்தொடக்கம். இது நிற்க. புத்தருடைய காலம் ஒன்றே இந்திய சரித்திரத்தில் சரிவர நிறுவப்பட்ட மிகப் பழைய காலம். இவருடைய காலம் ஏறத்தாழ கி.மு. 500 (கி.மு. 483) என்பது எல்லோரும் ஒரேமுகமாக ஏற்றுக் கொண்ட உண்மை. எனவே திடமாகத் தெரிந்த கி.மு. 500ஐ அடிப்படையாக வைத்துக்கொண்டு இதன் உதவியுடன் வேத காலத்தை அவர் காலத்திலிருந்து பின்நோக்கி ஆராய்கின்றார் மாக்ஸ் முல்லர். புத்தர் கூறும் போதனைகளில் இருந்து அவர் காலத்திலேயே வேத இலக்கியம் உருப்பெற்றுவிட்டது என்பது தெரிகின்றது. வேத இலக்கியத்தைப் பற்றிய குறிப்புகள் அடிக்கடி இங்கு இருக்கின்றன. எனவே இவர் காலத்திற்குமுன் அதாவது 600 வருசங்களுக்குமுன் இருக்கு ரிக்வேதம் தோன்றியிருத்தல் வேண்டும் எனத் தெரிகின்றது. ஆகவே மாக்ஸ் முல்லர் கி.மு. 1200 – 1000வரை இருக்கு வேதம் தோன்றியிருக்கலாம் என ஊகத்தால் நிறுவி இருக்கு வேதகாலத்தை மட்டிட்டுள்ளார்." தன்னுடைய வடமொழி இலக்கிய வரலாற்று நூலில் கைலாசநாதக் குருக்கள் இவ்வாறு கூறிச் செல்கிறார். பிற்பகுதியில் மாக்ஸ்முல்லரின் கருத்தை மறுப்பவர்களும் உள்ளனர் என்கிறார். 1893ஆம் ஆண்டில் ஜகோபி என்ற ஜெர்மானியரும் பாலகங்காதர திலகரும் வேதகாலம் கி.மு. 4500 – கி.மு. 6000 என்று கூறுகின்றனர் என்கிறார். மேலும் இந்தக் காலப் பகுப்புகளை ஏற்றுக்கொள் ளாமல் மறுத்து வேதங்களுக்கும் அவெஸ்தாக்கும் இடையே உள்ள தொடர்பைக்கொண்டு வேதகாலம் கி.மு. இரண்டாம் நூற்றாண்டு என்று கூறுகிறார் ஹெர்டஸ் என்னும் அறிஞர்.

புத்தர் காலம் கி.மு. 483 என்பதை அறிஞர்கள் அனைவரும் ஒருமுகமாக ஒப்புக்கொண்டனர். ஆனால் புத்தர் சொன்னதாகத் தொகுக்கப்பட்ட குறிப்புகள் புத்தர் மறைவுக்குச் சில நூற்றாண்டு களுக்குப் பின்னர் வாழ்ந்த பௌத்த பிட்சுக்கள் தொகுத்ததுதான் என்பார்கள். இவை புத்தருடைய நேரடி வாய்மொழிகள் என்று கொள்ளமுடியாது என்பதை நிறுவியுள்ளனர். எனவே புத்தரை மையமாக வைத்து வேதங்களின் காலத்தைக் கணிப்பது என்பது அபிப்ராயங்களே தவிர அறிவியல் பூர்வமான முடிவுகள் அல்ல. மிகப் பழைய காலத்தில் இந்தியாவில் வழங்கிவந்த மொழிகள் தமிழ், பிராகிருதம், பாலி, சமஸ்கிருதம் ஆகியவைதான். இதிலும் சமஸ்கிருதம் என்பது மக்களின் பேச்சு வழக்கில் இல்லாத

மொழி. புத்தரின் காலத்தைப் போலவே இந்தியவியல் அறிஞர்கள் ஒப்புக்கொள்ளும் இந்திய வரலாற்றைப் பற்றிய மற்றொரு சான்று பிராமிக் கல்வெட்டுகள். அவற்றில் 89 கல்வெட்டுகள் தமிழ் மொழியில் உள்ள செய்திகளை பிராமி எழுத்தில் சொல் பவை. அதாவது அவற்றின் எழுத்து வடிவம் பிராமி: எழுதப்பட்ட மொழி தமிழ். இது தமிழ்மொழி கி.மு. நான்காம் நூற்றாண்டி லேயே புழக்கத்தில் உள்ளதைக் காட்டும் அசைக்க முடியாத சான்று. இதேபோன்று சமஸ்கிருத மொழியில் எழுதப்பட்ட கல்வெட்டு கி.பி. மூன்றாம் நூற்றாண்டில்தான் குஜராத் பகுதியில் கிடைக்கின்றது. வேதங்கள் உள்ள வடமொழியை வேதமொழி என்பார்கள். அதிலுள்ள செய்திகளை யாராலும் இன்றுவரையில் மற்றவர்கள் ஏற்றுக்கொள்ளும் விதத்தில் விளக்கி உரைக்க முடியவில்லை. புதிய சமஸ்கிருதம் என்பதைத்தான் இன்று நாம் சமஸ்கிருதம் என்கிறோம். இந்த மொழியில் எழுதப்பட்ட முதல் இலக்கியங்கள் காளிதாசனின் படைப்புகள்தான் என்று அறிஞர்கள் கூறுகின்றனர். காளிதாசனின் காலம் கி.பி. 5ஆம் நூற்றாண்டு.

தமிழ் இலக்கியங்களில் மௌரியர்கள், நந்தர்கள், யவனர்கள் போன்று பழங்காலத்தில் சிறப்புற்றிருந்த அரச வம்சங்களைப் பற்றிய செய்திகள் குறிப்பிடப்பட்டுள்ளன. அத்துடன் யவனர்கள் மதுரை முதலான தமிழ்நாட்டு நகரங்களில் அமைந்திருந்த கோட்டைகளைப் பாதுகாப்பதற்கான பொறிகளை அமைத்தது பற்றிய செய்திகள் நிறையவே குறிப்பிடப்பட்டுள்ளன. மௌரியர், யவனர் பற்றிய வரலாற்றுச் செய்திகள் கிறிஸ்துவுக்கு முன்னும் கிறிஸ்து நூற்றாண்டின் ஆரம்ப காலத்தையும் சேர்ந்தவை. இவற்றைக் குறிப்பிடுகின்ற தமிழ்ப் பகுதிகள் முன்காலத்தில் நடந்ததை பிற்காலத்தில் குறிப்பிடுகின்ற குறிப்புகளே தவிர சமகாலத்தவைகள் அல்ல என்று வையாபுரிப்பிள்ளை போன்ற தமிழ்நாட்டு அறிஞர்களும் தமிழ்மொழியை ஆராய்கின்ற அண்மைக்காலத்து மேல்நாட்டு அறிஞர்களும் கருதுகின்றனர். இவர்கள் ஒரு முக்கியமான விசயத்தைக் கவனத்தில் எடுத்துக் கொண்டதாகத் தெரியவில்லை. கிரேக்கம், ரோமானியம் ஆகிய நாடுகளின் வரலாறுகள் அடுத்து வந்த காலங்களில் மறக்கப்பட்டுப் போயின. பதினைந்தாம் நூற்றாண்டில் ஏற்பட்ட மறுமலர்ச்சிக் காலத்தில் சாக்ரடீஸ், பிளேட்டோ, அரிஸ்டாட்டில், ஹோமர், ஹிப்போஹிரேட்டஸ் போன்றவர்களின் எழுத்துகளையும் அதே காலத்தில் எழுதப்பட்ட வரலாற்று அறிஞர்களின் குறிப்புகளை யும் அரேபிய பாரசீக மொழிகளில் இருந்த மொழிபெயர்ப்பு களின் ஊடாகத்தான் ஐரோப்பியர்கள் அறிந்து கொண்டனர். தமிழ்நாட்டு வரலாற்றுக் குறிப்புகளிலும் கி.பி. 2ஆம் நூற்றாண்டு களுக்குப் பிற்பட்ட காலங்களில் யவனர்களுடனான உறவு

பற்றிய செய்திகள் அருகிப் போய்விட்டதாகவே வரலாற்று அறிஞர்கள் குறிப்பிடுகின்றனர். 1837இல் ஜேம்ஸ் பிரின்செப் என்னும் அறிஞர் பிராமி எழுத்துகளைப் படித்துச் சொல்வதற்கு முன் அசோக மன்னனைப் பற்றிய குறிப்புகள் எந்த வகையான இந்திய மொழி நூல்களிலும் குறிப்பிடப்படவில்லை. (இதே போன்று தமிழ்நாட்டுக் கட்டடக்கலைச் சிறப்பின் சின்னமாக இன்றுவரை நின்று நிலவும் தஞ்சைப் பெரியகோயிலைக் கட்டிய இராசராச சோழனைத் தமிழ் மக்கள் மறந்துவிட்டனர். அக் கோயிலைக் கட்டியவன் காடுவெட்டிச்சோழன் என்னும் மன்னன் என்று சொல்லிவந்தனர். 19ஆம் நூற்றாண்டின் இறுதிப் பகுதியில் ஹுல்ஸ் என்ற ஆங்கிலேயர் பெரியகோயிலில் உள்ள கல்வெட்டுகளைப் படித்து இந்த எழுத்துகள் தமிழ்தான் என்றும் இதில் குறிக்கப்பட்டுள்ள அரசன் இராசராச சோழன் என்றும் அவனுடைய காலம் கி.பி. 985 – 1113 என்றும் ஆராய்ந்து சொன்ன பின்னர்தான் தமிழ் மக்களுக்கு அந்த வரலாறு தெரிய ஆரம்பித்தது.) தென்னை மரம் முதன்முதலில் மேற்குக் கடற்கரைப் பிரதேசங்களில் கி.பி. 71 – 121க்கு இடைப்பட்ட காலத்தில் பயிரிடப்பட்டது. சில நூற்றாண்டுகளுக்கு இந்தியா வில் பிரபலம் இல்லாமல் இருந்தது. அதேபோன்று பாரசீகத் திலிருந்து வந்த பலாமரமும் பழங்காலத்தில் பிரபலமாக இருந்த தில்லை. இவை பின்னாளில் குப்தர்கள் காலத்திலும் சாதவாகனர் காலத்திலும் பிரபலமாகி இருக்கவேண்டும். இந்தச் செய்தியை டி.டி. கோசாம்பி குறிப்பிடுகின்றார். தொல்காப்பியத்தில் தென்னை மரத்தைப் பற்றிய குறிப்பு இல்லை. சங்க நூல்களில் புறநானூறு, பதிற்றுப்பத்து, பத்துப்பாட்டில் பொருநராற்றுப்படை, பெரும் பாணாற்றுப்படை, பட்டினப்பாலை போன்றவற்றில் ஏழு இடங் களில் தவிர அகநூல்களில் இம்மரத்தைப் பற்றிய குறிப்புகள் இல்லை. இந்நூல்கள் கி.பி. இரண்டாம் நூற்றாண்டுக்கு முற்பட்ட காலத்தைச் சேர்ந்தவையாக இருக்கும் என்று முடிவு செய்வதற்கு இக்குறிப்பு நமக்கு வாய்ப்பளிக்கின்றது.

தமிழ்மொழிக்குச் சிறப்பு சேர்ப்பவையாக இருக்கின்ற புகழ்பூத்த நூல்கள் தொல்காப்பியம், திருக்குறள், நாலடியார், சிலப்பதிகாரம், சீவக சிந்தாமணி, பெருங்கதை, நீலகேசி ஆகியன. இவற்றுடன் தமிழ்நாட்டில் கிடைக்கின்ற 89 பிராமி கல்வெட்டு களில் பெருவாரியானவை சமண சமயத்தைச் சேர்ந்தவை என்று அறிஞர்கள் குறிப்பிடுகின்றனர். இதையே வேறுவிதமாகச் சொல்வதென்றால் கி.மு. மூன்றாம் நூற்றாண்டிலிருந்து கி.பி. 8ஆம் நூற்றாண்டுவரையிலான சுமார் 1100 ஆண்டுகளில் சமண சமயம் தமிழ்நாட்டின் சிந்தனை வரலாற்றில் முக்கியமான இடத்தை வகித்தது என்று சொல்லலாம். இதுபோன்று அந்தக் காலகட்டத்தில் சமண சமயத் தத்துவங்களையும் கதைகளையும்

உள்ளடக்கிப் படைக்கப்பட்ட நூல்களைக்கொண்ட மொழிகள் என்பன பிராகிருதம், சமஸ்கிருதம் மட்டும்தான். (ஏனென்றால் இப்பொழுது இந்தியாவில் உள்ள பல மொழிகள் இலக்கிய வழக்காக வடிவம் பெறவே இல்லை என்று இந்திய வரலாறு சுட்டிக் காட்டுகின்றது.) இந்திய வரலாறு பற்றிய நூல்கள் எழுதிய அறிஞர்கள் நம்முடைய தமிழ் நூல்களில் உள்ள செய்திகளைத் தங்களுடைய ஆய்வுகளுக்கான தரவுகளாகக் கைக்கொள்ளவே இல்லை. ஏ.எல்.பசாம், சுவிராஜெயஸ்வால், ஆர்.எஸ்.சர்மா போன்றவர்கள் இத்தகைய தமிழ்ப் பகுதிகளில் சிறிதளவு ஆர்வம் காட்டி உள்ளனர். அவர்களுக்குத் தமிழ்மொழி யில் பயிற்சி இன்மையாலும் தமிழ்நூல்களில் பொதிந்துள்ள இத்தகைய பகுதிகள் அவர்களுக்குப் புரியும்படியான மொழி பெயர்ப்புகளில் தரப்படாமையாலும் இந்தியவியல் பற்றிய ஆய்வுகளில் தமிழ்மொழி தனக்கான இடத்தைப் பெறவில்லை.

உதவிய நூல்கள்

1. ரிக்வேத ஸம்ஹிதை முதலாஷ்டகம் மூலமும், நவநீதம் என்னும் உரையும்... சிவத்தியாநாநந்த மஹரிஷி தமிழிற் கண்டது. சாது அச்சுக்கூடம், இராயப்பேட்டை, சென்னை. 1937.

2. பேரறிஞர் மாக்ஸ் முல்லர் ஒரு மீள்பார்வை, பிரம்மதத் பாரதி, தமிழில் : பி.எம்.சுந்தரம், கலாசம்ரக்ஷண சங்கம், 5 செல்வம் நகர், தஞ்சாவூர் 613 007, June 2004.

3. ஐரோப்பியர் தமிழ்ப்பணி, பேராசிரியர் கா. மீனாட்சி சுந்தரம், சென்னைப் பல்கலைக்கழகம். 2003.

4. வடமொழிநூல் வரலாறு, பி.எஸ்.சுப்பிரமண்ய சாஸ்திரி, அண்ணாமலை நகர். 1946.

5. வடமொழி இலக்கிய வரலாறு செம்மொழிக் காலம், நவாலியூர் சோ.நடராசன், இலங்கை அரசாங்கம், 1967

6. தொல்காப்பியம் எழுத்ததிகாரம், பி.எஸ்.சுப்பிரமண்ய சாஸ்திரி. 1937.

3

சங்ககாலக் குடும்ப அமைப்பு

இன்று நமக்குக் கிடைக்கும் செய்திகளை வைத்துச் சங்ககாலக் குடும்ப அமைப்பு எப்படி இருந்தது என்பதை நம்மால் தெளிவாகக் கூறமுடியாது. ஒரே நேரத்தில் வேந்தர்கள், மன்னர்கள், பழங்குடித் தலைவர்கள், வாணிக வளம் மிக்க நகரங்கள், சிற்றூர்கள், பழங்குடி மக்கள் வாழும் மலைப்பகுதிகள் என்று பலவாறான சித்திரங்களைக் காட்டும் தரவுகள் பழந்தமிழ் இலக்கியத்தில் நிறையவே காணப்படுகின்றன. இன்றைய நிலையிலும்கூடக் கூட்டுக் குடும்பங்கள், தனிக் குடும்பங்கள், ஒவ்வொரு சாதிக்கும் ஆன வேறுபட்ட திருமணச் சடங்கு முறைகள், அறுத்துக் கட்டுதல் போன்ற பழக்க வழக்கங்கள் நிறைந்துள்ள தமிழ்ச் சமுதாயத்தின் மிகப் பழமையான காலத்துக் குடும்ப முறையைப் புரிந்துகொள்வது என்பது ஒரு கடினமான செயல்தான். நவீன காலத்துச் சமூகவியல், மானிடவியல் போன்ற சமூக விஞ்ஞானங்களின் துணைகொண்டு அதனைப் புரிந்துகொள்ள நாம் முயற்சி செய்யலாம். ஆனால் இத்தகைய முயற்சிகளுக்குக்கூடத் தடைபுரியும் பல கருத்துகள் 20ஆம் நூற்றாண்டின் தமிழ் அறிஞர்கள் என்று சொல்லப்படுபவர்களால் புனைந்து பரப்பிவிடப்பட்டு உள்ளன. பெரியார் ஈ.வெ.ரா.வால் இத்தகைய கருத்துகள், இத்தகைய கருத்துகளைக் கூறிய நபர்கள் கடுமையாக விமர்சிக்கப்பட்டிருந்தாலும் இன்றைய பொதுப்புத்தியில் அவர்களுடைய கருத்துகள்தான் படிந்துள்ளன. என்றாலும் உண்மையான தரவுகளின் அடிப்படையில் சரியான செய்திகளை வெளிப்படுத்தி வந்தவர்களுக்குக் குறைவான ஆதரவே இருந்தாலும் அத்தகையவர்கள் இன்றும் ஆய்வுப் புலங்களில் நினைவுகொள்ளப்படுபவர்களாக இருப்பதால் எதிர்காலம் இத்தகைய ஆய்வுகளை வரவேற்கும் என்ற நம்பிக்கையும் உள்ளது.

உலக மக்களின் பரிணாம வளர்ச்சி, சமூக நிறுவனங்களின் தோற்றங்கள், வளர்ச்சி பற்றிய ஆய்வுகள், மேலைநாடுகளில் தோற்றம் கொண்டதுகூட 19ஆம் நூற்றாண்டில்தான். மார்கன் போன்ற அறிஞர்களால் தொடங்கப்பட்ட இந்த ஆராய்ச்சி யானது 'எங்கல்ஸ்' போன்றோர்களால் விரிவுபடுத்தப்பட்டது. 20ஆம் நூற்றாண்டில் லெவிஸ்டிராஸ் போன்றவர்களால் அறிவியல் ரீதியான தகுதியையும் பெற்றது. இந்தப் பின்புலங் களை மனதில்கொண்டு பழங்காலத் தமிழகத்தின் குடும்ப அமைப்புகள் பற்றிய தகவல்களைத் திரட்டிக்கொண்டு அந்தக் குடும்ப அமைப்பைப் புரிந்துகொள்ள முயற்சி செய்வோம்.

பழந்தமிழ் இலக்கண நூலாகிய தொல்காப்பிய பொருளதிகாரத்தில் இதற்கான செய்திகள் நிறையவே உள்ளன. குறிப்பாக அகத்திணையியல், களவியல், கற்பியல் போன்ற இயல்கள் இந்த ஆய்வுக்குப் பெரிதும் துணைசெய்யும் தகவல் களைக் கொண்டுள்ளன. எட்டுத்தொகை நூல்களில் உள்ள பல பாடல்கள் நமக்கு உதவிபுரியும் செய்திகளை உள்ளடக்கி யுள்ளன. ஆனால் கிறித்தவ மதம், இஸ்லாமிய மதம் போன்றவை பைபிள், குரான் போன்ற தங்கள் புனித நூல்களில் குடும்ப அமைப்பைப் பற்றிய துல்லியமான வரையறைகளைக் கூறியுள்ளது போல நம்முடைய பழந்தமிழ் நூல்கள் வழங்கவில்லை என்பதை நாம் கவனத்தில் கொள்ளவேண்டும்.

குடும்ப அமைப்பைத் தொடங்கிவைக்கும் நிகழ்ச்சியான திருமணச் சடங்கைப் பற்றித் தொல்காப்பியத்தில் நான்கு சூத்திரங்களிலும் அகநானூற்றில் இரண்டு பாடல்களிலும் செய்திகள் கிடைக்கின்றன. தொல்காப்பியர் "பெண் கொடுப் பதற்கு உரிய மரபினோர் கொடுக்க பெண்ணைக் கொள்வதற்கு உரிய மரபினோர் கரணச் சடங்கோடு கொள்வதைக் கற்பு" என்கிறார்.[1] கொடுப்பவர் இல்லாமல் ஓர் ஆண் ஒரு பெண்ணைக் கூட்டிச் சென்று வாழ்க்கை நடத்துவதும் திருமணச் சடங்குதான் என்கிறார்."[2] மேலோர் மூவர்க்கும் பொருத்தப்பாடு உடைய கரணச் சடங்கு கீழோர்களுக்கு ஆன காலமும் உண்டு."[3] என்கிறார். பொய்யும் வழுவும் தோன்றிய பின்னர் ஐயர் கரணச் சடங்கை யாத்தனர் என்கிறார்.[4] இந்தச் சூத்திரங் களுக்கு விளக்கம் அளிக்கும் இளம்பூரணரும் நச்சினார்க்கினியரும் கரணம் என்பதை வேத வழிப்பட்ட திருமண முறையாகக் கருதுகின்றனர். ஆனால் அவர்களால் இதே சூத்திரங்களுக்கு மேற்கோளாகக் காட்டப்படும் அகநானூறு 86, 136ஆம் பாடல்கள் வேத பார்ப்பனர்கள் இல்லாமல் உறவினர்கள் குழுமி ஒரு பெண்ணுக்கும் ஆணுக்கும் திருமணம் நடத்தி விருந்துண்டு மகிழ்ந்ததாகத்தான் செய்திகளைத் தருகின்றன.

பொய்யும் வழுவும் தோன்றிய பின்னர் என்ற சூத்திரத்தை அடிப்படையாகக் கொண்டு திருமணச் சடங்கை விளக்க வந்த உரையாசிரியர்களாயினும் இன்றைய ஆராய்ச்சியாளர் களாயினும் சரி எல்லோரும் காதலித்துப் புணர்ந்துவிட்டு ஏமாற்றி ஓடிவிடுவதைத் தடுக்கவே இந்தக் கரணம் என்ற திருமணச் சடங்கு பெரியவர்களால் நடைமுறைப்படுத்தப்பட்ட தாகக் கூறுகின்றனர். இவர்களின் கூற்றுகள் சற்றும் பொருத்த மற்றவை, பிழையானவையும்கூட என்பதைத் தொல்காப்பியத்தில் இந்த நூற்பாக்களை அடுத்துவரும் பல நூற்பாக்களும் அகப் பாடல்கள் பலவும், நவீன மானிடவியல் தகவல்களும் வெளிப் படையாகவே கூறிவிடுகிறன்றன. ஆகவே இதனைப்பற்றிய சரியான விளக்கத்தைப் பெறுவதற்கு நமக்குக் கிடைக்கின்ற தரவுகளை அது காட்டும் செய்திகளின் அடிப்படையிலேயே தொடர்ந்து சென்று உண்மைகளை ஆராய்வோம்.

திருமணத்திற்குப் பிந்திய குடும்ப வாழ்க்கையில் தலைவன் எனப்படுகின்ற ஆடவனது செயல்பாடுகள் என்பன தலைவி எனப்படுகின்ற பெண்ணின் பார்வையிலிருந்து பெரும்பாலும் வருத்தத்துடன் கூடிய குறைபாடுகளைச் சுட்டிக்காட்டுவன வாகவே அமைந்துள்ளன. ஓர் ஆடவனுக்குத் தன் மனைவி தவிர காமக்கிழத்தி, காதல்கிழத்தி, திருமணம் செய்துகொண்ட பரத்தைகள், அப்பொழுதுக்கு அப்பொழுது தொடர்புகொள்ளும் பரத்தைகள் என்று பலதரப்பட்ட பெண்களுடன் உள்ள உறவுகள் விரிந்துகொண்டே செல்கின்றன. உள்ளுறை உவமம், இறைச்சி போன்ற உத்திகளால் உணர்த்தப்படும் பெரும்பாலான சங்கப் பாடல்களின் செய்திகள் அந்த ஆடவனின் காமக்களியாட்டத்தை மிருகங்களை உவமை ஆக்கிச் சுட்டிக்காட்டப்படுபவனவாக உள்ளன.

சங்க இலக்கியத்தில் வரும் தலைவியின் அவலக் கூற்றுகளில் ஒன்று, தலைவனாகிய உனக்கு வாரிசுகளை உண்டாக்கித் தருவதல்லது எங்களுக்கு வேறு மரியாதை என்ன இருக்கிறது என்பதுமாகும். "பரத்தையர்களுடன் கூடிக் குலாவி ஆண் குழந்தைகளையும் பெண் குழந்தைகளையும் பெற்றுக்கொள்ளும் தலைவனே! அவளுடைய குழந்தைகளை உன்னுடைய வாரிசு என்று அறிவிக்க முடியுமா?" என்று நற்றிணை 330ஆம் பாடல் கூறுகின்றது. இதே கருத்தை ஐங்குறுநூற்றின் நான்காம் பாடலும் கூறுகின்றது. "பரத்தையருடன் கூடிக் கும்மாளமிட்டு வந்த நீ என்னைப் பார்த்து என் மகனின் தாயே என்று என் முதுமையைப் பழிப்பதும் சரிதானா?" என்று அகநானூறு ஆறாம் பாடலில் தலைவி பேசுகின்றாள். இவற்றைப் போலவே குறுந்தொகை 8, 359ஆம் பாடல்களும் ஐங்குறுநூறு 90, 405, 442 போன்ற

பாடல்களும் ஒரு கற்புடைய பெண் இருப்பதைத் தவிர மற்ற வகைகளில் அவள் ஓர் அடிமையாக நடத்தப்பட்டு வந்தாள் என்பதைப் புலப்படுத்துகின்றன.

இந்த மனோபாவம் தன் கணவனுடன் தொடர்பு கொண்ட பரத்தையைக் காணும்போது எவ்விதம் வெளிப்படுகிறது என்பதைப் பரிபாடலில் உள்ள 20ஆம் பாடல் தெளிவாக விளக்குகின்றது. தலைவியுடன் உள்ள தோழிகள் தலைவிக்காக ஒரு பரத்தையைப் பார்த்து “காமத்தைப் பொய்யொடுங்கூட்டி விற்கும் கணிகையே! ஒருத்தனுக்கே உரிமையின்றிப் பலர்க்கும் பொதுமையுடையாய்! ஐம்புல உணர்ச்சியைப் பெறும் காமுக ராகிய பன்றிகள் நுகர்கின்ற தொட்டியே! வனப்பாகிய வயலிலே கள்ளாகிய நீரைவிட்டுக் காமமாகிய கலப்பையால் எம்முடைய எருது சோம்பிக் கிடவாமல் உழுகின்ற பழைய சாலே! பொருள் ஈட்டுபவர்களை வெளியே செல்லாமல் தடுத்துக் கண்ணே கயிறாகக் கொண்டு தோளாகிய தறியோடு கட்டிக் காமம் மிகும்பொருட்டு யாழிசையை நுகரச் செய்வதோடு எம்முடைய அணிகலன்களையும வளையும் பூண்டு நின் அழகையும் நுகரச் செய்யும் இன்பத்தில் பொதுவாக உள்ள மகளே! முன்னே கெட்டுப்போன எம் எருதை யாம் தேடித்திரிந்து இவ் விளையாட்டு மகளிர்கண் காண வணங்குவோம்: இவ்வகை யாகிய தொழுவத்திற் புகவிட்டு நன்றாக அலங்கரித்து முழக்கஞ் செய்து மாலையையே கோலாகக்கொண்டு அடித்து இவ் வழக்குரைக்கும் அவையத்திலே எம் எருதாதலை யாவரும் அறியத் தொடர்ந்தோம். தம் எருதை உழுதற்றொழில் செய்யாமல் ஓடவிடும் முறைமை வேளாளர்க்கு இல்லை: ஆதலின் இங்ஙனம் செய்கின்றோம். என் தலைவியினுடைய ஆரத்தைத் தலைவன் நினக்குத் தந்தான். அதனை அணிவதற்கு நின் மார்பும் தலைவி யின் மார்பும் ஒத்தனவாகுமோ?” என்று கூறுகின்றனர்.

இத்தகைய கூற்றுகள் இலக்கியங்களில் பதிவாகி இருப்பதைத் தொகுத்துப் பார்க்கும்போது ‘ஒருவனுக்கு ஒருத்தி’ என்பதுதான் தமிழ் பண்பாடு எனக் கூறுபவர்கள் உண்மையைக் கூறவில்லை என்பதும் ஒரு புனைவான தமிழ்க் கலாச்சாரக் கட்டமைப்பின் ஊடாகத் தங்களுடைய அதிகாரத்தைக் தமிழ் மக்கள்மீது நிலைநிறுத்திக்கொண்டவர்கள் என்பதும் புலனாகிறது. ‘ஒருத்திக்கு ஒருவன்’ என்பதுதான் இலக்கியங்களின் ஊடான வரலாற்றிலும் இன்றைய எதார்த்த நிலையிலும் ஏற்றுக்கொள்ளப் பட்ட பொதுமக்களின் கருத்து என்பதும் வெளிப்படை.

தமிழ் பேசும் சாதிகளிடையே குடும்ப உறவுகள் எத்தன்மை யில் இருந்தன என்பதை எட்கர் தர்ஸ்டனின் ‘தென்னிந்தியக் குலங்களும் குடிகளும்’, ‘தென்னிந்திய மானிட இனவியல்’

ஆகிய நூல்களில் விரிவாகப் பதிவு செய்துள்ளார். நூறு ஆண்டு களுக்கு முற்பட்ட தமிழ்ச் சமூகத்தைச் சேர்ந்த பெரும்பான்மைச் சாதிகளில் பத்து வயதுக்குட்பட்ட சிறுவர்களுக்கு 20, 25 வயதுடைய பெண்களை மணம் முடித்து வைப்பது வழக்கமாக இருந்தது. அச்சிறுவர்கள் குடும்பம் நடத்தும் பருவத்திற்கு வரும் வரை அவர்களின் மனைவிகளுடன் அச்சிறுவர்களின் தந்தை, அப்பெண்ணிற்குத் தாய்மாமன் உறவுடையவர்கள் அவளுடன் குடும்பம் நடத்தி அவள் பிள்ளையைப் பெற உதவுவார்கள். இந்தச் செய்திகளைத் தென்னிந்திய மானிட இயல் பக்கம் 52, 54, 55 ஆகியவற்றில் தர்ஸ்டன் விளக்குகிறார். சிந்தனையாளர் நியெட்ஸே "மிகப் புராதன காலத்தில் திருமணம் என்பது சமுதாயத்திற்கெதிரான பாவமாகக் கருதப்பட்டது: ஒரு மனிதன் பெண்ணொருத்தியைத் தனக்கே உரிமையாக வைத்துக் கொள்ள விழைவது தப்பெண்ணமாகக் கருதப்பட்டது. அந்தத் தப்பெண்ணம் காரணமாக ஒருவன் குற்றவாளியாக்கித் தண்டிக்கப்பட்டதுமுண்டு. கம்போடியா போன்ற சில கீழ்த்திசை நாடுகளைச் சேர்ந்த பூர்வகுடிகளிடையே இன்றும் இந்த ஏற்பாட் டின் சின்னம் எஞ்சியிருப்பதைக் காணலாம்" என்று கூறுகிறார். ரோமைன் ரோலண்ட் என்பவர் விவேகானந்தர் சரித்திரத்தைப் பற்றி எழுதும்போது திபெத்தியருக்குள் நடக்கும் பல புருஷ வாழ்க்கையைப் பற்றிய ஒரு சம்பவத்தைக் கூறுகிறார். விவேகானந்த சுவாமிகள் திபெத்து தேசத்தில் வசிக்குங்காலையில் அங்குள்ள ஒரு குடும்பத்தில் விருந்தினராயிருந்தபோது திபெத்தில் நடக்கும் கல்யாண வழக்கத்தைக் கண்டித்துப் பேசினார். அந்தக் குடும்பத் தில் ஆறு சகோதரர்களுக்கு ஒரே மனைவிதான் இருந்தாள். அவர்கள் நூதன சிஷ்யர்களாக அமைந்தவர்களென்ற உற்சாகத் தில் சுவாமி அச்சகோதரர்கள் அனுஷ்டித்து வந்த பொது மனைவி வழக்கத்தின் தீங்குகளை விஸ்தாரமாக எடுத்துச் சொல்லிக் கண்டிக்கையில் அவர்களில் ஒருவர், 'என்ன சுயநலம்! குருவே! ஒரு பெண்ணை ஒருவன் தனக்கே மனைவியாக வைத்துக்கொள்ளுவது என்ன கொடுமை!'[6] என்கிறார்.

தமிழ்நாட்டிலும் இந்தியாவின் பிற பகுதிகளிலும் உலகின் மற்ற நாடுகளிலும் பல்வேறு குடும்ப அமைப்புகள் நிலவி வந்ததையும் இன்றைய காலகட்டத்திலும் அத்தகைய அமைப்பு கள் நடைமுறையில் இருப்பதைப் பல்வேறு நூல்களும் பழங்குடி களைப் பற்றிய செய்தித் தொகுப்புகளும் நிறையவே காட்டு கின்றன. ஆனாலும் ஓர் ஆண்மகனை மையமாகக் கொண்ட ஒரு குடும்ப அமைப்பை மட்டும் பழந்தமிழ் நூல்களும் இன்றைய ஆய்வாளர்களும் சிறப்புப்படுத்திக் காட்டுவது ஏன்? இரண் டாயிரம் ஆண்டுகளாகத் தமிழ்நாட்டுக் குடும்ப அமைப்பு ஆணாதிக்கத்தை மையப்படுத்தியே கலாச்சாரக் கட்டமைப்பை

உருவாக்கியதின் விளைவுதான் இது என்று கருதலாம். சொத்துரிமையும் அதிகார உரிமையும் தனக்குப் பின்னர் தன் வாரிசுகள்தான் பெறவேண்டும் என்ற வேட்கையும் மற்றவர்கள் அந்தப் பகுதியில் எந்த நிலையில் இருந்தாலும் உள் நுழைந்துவிடக் கூடாது என்ற எச்சரிக்கை உணர்வும்தான் 'கற்பு' என்பதைக் கட்டமைத்தது. தன் விந்துக்குப் பிறக்காத குழந்தை தனக்கு வாரிசாவதைத் தடுக்கும் முகமாகத் 'தலைவி' என்ற கருத்துரு வாக்கம் தமிழ் அகத்திணைத் துறைகளில் உருவாக்கப்பட்டது. தலைவன் தலைவி என்ற உருவாக்கங்கள் சமநிலையில் வைக்கப் பட்டிருக்குமாயின் புறத்திணைப் பகுதியில் தலைவன் (ஆண்) மட்டுமே பாத்திரமாக்கப்பட்டுப் புறத்திணைச் சிறப்புகள் எல்லாம் ஓர் ஆணின் வெற்றியாக மட்டும் சொல்லப்பட் டிருக்காது. இறுதியாகப் பேசப்படும் காஞ்சித்திணையில்கூட உலகியல் வெற்றிகளையெல்லாம் பெற்றுவிட்ட ஓர் ஆண்மகன் தன் வாழ்வின் இறுதியில் 'முக்தி'ப் பேறு அடைவது கடவுளோடு இணைவதாகக் காட்டப்படும்போதுகூடத் தலைவி (மனைவி) என்று அவன் வாழ்நாள் பூராவும் இணைந்து நடந்து வந்த பெண் என்பவள் வீடுபேறு அடையும் நிலையில் விலக்கப் படுவதைக் கவனிக்க வேண்டும். ஆணாக அதிலும் அதிகாரமும் செல்வமும் நிறைந்த தலைமகனாக உள்ளவனே உலக வாழ்க்கை யின் உயிர்ப்புடைய அச்சாணியாக நிறுவப்பட்டு, அதாவது ஓர் ஆண்தான் எல்லா நிலைகளிலும் தன்னிலையாகக் *(Subject)* கொள்ளப்பட்டு பெண்ணுட்பட மற்றயெல்லாம் இந்த ஆண் தன்னிலைக்கான புறநிலையாகக் *(Object)* கட்டமைக்கப்பட்ட நிலைதான் சங்ககாலமாக நமக்குக் காட்டப்பட்டுள்ளது. இதற்குத் தொல்காப்பியத்தின் பல இயல்கள் சாட்சிகளாக இருப்பினும், சங்கப் பாடல்கள் எல்லாம் அதற்கு வலுச் சேர்ப்பனவாக அமையவில்லை என்பதையும் நாம் கவனத்தில் கொள்ள வேண்டும்.

பொதுநிலையிலிருந்து ஆதாரங்களைக் கவனிப்போமானால் மிகப் பழங்காலத்திலிருந்து இன்றுவரையிலும் பலவிதமான குடும்ப அமைப்புகள் நிலவி வருவதைக் காண முடிகிறது. தொகுக்கப்பட்ட சங்கப் பாடல்கள் சிலவற்றில் ஆணின் ஆதிக்கத் திற்கான எதிர்ப்பு நிலைகளையும் காண முடிகிறது. புறநானூறு 246ஆவது பாட்டில் கணவனை இழந்த பெண் கைம்மை நோன்பு ஏற்று வதைபட்டு வாழ்வதைவிட இறந்த கணவனுடன் தீயில் மூழ்குவது, நீரில் மூழ்குவது போன்று இனிமையானது என்ற பெருங்கோப்பெண்டின் கூற்று கவனிக்கத்தக்கது. புறநானூற்றில் வரும் மகள் மறுப்புத் துறை சார்ந்த பாடல்களில் வேந்தர்களே தங்களுடைய பெண்களை திருமணம் முடிப்பதாக இருப்பினும் அரண்மனை வாழ்க்கையாயினும் தங்கள் பெண்கள் இரண்டாம்

தர மனைவிகளாவதை விரும்பாது, வேந்தனையே எதிர்த்துப் பேசும் பழங்குடித் தலைவர்களைக் காண்கிறோம். வரலாறு நெடுகிலும் கூட்டுக் குடும்ப அமைப்பையே கொண்டு வாழ்ந்து வந்த தமிழ்ச் சாதிகளிடையில் 'தனிக்குடும்ப அமைப்பு' என்பது வெள்ளையர் ஆதிக்கத்திற்குப் பின்னாலான நவீன காலத்தில், அதிலும் குறிப்பாக நகர்மயமான சமூகத்தில்தான் ஏற்பட்டது என்று சமூகவியலாளர்கள் குறிப்பிடுகின்றனர். இத்தகைய சூழல் நிலவிய தமிழகத்தில் இரண்டாயிரம் ஆண்டுகளுக்கு முற்பட்ட அக இலக்கியங்களில் தனிக்குடும்ப அமைப்புத்தான் தென்படு கிறது. அது வெறும் புனைவா அல்லது சமூக எதார்த்தமா என்பதை விளங்கிக்கொள்ள இயலவில்லை. ஆனால் எதார்த்த தமிழ்ச் சமூகம் பல்வேறுபட்ட குடிகளாகவும் குலங்களாகவும் பிரிந்துதான் இன்றுவரை வாழ்ந்துவருகின்றனர் என்பது கண்கூடு. ஆகவே ஒருவன் ஒருத்தி என்ற குடும்பக் கட்டமைப்பு என்பது அதிகாரத்திற்கும் செல்வத்திற்கும் உரியவன் ஆண்தான் என்ற ஆணாதிக்கத்தை நிலைநிறுத்துவதற்கு ஏற்பட்ட ஒரு புனைவு தான் என்று நாம் கருதலாம். பல்வேறு பழக்கவழக்கங்கள், திருமண முறைகள், குடும்ப அமைப்புகள் நிறைந்ததாகத்தான் தமிழ்ச் சாதிகளின் சமூகம் உள்ளது. அதில் ஒருவகையான அதாவது, ஆண் ஆதிக்கக் குடும்பம்தான் ஒழுக்கமானது, உயர் வானது என்று கட்டமைக்கப்பட்ட ஒரு புனைவுதான் தமிழில் உள்ள களவியல், கற்பியல் போன்ற இலக்கிய இலக்கணக் கருத்துகள் என்று நாம் கருதுவதுதான் சரியாக இருக்க முடியும்.

அடிக்குறிப்புகள்

1. தொல்காப்பியம் – பொருளதிகாரம்(உரைவளம்) கற்பியல் சூத்திரம் – 140 உலகத் தமிழாராய்ச்சி நிறுவனம், சென்னை.

2. தொல்காப்பியம் – பொருளதிகாரம் (உரைவளம்) கற்பியல் சூத்திரம் – 141

3. தொல்காப்பியம் – பொருளதிகாரம் (உரைவளம்) கற்பியல் சூத்திரம் – 142

4. தொல்காப்பியம் – பொருளதிகாரம் (உரைவளம்) கற்பியல் சூத்திரம் – 143

5. சிந்தனையாளர் நியெட்ஸெ, பிரேமா பிரசுரம், 5ஆம் பதிப்பு, ஜனவரி 2004 பக்கம் – 155

6. கலைமகள் களஞ்சியம் (பாகம் – 1), கலைஞன் பதிப்பகம், சென்னை, பக்கம் 69,70.

4

சமண சமயமும் வடமொழியும்

பேராசிரியர் வையாபுரிப்பிள்ளை தமிழ்மொழி பற்றிய தன்னுடைய ஆய்வுகளை நிலைப்படுத்துவதற்கு சமஸ்கிருதமொழியை அளவுகோலாக எடுத்துக்கொள்வது வழக்கம். இதேபோன்று மறைமலை அடிகள், கா.சு.பிள்ளை, வெள்ளைவாரணனார், இராசமாணிக்கனார், பாவாணர் போன்றவர்களும் சமஸ்கிருதத்தையே எதிர்மறையான அளவுகோலாகக் கைக்கொண்டனர். தொல்காப்பியத் திலிருந்து பாரம்பரியமாகக் குறிப்பிடப்பட்டு வரும் 'வடமொழி' என்பதை இவர்கள் அனைவரும் சமஸ்கிருதம் என்று அர்த்தப்படுத்திக்கொண்டனர். ஆனால் இவர்கள் சொல்லும் பொருளில் அச்சொல் தமிழ் நூல்களில் கையாளப்படவில்லை. இதனை ஆராய்வதற்கு முன்னர் சமஸ்கிருதத்தை அடிப்படையாகக் கொண்டவர்களுக் குள்ளேயே ஒருமையான கருத்து நிலவியதா? என்பதும் கேள்விக்குரியதே. எடுத்துக்காட்டாகத் தொல்காப்பிய நூலின் காலம் பற்றிய தன்னுடைய ஆய்வில் வையாபுரிப்பிள்ளை தொல்காப்பியர் மெய்ப்பாட்டியலில் குறிப்பிடுகின்ற எண்வகை மெய்ப்பாடுகள் நாட்டிய சாஸ்திரத்தில் குறிப்பிடப்பட்டுள்ள செய்திகளின் மொழி பெயர்ப்பே என்று கூறி நாட்டிய சாஸ்திரத்தை எழுதிய பரதமுனிவரின் காலம் கி.பி. நான்காம் நூற்றாண்டென்பர். ஆகவே தொல்காப்பியத்தின் காலம் நான்காம் நூற்றாண்டுக்குப் பிற்பட்டதாகும் என்று வரையறுக்கிறார்.[1]

தன்னுடைய 'வடமொழி நூல் வரலாறு' என்ற நூலில் பி.எஸ். சுப்ரமணிய சாஸ்திரி கி.மு. இரண்டாம் நூற்றாண்டுக்கு முன்னரான தமிழ்த் தொல்காப்பியத்தில் உள்ள மெய்ப்பாட்டியல் சூத்திரங்களில் பல நாட்டிய சாஸ்திரத்திலிருந்து மொழிபெயர்க்கப்பட்டனவாகத்

தோன்றுகிறது. ஆதலின் நாட்டிய சாஸ்திரம் கி.மு. மூன்றாம் நூற்றாண்டுக்கு முன்னதாய் இருத்தல் வேண்டும்'[2] என்று கூறுகிறார்.

இந்த நாட்டிய சாஸ்திர நூலைத் தமிழில் மொழிபெயர்த்த எஸ்.என். ஸ்ரீராமதேசிகன் தன்னுடைய முன்னுரையில்[3] இன்று புழக்கத்தில் உள்ள பரத நாட்டிய சாஸ்திரம் பரத முனிவரால் இயற்றப்பட்டது எனக் கூறப்படுகிறது. இந்நூல் இயற்றப்பட்ட காலத்தைப் பற்றி ஆராய்ச்சியாளர்களிடையே பல கருத்துகள் நிலவுகின்றன.

மகாமகோபாத்தியாய அரிபிரசாத சாஸ்திரி என்பவர் கி.மு. இரண்டாம் நூற்றாண்டு எனவும், மானவல்லி ராமகிருஷ்ண கவி கி.மு. நான்காம் நூற்றாண்டு எனவும் டா. மன்மோகன் கோஷ் என்பவர் கி.மு. 100 முதல் கி.பி. 200க்கு இடையில் எனவும் மகாமகோபாத்தியாய பி.வி. காணே என்பவர் கி.பி. 300க்கு முன்பு எனவும் டா. எபி. கீத் என்பவர் கி.பி. மூன்றாவது நூற்றாண்டுக்குப் பிறகு எனவும் தம் ஆராய்ச்சியின் பயனாகத் தாம் கண்டுள்ள சான்றுகளுடன் விளக்கியுள்ளனர்.

ஐந்துவிதமான ஆராய்ச்சியாளர்கள் ஏழுவிதமான காலங்களைக் கூறிக்கொண்டிருக்கும் நாட்டிய சாஸ்திரத்தைத் தொல்காப்பியத்தின் காலத்தைக் கணிக்க ஆதாரமாகக் கொள்வது சிறுபிள்ளை விளையாட்டா? ஆராய்ச்சியா?

நாட்டிய சாஸ்திரம் எழுதப்பட்டிருக்கும் சமஸ்கிருத மொழியில் நூல்கள் உருவான காலம் எது என்பதில் பலருக்கும் கருத்து வேறுபாடு உண்டு. நவாலியூர் நடராஜன் தன்னுடைய வடமொழி இலக்கிய வரலாறு என்ற நூலில் (ப.37) "கிறித்து பிறப்பதற்கு முன்னர் சில நூற்றாண்டுகளாகவும் அதற்குப் பின்னர் சில நூற்றாண்டுகளாகவும் வடமொழியில் சிறந்த இலக்கியங்கள் கிடைக்காத காரணத்தால் மாக்ஸ்முல்லரென்ற பேரறிஞர் இக்காலப் பகுதியில் இலக்கிய முயற்சியே நடைபெற வில்லையென்ற முடிவுக்கு வந்தார். வேத உபநிடத காலங்களைப் போல (வேதங்கள் வாய்மொழியாக மட்டுமே வழங்கிவந்தன. அந்தக் காலகட்டங்களில் இந்தியாவில் எழுதப்பட்ட இலக்கியம் என்பது எதுவுமே கிடையாது.) இக்காலக் கட்டத்திலே இலக்கிய வாக்கம் வீறு பெறவில்லை. இலக்கிய உலகில் ஒரு மந்தம் உண்டாகிவிட்டது. அது மறுபடியும் காளிதாசரோடுதான் மறுமலர்ச்சி பெற்று உயர்வடைந்தது என அவர் கருதினார். அதனால் உலகியல் நூல்களான காவியங்கள்கூடச் சமஸ்கிருதத்தில் எழுதப்படவில்லை. அவையெல்லாம் பிராகிருத மொழியிலிருந்து மொழிபெயர்க்கப்பட்டன என்றதொரு கொள்கையும்

சில அறிஞர்களால் போற்றப்பட்டது. இதிகாசங்களும் அகத் துறைப் பாடல்களும் பஞ்சதந்திரம், பிருகத்கதை போன்ற கதைகளுங்கூடப் பிராகிருத மொழியிலிருந்தே சமஸ்கிருதத்தில் மொழிபெயர்த்தெழுதப்பட்டன என்ற கருத்து உருவாயிற்று" என்கிறார். இந்தக் கருத்தை உறுதிப்படுத்துவதாக கிரிநகர்ப் பிரதேசத்தில் கி.பி. 150இல் உருத்திரதாமன் என்ற அரசனால் கல்லில் செதுக்கப்பட்ட ஒரு கல்வெட்டு சமஸ்கிருத மொழியில் உள்ளது. சமஸ்கிருத மொழியில் எழுதப்பட்டுள்ள முதல் கல்வெட்டு இதுதான். இந்தக் கல்வெட்டு தோன்றுவதற்கு ஐந்து நூற்றாண்டுகளுக்கு முன்பிருந்தே தமிழ்நாட்டில் தமிழ்மொழியில் எழுதப்பட்ட 89 கல்வெட்டுகள் கிடைக்கின்றன. இவ்விடத்தில் மற்றுமொரு முக்கியமான செய்தியை நினைவில் கொள்ள வேண்டும். அது கி.பி. ஐந்தாம் நூற்றாண்டுக்கு முன்னர் இந்தியா முழுமையிலும் இலங்கையிலும் வழங்கிய மொழிகள் அனைத்தும் ஒரேவகையான எழுத்தில்தான் எழுதப்பட்டன. அந்த எழுத்து வடிவத்தின் பெயர் 'பிராமி'. அன்று இந்தியாவில் வழங்கிய மொழிகள் தமிழ், பாலி, பிராகிருதம் ஆகிய மூன்று மொழிகள் மட்டுமே என்பது குறிப்பிடத்தக்கது. மேலும் சில நூற்றாண்டுகள் கழித்துத்தான் சமஸ்கிருத மொழி இந்த வரிசையில் இடம் பெறுகிறது.

அப்படியென்றால் பழந்தமிழ் நூல்களில் வடமொழி என்று குறிப்பிடப்படுவது சமஸ்கிருதம் என்றுதான் பல அறிஞர்கள் கூறிவருகின்றனர். இதற்கு என்ன பதில் என்று ஒருவர் கேள்வி எழுப்பலாம். வடமொழி என்பதை சமஸ்கிருதம் என்று நாம் கருதியிருந்தால் அந்தக் கருத்து சரியானது அல்ல என்று பல சான்றுகள் குறிப்பிடுகின்றன. 'உண்மையில் இங்கு வடமொழி என்பது தனியே சமஸ்கிருதத்தை மட்டுமல்ல, அது பாலி போன்ற பாகத மொழிகளையும் உள்ளடக்கும்' என்று கூறுவார் சிவத்தம்பி. (தொல்காப்பியமும் கவிதையும், ப. 3) இதே கருத்தை தெ.பொ.மீ.யும் கொண்டிருந்தார். தொல்காப்பிய 'எச்சவியலில்' உள்ள இயற்சொல், திரிசொல், திசைச்சொல், வடசொல் (நூ. 401) என்ற சூத்திரங்களுக்கு உரை கூறுகின்ற இளம்பூரணர், சேனாவரையர், தெய்வச்சிலையார், நச்சினார்க்கினியர் முதலான அனைவரும் சமஸ்கிருத மொழிச் சொற்களை மட்டும் கூறாது பிராகிருத மொழிச் சொற்களையும் எடுத்துக்காட்டாகத் தருகின்றனர். பிராகிருதச் சொற்களுக்கு எடுத்துக்காட்டாக ஆணை, வட்டம், நட்டம், கண்ணன் என்ற சொற்களைத் தருகின்றனர். நன்னூலிலும் "றனழஎ ஒவ்வும் உயிர்மெய்யும் உயிரளபு அல்லாச் சார்பும் தமிழ்பிற பொதுவே' (நூ. 149) என்ற நூற்பாவுக்கு மயிலைநாதரும் சங்கரநமச்சிவாயரும் (நூ. 150) எகர ஒகர எழுத்துகள் தமிழுக்கு மட்டுமன்றிப் பிராகிருதத்துக்கும் உரியன

என்று கூறுகின்றனர். இந்தச் செய்திகள் வடமொழி என்பது சமஸ்கிருதம் மட்டுமல்ல என்பதை வெளிப்படுத்துகின்றன. தொல்காப்பியத்துக்குப் பின்னர் வந்த நூல்களில்கூட இதுபோன்ற கருத்துகள்தான் வலிமையாக உள்ளன. யாப்பருங்கலம் நூலின் விருத்தியுரையில் தமிழ் யாப்புமுறைக்கு நெருங்கிவரும் நூல்களாக 1. ஞானாசிரியம் 2. சயதேவம் 3. மிச்சாகிருதி 4. பிங்கலம் 5. மாபிங்கலம் 6. இரணமாஞ்சுடை 7. சந்திரகோடிச்சந்தம் 8. குணகாங்கி 9. வடுகச்சந்தம் முதலான இந்த நூல்களை உரையாசிரியர்கள் குறிப்பிடுகின்றனர். (ப. 523) இவற்றில் சயதேவமும் பிங்கலமும்தான் இன்றும் அறியக்கூடிய சமஸ்கிருத நூல்களாக உள்ளன. மற்ற நூல்கள் என்ன மொழியில் உள்ளன என்பதை அறியமுடியவில்லை. ஆனால் இவை சமஸ்கிருதத்தில் இல்லை என்பது மட்டும் உறுதி. இதே ஆசிரியர் இன்னொரு இடத்தில். 'இனி பாவினங்களுள் சமக்கிருதமும் வேற்றுப்பாடையும் விரவி வந்தால் அவற்றையும் அலகிட்டுப் பாச்சாத்தி வழங்கப்படும். ஆவை குறுவேட்டுச செய்யுளும் உலோகவிலாசினியும் பெருவளநல்லூர்ப் பாசாண்டமும் முதலாக உடையன எனக் கொள்க' எனக் கூறியுள்ளார். (சமஸ்கிருதம் என்ற சொல்லை யாப்பருங்கலவிருத்திதான் முதலில் பயன்படுத்துகிறது. தமிழ்ப் பேரகராதியும் இதனைக் குறிப்பிடுகிறது.) இந்தச் செய்திகள் தமிழ்மொழியுடன் நெருங்கிய உறவு கொண்டதாகச் சமஸ்கிருதம் மட்டுமல்லாது பிற மொழிகளும் (இந்தியாவில் இருந்த மற்ற மொழிகளும்) இருந்தன என்பதைச் சுட்டிக் காட்டுகின்றன.

கி.பி. பத்தாம் நூற்றாண்டிற்கு முன்பிருந்தே தமிழ் மொழியைப் பயிலத் தொடங்கும் மாணவ மாணவியர்க்கு (ஜைன மரபில் பெண்களும் கல்வி கற்றனர்.) சமண மதம் சார்ந்த ஆசிரியர்கள் தமிழ் மொழியைக் கற்பித்து வந்தனர். அத்தகைய பள்ளிக் கூடங்களில் தமிழ் மொழியிலுள்ள யாப்பு இலக்கணப் பகுதியைக் கற்பதற்கான பாடநூலாக 'யாப்பருங்கலக் காரிகை' என்ற நூல்தான் இருந்தது. இன்றும் கல்லூரிகளில் தமிழ் இலக்கியம் படிப்பவர்கள் யாப்பு கற்பதற்கு யாப்பருங்கலக் காரிகையைத்தான் பாடநூலாக வைத்துள்ளனர். இதன் தொடக்கத்திலேயே 'இந்நூல் என்ன பெயர்த்ததோவெனின் பாளித்தியம் என்னும் பாகத இலக்கணமும் பிங்கலம் என்னும் சந்தோவிசிதியும் போலக் காரிகை யாப்பிற்றாய் என்றும் குணகாங்கியம் என்னும் கருநாடகச் சந்தம், மயேச்சுரர் யாப்பு, இசைத்தமிழ்ச் செய்யுட்டுறைக் கோவை, அருமறையகத்து அட்டகவோத்தின் வருக்கக்கோவை, உருபாவதாரத்திற்கு நீதகச் சுலோகம், அவிநயர் யாப்பிற்கு நாலடி நாற்பது முதலான நூல்களின் தன்மையைக் கொண்டதாக யாப்பருங்கலக்காரிகை இயற்றப்பட்டுள்ளது. 'இந்நூல் யாது காரணமாகச் செய்யப்

பட்டதோ? எனின் பண்டையோர் உரைத்த தண்டமிழ் யாப்பிற் கொண்டிலாத குறியினோரைக் குறிக்கொளுவுதல் காரண மாகவும் தொல்லைப் பனுவல் துணிபொருள் உணர்ந்த நல்லவை யோரை நகுவிப்பது காரணமாகவும் செய்யப்பட்டது.[4] இந்தப் பகுதியில் குறிப்பிடப்படுகின்ற நூல்களுடன் இத்தகைய தன்மை யில் உள்ள வேற்றுமொழியில் உள்ள பல நூல்களையும் யாப்பருங்கல விருத்தி தமிழ் படிப்பவர்கள் தெரிந்துகொள்ள வேண்டிய நூல்கள் என்று குறிப்பிட்டுச் சொல்கின்றது. இந்தக் குறிப்பு பன்னிரண்டாம் நூற்றாண்டுக்கு முந்தைய காலங்களில் தமிழ் பயின்ற மாணவ மாணவியருக்கு அன்றைய நிலையில் இந்தியாவின் மற்ற பகுதிகளில் சிறப்புற்றிருந்த பாலி, பிராகிருத, சமஸ்கிருத நூல்களை ஒப்பிட்டு சமண சமயத்தினர் கல்வி கற்பித்து வந்தனர் என்பதைத் தெளிவாகக் காட்டுகின்றது. அதாவது அக்காலத்து தமிழ்மொழிப் பயிற்சி என்பது தமிழ் மொழியை மட்டும் கற்பிப்பதாக இல்லை. மற்ற மொழிகளின் துணையுடன்தான் தமிழைச் செம்மையாகப் புரிந்துகொள்ள முடியும் என்ற கல்விச் சூழல் இருந்ததை வெளிப்படுத்துகின்றது. இத்தகைய சூழல் தமிழ்நாட்டில் இங்குக் குறிப்பிடப்படுகின்ற காலத்துக்கு முன்பே சமணர்களால் பல நூற்றாண்டுகளாக நிலவி வந்திருக்கிறது என்பதை அடுத்துவரும் பகுதிகளில் பார்க்கலாம்.

"சமண சமயம் இன்று தமிழ்நாட்டில் குறுகி இருந்தாலும் ஒரு காலத்துத் தமிழ்நாடு முழுவதும் சீரும் சிறப்புமாகப் பரவியிருந்தது என்பதற்குக் கல்வெட்டுகளும் வயல் ஓரத்திலும் மூலை முடுக்குகளிலும் காட்சியளிக்கும் சமண விக்கிரகங்களும் அமனப்பாக்கம், அருகத்துறை, நமண சமுத்திரம், ஜீனாலயம், பஞ்சபாண்டவ மலை, அமண்குடி, சமணர் திடல், சமணமலை, அருகமங்கலம், பஸ்திபுரம் முதலிய இடங்களின் பெயர்களும் ஜைன மடத்தின் பெயராகிய பள்ளி என முடியும் இடப்பெயர் களும் இன்று சான்று பகர்கின்றன(ப.4).[5] தொடர்ந்து சமணர்கள் தமிழகத்தில் செல்வாக்குடன் இருந்ததற்குக் கல்வெட்டுச் சான்று களையும் தெ.பொ.மீ தருகின்றார். சம்பந்தர் முதலியோரால் சமணம் மறையவில்லை. தலைமை குன்றினாலும் சமணர் தமிழாராய்ச்சியும் சமணப் பிரசாரமும் செய்தே வந்தனர். சிந்தாமணி முதலிய நூல்களும் பின் தோன்றின. கல்வெட்டு களால் தெரியும் சமணப் பெரியோர்களை இங்கே குறிப்பிடலாம். கி.பி. 3 – 4ஆம் நூற்றாண்டில் சந்திர நந்தியும் இளைய படாரமும் சல்லேகணையால் (பட்டினி கிடத்தல்: வடக்கிருத்தல்) உயிர் விட்டனர். (288 of 1904 M.E.R). எட்டாம் நூற்றாண்டின் முடிவில் நந்திபோத்தரசன் காலத்து நாகநந்திகுரவர் விளங்கினார். (E.P/ IND. VOL. IV. P. 136) மாறஞ்சடையன் காலத்தில் திருவிருந்தலை

என்ற இடத்தே தென்பாண்டி நாட்டில் அருளாளத்துப் படாரர் என்பவர் வாழ்ந்தார். அச்சநந்திபட்டாரரும் வாழ்ந்தார். *(M.E.R. No. 603 / 1915 abd page 112/1916)* வடகோடியிலுள்ள அருளாள நாட்டிலிருந்து தென்கோடிக்குச் சென்றவர் போலும் இவர். இருக்குவேள் ஒருவரால் பாராட்டப்பெற்ற மலையத்துவசன் என்ற சமண முனிவரும் இருந்தனர். *(புதுக்கோட்டைக் கல்வெட்டு. 9)* செந்தலைக் கல்வெட்டுகள் ஆரம்ப வீரர், கனகசேனபட்டாரகர் என்ற இருவரைக்கூறும். அணுக்களின் சேர்க்கையால் உலகம் தோன்றலைக் கூறுவது ஆரம்பவாதம். அருக மதமும் ஆரம்பவாதமாம் ஆதலின் ஆரம்பவீரன் என்பது சமணப் பெயராதல் காண்க. கோமாறஞ் சடையன் காலத்தில் சமணக் கொள்கையாம் சித்தாந்தம் உரைக்கும் பட்டாரகர்களின் உணவு ஏற்பாடு பற்றிக் கழுகுமலைக் கல்வெட்டு ஒன்று பேசு கிறது. *(S.I.i. Vol V No. 405)* இத்தகைய சித்தாந்த பட்டாரகரைப் பற்றியும் அவர் மாணவர் கனகசேன சித்தாந்த பட்டாரகரைப் பற்றியும் கல்வெட்டு கூறுகிறது *(EP. IND. Xp 54 – 70)* ஆதித்தன் காலத்தில் குணகீர்த்த பட்டாரகரையும் அவர்வழி மாணாக்கியர் கனகவீரக் குறத்தியரையும் ஒரு கல்வெட்டு கூறும். *(S.I.I. Vol III Pt III – 92).*[6]

சமண சமயம் சார்ந்த தமிழர்கள் மிக நீண்ட காலமாகத் தமிழகத்தில் போற்றத்தக்கநிலையில் வாழ்ந்துவந்ததைக் கல்வெட்டு களின் மூலமாகத் தெ.பொ.மீ. கூறியதைப் பார்த்தோம். இதே போன்று சமணர்கள் தமிழ்நாட்டின் எழுத்துகள் உருவான தொடக்க காலத்திலிருந்தே தமிழர்களில் வாழ்க்கையுடனும் இலக்கியம், பண்பாடு மற்ற நுண்கலைகளுடனும் மிக நீண்ட காலம் உயிர்ப்புடன் விளங்கி வந்தனர் என்பதைப் பலசான்றுகள் காட்டுகின்றன. கி.மு. மூன்றாம் நூற்றாண்டில் தொடங்கி எழுதப்பட்ட 89 பிராமிக் கல்வெட்டுகள் பின்னர் கி.பி. 5ஆம் நூற்றாண்டுக் காலங்களில் மாற்றமடைந்தத 21 வட்டெழுத்துக் கல்வெட்டுகள் போன்றவைகளை எடுத்துக்காட்டிப் பழந்தமிழ் நாட்டில் சமண சமயம் சார்ந்த தமிழர்களால்தான் தமிழ் நாட்டின் எழுத்துக் கலாச்சாரமும் கல்வி கற்பித்தல் போன்றவை யும் தொடங்கி நடத்தப்பட்டன என்று ஐராவதம் மகாதேவன் நிறுவியுள்ளார். சமணர்களாகிவிட்ட தமிழர்களின் “எண்ணென்ப ஏனை எழுத்தென்ப இவ்விரண்டும் கண்ணென்ப வாழும் உயிர்க்கு” என்று எழுத்தறியாதிருந்த தமிழ் மக்களுக்குக் கல்விக் கண்களைத் திறந்து வைத்தனர். கி.மு. மூன்றாம் நூற்றாண்டி லிருந்து கி.பி. ஒன்பதாம் நூற்றாண்டுவரை தமிழ் இலக்கியம் இலக்கணம் யாப்பு வளர்ச்சி, இசை நாட்டிய வளர்ச்சி முதலான தமிழ்நாட்டுக் கலைகளெல்லாம் சமண சமயம் சார்ந்த தமிழ் மக்களால்தான் இயற்றப்பட்டும் பயிற்றுவிக்கப்பட்டும் போற்றிப்

பாதுகாக்கப்பட்டும் வந்துள்ளன. இவைகளைத் தொல்காப்பியம், திருக்குறள், நாலடியார், சிலப்பதிகாரம், மணிமேகலை, சீவகசிந்தாமணி, பெருங்கதை, நீலகேசி, சேந்தன் திவாகரம் (நிகண்டு நூல்) யாப்பருங்கலம், யாப்பருங்கலக்காரிகை, நேமிநாதம், வீரசோழியம் (பௌத்தம்), நன்னூல் முதலான, சமணரால், இயற்றப்பட்ட நூல்கள் வரன்முறையாகக் காட்டு கின்றன. இந்தச் சீரான வரலாற்றைக் குலைப்பதற்காகவே 8,9ஆம் நூற்றாண்டுகளில் இறையனார் களவியல் எழுதப்பட்ட தாக சிவத்தம்பி குறிப்பிடுகின்றார். பக்தி இயக்கத்தின் முன்னணி யில் நின்ற சைவர்கள், வைணவர்கள் ஆகிய இரு பகுதியினருமே தமிழ் என்பது சைவர்க்கு அல்லது வைணவர்க்கு உரியது எனக் கொண்டிருந்தனர் என்பதனையும் திருஞானசம்பந்தர், திருமங்கையாழ்வார் போன்றோர் சமணத்தினைக் குரோதத் துடன் எதிர்த்தனர் என்பதனையும் நாம் இவ்வேளை மனதில் இருத்திக் கொள்ளல் வேண்டும். இந்தப் பின்னணியிலேயே இறையனார் அகப்பொருள் உரையாசிரியரின் தெளிநிலையான இந்துச் சார்பினைக் கண்டுகொள்ளல் வேண்டும். ஐதீக ஆக்கம் என்பது வரலாற்றினைத் தயாரிக்கும் ஒரு வகைமுறையாகும். இறையனாரகப்பொருள் உரையிலே தரப்பட்டுள்ள சங்கம் பற்றிய கட்டுக்கதை தமிழை இந்துமயப்படுத்துவதற்கு ஆன முக்கியமாக, அதை சைவ மரபின் அங்கமாக ஆக்குவதற்கான ஒரு முயற்சியே ஆகும். இவ்வாறு நோக்கும்பொழுது தமிழ் இலக்கிய வரலாற்றில் இவ் வைதீகத்திற்கு உரிய இடம் பெருமுக்கியம் உடைய ஒன்றாகும். வெளிப்படையாகச் சமண, பௌத்தச் சார்புடைய ஒரு நிறுவனத்தினை (சங்கத்தினை) எடுத்துக்கொண்டு அதற்கு ஓர் இந்து உருவும் பொருளும் கொடுக்கும் முயற்சியினை இக்கதையிலே காணலாம்.

இதேபோன்று இருபதாம் நூற்றாண்டில் தமிழ்மொழியைக் கைப்பற்றிக் கொண்ட சைவ, வைணவ உயர்சாதித் தமிழர்கள் என்பவர்கள் தமிழ் மொழியிலுள்ள சமண, பௌத்த வரலாறுகள் தாங்கள் கைக்கொண்டு ஒழுகிவரும் இந்துக் கலாச்சாரத்துக்கும் சாதிய மேன்மைக்கும் முரணாக இருப்பதை விரும்பவில்லை. எனவே சமண சமயம் சார்ந்த வளையாபதி, குண்டலகேசி, தகடூர் யாத்திரை முதலான நூல்களை அச்சில் வரவிடாமல் ஒழித்துக்கட்டினர். தங்களால் ஒழிக்க முடியாமல் நிலைபெற்று விட்ட நூல்களுக்குப் புதுவகையான வரலாற்றைப் படைப்பதில் ஈடுபட்டனர். புதுவரலாறு படைப்பதிலும் சிக்கல் தோன்றினால் ஏற்கனவே சொல்லப்பட்ட கருத்துகளை குழப்பிவிட்டனர். இப்படியான குழப்பத்தை அவர்கள் பலவழிகளில் நிறைவேற்றத் தொடங்கினர். மிக வெளிப்படையாகச் சமணநூல் என்று ஏற்றுக்கொள்ளப்பட்ட தொல்காப்பியம், திருக்குறள்,

சிலப்பதிகாரம் போன்றவற்றை இது சைவ நூலாகவும் இருக்கலாம் சமண நூலாகவும் இருக்கலாம் என்று குழப்பிவிட்டனர். மணிமேகலை, சீவக சிந்தாமணி, பெருங்கதை போன்ற நூல்களை இவர்களால் குழப்ப முடியவில்லை. எனவே இவற்றை மணநூல் என்றும் காமத்தைப் பேசுபவை என்றும் இலக்கியம் அல்ல; தத்துவத்தைப் பேசுபவை என்றும் புறந்தள்ளினர். இத்தகைய மனிதர்களின் ஆதிக்கத்தில்தான் இருபதாம் நூற்றாண்டின் முக்கால் பகுதிவரை தமிழ்மொழி சிறைப்பட்டிருந்தது.

வேறொருவகையான குழப்பத்தையும் தமிழ் வரலாற்றில் இவர்கள் உண்டு பண்ணினார்கள். இன்றைய நிலையில் எட்டுத் தொகை, பத்துப்பாட்டு, தேவாரம், திருவாய்மொழி போன்ற தொகுப்பு நூல்கள் முன்னே குறிப்பிட்ட சீரான சமண தமிழ் இலக்கிய வரலாற்றைக் குழப்பும் வகையில் உள்ளதாக இன்றைய தமிழ் மாணவர்களுக்குத் தென்படுகிறது. உண்மையில் எட்டுத் தொகையும் பத்துப்பாட்டும் ஏறத்தாழ ஆறாம் நூற்றாண்டுக்குப் பின் எட்டாம் நூற்றாண்டுக்குள் இந்து சமயம் சார்ந்த சைவர் களால் தொகுக்கப்பட்டதாகவே தெரிகிறது. இந்தத் தொகுப்பில் மிகப்பழைய பாடல்களும் இருக்கும். தொகுத்தபோது எழுதப் பட்ட பாடல்களும் இருக்கும் என்று அறிஞர்கள் குறிப்பிடு கின்றனர். இன்றுவரை எட்டுத்தொகையிலுள்ள பழமையான பாடல்களை நம்மால் இனம் பிரித்துக் காண முடியாத நிலையே உள்ளது. அதுமட்டுமல்லாது தொகுத்த சைவர்கள் வேண்டா மென்று ஒதுக்கிவிட்ட பாடல்கள் எவையென்பதும் எவ்வளவு என்பதும் நமக்குத் தெரியவில்லை. இதை வைத்துக்கொண்டு மிகப் பழைய காலத்திலிருந்தே சைவமும் வைணவமும் தமிழர் களிடம் நிலைபெற்றிருந்ததாக இவர்கள் வாதிடுகின்றனர். இந்த வாதம் இன்று ஒரு பொதுக்கருத்தாகவும் மாறிவிட்டது.

தமிழக வரலாற்றில் எட்டாம் நூற்றாண்டு வரைக்கும் நிறுவனமயமான மதங்களாக உள்ளவை சமணமும் பௌத்தமும் தான். இவற்றைப் பற்றி பழங்காலத்தில் வெளிநாட்டிலிருந்து தமிழகம் வந்த யுவான்சுவாங் போன்ற அறிஞர்கள் தெளிவாகக் குறிப்பிடுகின்றனர். அதுமட்டுமல்லாது தமிழ்நாட்டிலிருந்த பௌத்த நூல்களைத் தங்கள் மொழியில் எழுதிச் செல்லவே அவர்கள் இங்கு வந்தார்கள் என்பது வெளிப்படையானது. இதற்கான விரிவான விளக்கத்தை மயிலை. சீனி வேங்கடசாமி எழுதிய ‘பௌத்தமும் தமிழும்’, ‘சமணமும் தமிழும்’ போன்ற நூல்களில் வாசகர்கள் பார்த்துக்கொள்ளலாம். தெ.பொ.மீயின் ‘சமணத் தமிழ் இலக்கிய வரலாறு’ என்பதும் குறிப்பிட்டுச் சொல்லப்பட வேண்டிய ஒரு நூலாகும். இந்த மதங்களைப் போன்று சைவமோ அல்லது வைணவமோ நிறுவனத் தன்மை

பெற்றுவிட்டதற்கான சான்றுகள் இல்லை. எட்டாம் நூற்றாண்டின் இறுதிக் காலத்தைச் சேர்ந்தவரான சங்கராச்சாரியாருக்குப் பின்னரே வைதீக சமயங்கள் நிறுவனமயப்படுத்தப்பட்டன. எட்டாம் நூற்றாண்டுக்குப் பின்னர் நிறுவனங்களாக மாற ஆரம்பித்த சைவ, வைணவ மதங்கள் தமிழ்மொழியையும் மக்களையும் தங்கள் வசப்படுத்துவதற்குச் செய்த வேலைகளே இவை என்பதை சிவத்தம்பி 'தமிழில் இலக்கிய வரலாறு'[7] நூலில் விளக்கமாகக் கூறிச் செல்கிறார்.

தேவாரம், திருவாய்மொழி போன்றவை இசையமைத்துப் பாடப்பட்ட பாடல்கள். அதாவது இவை இசைத்தமிழே தவிர இயற்றமிழல்ல. பதினாறாம் நூற்றாண்டுக்குப் பிறகான இசைப் பாடல்களைக் கீர்த்தனைகள் என்று குறிப்பிடுவார்கள். சீர்காழி அருணாசலக் கவிராயர், முத்துசாமி தீட்சிதர் போன்றவர்கள் இசைத்தமிழ் இலக்கியத்தில் புகழ்பெற்று இருந்தவர்கள் ஆவர். இவர்கள் காலத்துக்குப் பின் வந்த யாரும் இவர்கள் இயற்றிய பாடல்களைத் தாங்கள் எழுதிய இலக்கண இலக்கிய உரைகளில் மேற்கோளாகக் காட்டவில்லை என்பது குறிப்பிடத்தக்கது. இதேபோன்று தேவாரப் பாடல்களையும் தொல்காப்பிய உரையாசிரியர்கள் எவரும் தங்கள் உரைகளில் மேற்கோள் காட்டவில்லை. இருபதாம் நூற்றாண்டைச் சேர்ந்த உயர்சாதிச் சைவத் தமிழர்கள் எழுதிய தமிழ் இலக்கிய வரலாறுகளில் 'பக்தி இயக்கம்' என்ற ஒரு புதிய பெயரைச் சூட்டி இசைத்தமிழ்ப் பாடல்களை இயற்றமிழ் வரலாற்றில் கலந்து எழுதிக் குழப்பத்தை விளைவித்தனர். அப்படி அவர்கள் எழுதியது சரி என்று வைத்துக்கொண்டாலும் அந்தப் பாடல்கள் நம்பியாண்டார் நம்பியாலும் நாதமுனிகளாலும் பதினோராம் நூற்றாண்டுக்குப் பின்னர்தான் தொகுத்து முறைப்படுத்தப்பட்டன. அப்படி முறைப்படுத்தப்பட்டதிலும் சில குழப்பங்கள் உள்ளதை ஆராய்ச்சியாளர்கள் குறிப்பிடுகின்றனர். பல்லவ மன்னன் நந்திவர்மன் – III (கி.பி. 840 – 865) காலத்தில்தான் கோயில்களில் முதல்முதலாகத் திருப்பதிகம் ஓதப் பெற்றது. இது ஒன்பதாம் நூற்றாண்டின் நடுப்பகுதி ஆகும். எல்லாவற்றையும் தொகுத்துப் பார்க்கும்போது தேவார திருவாய்மொழிப் பாடல்களில் மிகப் பழமையானவைகூட எட்டாம் நூற்றாண்டுக்கு முன்னர் பாடப் பட்டிருக்க முடியாது என்பது தெளிவாகின்றது. எனவே தமிழ் இலக்கிய, இலக்கண வரலாற்றின் பழமையான ஆயிரத்து நூறு ஆண்டுகள் சமண பௌத்த சமயங்களின் கருத்துகளால் தான் வலுப்பெற்று வளர்ந்து வந்தன என்று நாம் குறிப்பிடலாம்.

இருபதாம் நூற்றாண்டுக்கு முந்தைய காலங்களில் தமிழ் மொழியைக் கற்று ஆய்வுசெய்த மேனாட்டுப் பாதிரியார்களான

பவர், ஜி.யு. போப், கால்டுவெல், துரு போன்ற பலரும் பழமை யான தமிழ் இலக்கிய வரலாறு என்பது சமண சமயத்தைச் சார்ந்தே வளர்ந்து வந்ததாகத் தெளிவாகக் குறிப்பிடுகின்றனர். சைவ சமயம் சார்ந்த உயர்சாதித் தமிழர்கள்தான் தங்கள் அரசியல் லாபத்துக்காக இந்தச் சீரான வரலாற்று உண்மை களைப் புரட்டியவர்கள் என்று நாம் கூறுவது தவறாக இருக்க முடியாது. இந்தியாவின் வேறு எந்தப் பகுதியிலும் வேறு எந்த மொழியிலும் ஒரு குறிப்பிட்ட மொழி சார்ந்த மக்கள் (1100 ஆண்டுகள்) கி.மு. 300 – கி.பி. 800வரை தொடர்ச்சியாகத் தங்க ளுடைய இலக்கிய, இலக்கண, தத்துவ மரபுகளைப் பேணி வந்ததாக எவ்விதமான தகவல்களும் இல்லை. சமணம் சார்ந்த தமிழ்மொழியின் உயிரோட்டமான இந்த வரலாற்று வளர்ச்சி யைப் புறந்தள்ளிவிட்டுச் சாதியமும் வைதீகமும் கலந்த புராணக் கற்பனைகளைத் தன்மேல் சுமத்திக்கொண்டது தமிழ்ச் சமூகம். இதன்விளைவாக இந்தியர்களுக்கு வரலாறே தெரியாது என்று மேனாட்டார் கூறிவந்த கருத்தை தமிழ்ச் சமூகம் ஏற்றுக்கொண்ட அவலநிலை ஏற்பட்டது.

அடிக்குறிப்புகள்

1. தமிழ்ச் சுடர் மணிகள், வையாபுரிப்பிள்ளை, (தொகுதி ஆறு), ப. 27

2. வடமொழி நூல் வரலாறு, பி.எஸ். சுப்ரமணிய சாஸ்திரி, ப. 536

3. பரத நாட்டியசாஸ்திரம், எஸ்.என். ஸ்ரீராம தேசிகன், ப. ixvii.

4. யாப்பருங்கலக் காரிகை, மே.வீ. வேணுகோபாலப் பிள்ளை, நான்காம் பதிப்பு, 1999, பக். 1–2

5. சமணத் தமிழ் இலக்கிய வரலாறு, தெ.பொ.மீ, ப. 4, 1961

6. சமணத் தமிழ் இலக்கிய வரலாறு, தெ.பொ.மீ, ப. 7–8, 1961

7. தமிழில் இலக்கிய வரலாறு, கா. சிவத்தம்பி, NCBH, முதல் பதிப்பு, பக். 64–65

5

டாக்டர் சிவத்தம்பியின் சங்ககால ஆய்வுகள்

தின்று கொழுத்து* த் தங்கள் செரிமானத்திற்காகத் தமிழ் இலக்கியக் கதை பேசுகின்ற, தங்களைத் தாங்களே தமிழ் அறிஞர்கள் என்று கூறிக்கொண்டு தமிழின் பழம் பெருமை பேசி இதனையே தமிழ் ஆராய்ச்சி என்று சொல்லிக்கொண்டவர்கள் பலர். இதன் விளைவாக இளம் தலைமுறையினர் தமிழைப் புறக்கணிக்கும் நிலை யும் ஏற்பட்டது. தமிழ் இலக்கியத்தை விளங்கிக்கொள் வதற்கு அந்த இலக்கியத்தின் பழமையைவிட அதன் தொடர்ச்சியே முக்கியமானது. அந்தத் தொடர்ச்சியி னுடைய பண்பும் சமகால மக்களின் உயிரோட்டத்துடன் இணைந்திருக்கவேண்டும். இந்த இணைப்பைப் புரிந்து கொள்வதற்காகத்தான் பழைய இலக்கியங்கள் ஆராயப் படுகின்றன. அதை விட்டுவிட்டு மாலை நேரங்களில் 'அவ்விலக்கியங்களின் நுண்பொருளாய்வு' செய்யும் செமியாப்பாட்டு* முயற்சிகளில் கண்டு கொள்ளக் கூடாது. குறிப்பிட்ட இலக்கியமானது எத்துணை வன்மையான எதிர்காலத்துக்கான விளக்காக இருக்கப் போகின்றது என்பதிலேயே அதனுடைய தற்கால இயல்பினை அறிந்து கொள்ளவேண்டும் என்று சிவத்தம்பி தன்னுடைய 'தமிழில்

---

* வயிற்றுக்கு நன்கு ஈயப்பட்ட விருந்துகளின் பின்னர் என்று சிவத்தம்பி எழுதுவதை "தின்று கொழுத்த" என்று சுருக்கி இருக்கின்றேன்.

* செமியாப்பாட்டு : உட்கொண்ட உணவு சீரணிக்காத நிலையில் அந்த உணவு சீரணமாக வேண்டும் (அப்பொழுதுதானே அடுத்தவேளைச் சாப்பாட்டை ருசித்துச் சாப்பிடலாம்) எனும் உணர்வுடன் செய்யப் படும் 'வெட்டி' வேலைகளை யாழ்ப்பாணப் பேச்சு வழக்கில் 'செமியாப்பாட்டு முயற்சி' என்பர். செமியா = சீரணிக்காத

இலக்கிய வரலாறு' நூலில் 32, 33, 34ஆம் பக்கங்களில் குறிப்பிடு கின்றார்.

இத்தகைய மனோபாவமுடைய கூட்டத்தினரிடமிருந்து தமிழ்மொழி தன்னை விடுவித்துக்கொள்ள முடியாதிருந்தது. அந்தக் காலத்திலேயே தங்களுடைய நேர்மையான ஆராய்ச்சி களின் மூலம் தமிழர்கள் அல்லாதவர்களிடமிருந்து சரியான ஒரு அங்கீகாரத்தை வையாபுரிப்பிள்ளையும் தெ.பொ.மீ.யும் தமிழுக்குப் பெற்றுத்தர முயற்சி செய்தனர். அம்முயற்சிகளில் அவர்கள் முழுமையடைவதற்கு தொல்லியல், நாணயவியல், கல்வெட்டியல் போன்ற துறைகளில் தமிழ்நாட்டைப் பற்றிய குறிப்புகள் தேவையான அளவுக்கு வெளிப்படுத்தப்படாமலிருந் தன.

பின்னர்வந்த காலங்களில்தான் இத்துறைகளிலான ஆராய்ச்சி நிறைவாக நடைபெற ஆரம்பித்தது. இதனுடன் கூடவே சமூகவியல், மானிடவியல், மொழியியல் போன்ற துறைகளையும் இணைத்து ஒரு விஞ்ஞானரீதியான ஆய்வு நிகழ்த்தப்பட வேண்டிய நிலை இருந்தது. உலக நாடுகளின் எல்லாப் பகுதிகளிலும் இத்தகைய முயற்சிகளில் ஈடுபட்ட மனிதர்கள் மார்க்சியவாதிகளாகவோ அல்லது மார்க்சியத்தின் பால் ஈடுபாடு கொண்டவர்களாகவோதான் இருந்துள்ளனர். தமிழகமும் இலங்கையும்கூட அதற்கு விதிவிலக்காக அமைய வில்லை. தமிழ்நாட்டில் பேரா. வானமாமலையும் இலங்கையில் கைலாசபதியும் சிவத்தம்பியும் இந்தப் பணியை முன்னெடுத்துச் சென்றதில் குறிப்பிடத்தக்கவர்கள். கைலாசபதியும் சிவத்தம்பியும் உலகின் புகழ்பெற்ற மார்க்சிய அறிஞரான ஜார்ஜ் தாம்சன் அவர்களிடம் பயிற்சி பெற்ற மாணவர்கள் என்பது அவர் களுடைய ஆய்வுப் பார்வையை நவீன விஞ்ஞான ஆய்வுகளுடன் இணைப்பதைச் சாத்தியமாக்கியது.

பழங்காலத்திலிருந்து தமிழ் நாடகம் வளர்ந்த முறையைச் சிலப்பதிகாரத்தை அடிப்படையாகக் கொண்டு தன்னுடைய முனைவர் பட்ட ஆய்வில் சிவத்தம்பி விளக்குகிறார். இதற்காகச் சிலப்பதிகாரம் தோன்றிய காலகட்டத்தைச் சரியான முறையில் வரையறுத்துக்கொள்ள வேண்டியிருந்தது. அதற்கு இந்நூலுக்கு முந்தைய காலகட்டங்களையும் பிந்தைய காலகட்டங்களையும் சரியாகப் புரிந்துகொள்ள வேண்டும். சிவத்தம்பி இந்த ஆய்வைத் தொடங்கிய காலத்தில் சங்க இலக்கியங்களும் சிலப்பதிகாரம், திருக்குறள் முதலான நூல்களும் உணர்ச்சிரீதியில்தான் தமிழ் மக்களுக்கு அறிமுகப்படுத்தப்பட்டிருந்தன. எனவே நவீன விஞ்ஞான ஆராய்ச்சி மேற்கூறிய உணர்ச்சிரீதியான ஆய்வு களைப் புறந்தள்ளிவிட்டது. ஆகவே இவற்றை எல்லாம் நவீன

ஆய்வுப் புலத்திற்குள் கொண்டுவராமல் உலக அறிஞர்கள் ஏற்கும்படியான ஒரு ஆய்வை தமிழ்மொழியில் நிகழ்த்த முடியாது.

உலகின் பல்வேறு நாடுகளில் பழைய சமூகங்களைப் பற்றிய ஆய்வுகள் நிகழ்த்தப்பெற்றன. அவை உலகப் பொதுவான சில கொள்கைகளை வரையறுத்தும் உள்ளன. அதில் முதன்மை யானது மார்க்சியத்தை அடிப்படையாகக் கொண்டிருந்தது. இயங்கியல் பொருள்முதல்வாதக் கொள்கை வரையறுத்து வெளியிடப்பட்ட பின்னர், அது சமுதாய மாறுபாடுகளை விளக்கப் பயன்படுத்தப்பட்டது. அதன்பின்னர், பொருளாதார அரசியல் நிறுவனங்களில் வளர்ச்சி பற்றிய உண்மைகள் தெளி வாயின. பொருளாதார வளர்ச்சியின் பொது நெறியாகவும் வருணனையாகவும் பல கட்டங்கள் வரையறுத்துக் கூறப்பட்டன. மனித வளர்ச்சியை அறியப் பயன்படுத்தப்படும் இவ்வணுகு முறைக்கு மார்க்சியம் என்பது பெயர். மார்க்ஸ் இம்முறையை நிறுவினார். இது வரலாற்று ஆய்வுமுறைகளின் ஒரு பகுதியாகி விட்டது (ப. 31). இந்தக் கொள்கையின் அடிப்படையில் ஆய்வுகளை மேற்கொண்ட மார்க்ஸ் உலக வரலாற்றை அடிமைக்காலம், நிலப்பிரபுத்துவக்காலம், முதலாளித்துவக்காலம் என்று வரை யறுத்தார். அந்த வரையறையில் உள்ளடக்க முடியாத பகுதி களையும் உலக வரலாற்றில் அவர் கண்டார். அதனை அவர் 'ஆசிய உற்பத்திப் பாங்கு' எனப் பெயரிட்டு அழைத்தார். மற்றைய பாங்குகளை 'ஸ்லாவேனிக்', 'ஜெர்மானிக்', 'பண்டைய செந்நெறி' எனக் கூறினார். இதில் கூறப்பட்ட ஆசிய உற்பத்தி முறை என்பது தமிழ்மொழியில் கூறப்படும் திணைப் பாகுபாட் டுடன் மிகச் செம்மையாகப் பொருந்தியிருப்பதைச் சிவத்தம்பி திணைக் கோட்பாட்டின் சமூக அடிப்படைகள் என்ற கட்டுரை யில் ஆராய்ந்து காட்டுகிறார்.

பி.டி. சீனிவாச ஐயங்கார், இராமச்சந்திர தீட்சிதர், கமில் சுவலபில் போன்றவர்கள் பழந்தமிழ்ச் சமூகத்தின் வளர்ச்சி நிலைகளை இனம் காட்டும் பண்புடையதாகத் திணைப் பாகுபாட்டைப் பார்த்தனர். இப்படிப் பார்ப்பது சிறிய நிலப் பரப்பில் அமைந்துள்ள தமிழகத்துக்குப் பொருந்தாது என்று என். சுப்பிரமணியன் மறுக்கிறார். உண்மையில் அவர்களால் விடப்பட்ட பகுதி என்பது குறிஞ்சி, முல்லை, மருதம், நெய்தல், பாலை ஆகிய தமிழ்நாட்டின் எல்லாப் பகுதிகளிலும் வளர்ச்சி என்பது ஒரேவிதமாக அமையாது மருதத்தில் மிக உயர்ந்த நிலையிலும் குறிஞ்சியில் மிகத் தாழ்ந்த நிலையிலும் இருப்பது ஏன் என்பதுதான்.

பழந்தமிழ் இலக்கியங்கள் காட்டும் ஐந்நிலப் பாகுபாடு என்பது தமிழகத்தின் படிமுறையான வளர்ச்சியைச் சுட்டுவது

தான் என்று பி.டி. சீனிவாச ஐயங்கார், இராமச்சந்திர தீட்சிதர், கமில்சுவலபில் போன்றவர்கள் வரலாற்றியல், சமூகவியல், மானிடவியல் அடிப்படையில் சுட்டிக் காட்டினர். இதனை என். சுப்பிரமணியன் ஒரு பரந்த நிலப்பரப்புக்கு உரித்தான பணியை மிகச் சிறிய பகுதியில் அமைந்த தமிழ்நாட்டுக்குப் பொருத்திப் பார்ப்பது பொருந்தாது என்றார். உண்மையில் திணைப் பாகுபாடு என்பது ஒரே காலகட்டத்தில் வேறுபட்ட வளர்ச்சிநிலை இருப்பதை விளக்கிக் காட்டுவதுதான். அதனைச் சிவத்தம்பி செய்கிறார்.

இந்திய நாகரிகத்தின் பிறப்பு *(the birth of Indian civilization)* என்ற நூலில் புகழ்பெற்ற தொல்லியல் அறிஞர் ஆல்ச்சின் *(Allchin)* இந்தியாவின் தென் பகுதியில் இருந்த புதிய கற்காலப் பண்பாட்டின் முல்லைநில வாழ்வுத் தன்மையைக் காட்டு வதற்குச் சான்றாகப் பெரும்பாணாற்றுப்படையில் 147 முதல் 196 வரையுள்ள வரிகளைத் தருகின்றார். சமகாலத்து வாழ்வில் வேறுபட்ட நில அமைப்புகளில் வேறுபட்ட கலாச்சாரமும் நிலவி வந்ததைக் காட்டும் பகுதிகள் அவை. திணைக் கோட்பாட் டின் மையமான பகுதியை விளக்குவதற்கு ஆல்ச்சினுடைய மேற்கோள்தான் சிவத்தம்பி அவர்களுக்குத் தூண்டுதலை அளித் துள்ளது என்று கூறலாம்.

இந்திய இலக்கிய வரலாற்றில் எந்த மொழியிலும் இல்லாத திணைக் கோட்பாட்டை உலகளாவிய உற்பத்தி முறைகளுள் ஒன்றுடன் பொருத்திக் காட்டிய பேராசிரியர், இந்தக் கொள்கை களைக்கொண்டிருக்கும் சங்க இலக்கியங்களும் தொல்காப்பிய மும் வரலாற்றில் எந்தக் காலகட்டத்தைச் சார்ந்தவையாக இருக்க முடியும் என்பதை ஆராய்கிறார். நீலகண்ட சாஸ்திரி போன்றவர்கள் பெரிபுளூஸ் போன்ற மேனாட்டவர்களின் குறிப்புகள், தமிழ்நாட்டில் கிடைக்கும் ரோமானியக் காசுகள் போன்றவைகளை ஆதாரமாகக்கொண்டு கி.பி. முதல் நூற்றாண்டைச் சார்ந்தவை என்று கூறினர். இவர்கள் காலத்துக் குப் பின்னர் ஆராயப்பெற்ற பிராமி எழுத்துச் சான்றுகள் இந்த நூல்களின் காலம் கி.மு. மூன்றாம் நூற்றாண்டின் பிற்பகுதி யிலிருந்து கி.பி. இரண்டாம் நூற்றாண்டு வரையிலான 450 ஆண்டு காலத்தைச் சார்ந்தவை என்பதை நிரூபித்தன. இத்தகைய அரிக்கமேடு அகழ்வாய்வில் கிடைத்த மட்கல ஓடுகளின் காலம் கி. பி. 20 – 50 ஆகும். அரிக்கமேடு, வீராம்பட்டினம் போன்ற இடங்களில் கிடைத்த ரோமானிய மட்கல ஓடுகள் இந்தக் காலகட்டத்தை உறுதிப்படுத்துகின்றன என்று ‘வீலர்” என்ற ஆய்வாளர், ‘ஸ்கில் டிக்கிஸ்’ என்னும் நூலில் உயிர்ச் சித்திரம் போன்று வரைந்துள்ளார் என்று சிவத்தம்பி குறிப்பிடு கின்றார்[1] (ப. 136).

தமிழ்நாட்டின் எழுத்து வரலாறும் சமூக வரலாறும் கி.பி. ஒன்றுக்கு முந்தைய காலகட்டம் என்று இந்த ஆய்வுகள் உறுதிப் படுத்தியுள்ளன. ஆனால் அன்றைய தமிழ்ச் சமூகத்தில் சமூக நிறுவனங்களும் அரசுருவாக்கம் என்பதும் இலக்கிய உருவாக்கம் என்பதும் எவ்வாறு இருந்தன என்பதை யாரும் விளக்கவில்லை. இத்தகைய ஆய்வுகளுக்குள் செல்லாமலேயே தமிழக வரலாறு கி.மு. மூன்றாம் நூற்றாண்டிலிருந்து கி.பி. ஏழாம் நூற்றாண்டு வரை ஒரேமாதிரியாக இருந்ததாகத் 'தமிழ் ஆர்வலர்கள்' பலரும் மொன்னையாகச் சொல்லி வந்தனர். இத்தகையவர் களின் ஆய்வுகளை இந்தியாவின் மற்ற பகுதியில் இருந்த அறிஞர்களோ உலக நாடுகளில் இவற்றில் ஆர்வம்கொண்ட அறிஞர்களோ ஏற்றுக்கொள்ளத் தயாராக இல்லை. இந்தச் சூழ்நிலையில் சிவத்தம்பி 1. பூர்வகாலத் தமிழ்நாட்டில் அரசமைப்பு உருவாக்கம் ஆட்சி அதிகாரம் உடையோரைக் குறிக்கும் சங்ககாலச் சொற்களை ஆதாரமாகக்கொண்டு அக் காலத்து அரசாங்க உருவாக்கம் பற்றிய பூர்வாங்க உசாவல், 2. பண்டைய தமிழ்நாட்டில் உயர்குடி ஆதிக்க மேட்டிமையின் வளர்ச்சி, பண்டைய தமிழ்நாட்டில் சமூக அமைவுகளின் தோன்றுநிலை குறித்த ஆய்வு என்ற இரு கட்டுரைகளை ஆங்கிலத்தில் எழுதுகின்றார். இதற்கான அடிப்படைச் சான்றாதாரங்களாக சங்கப் பாடல்களில் பயின்று வரும் சில சொற்களை எடுத்துக்கொள்கிறார். அவை வேந்தன், அரசன், இறை, கோ, கோன், சீறூர் மன்னன் போன்றவை. இந்தச் சொற்கள் இலக்கியத்தில் பயின்று வரும் இடங்கள் குறிப்பிட்ட இடங்களில் அந்தச் சொற்களுக்கான பொருள் கொள்ளும் முறையைச் சுட்டுகிறார். வேந்தன் போன்ற சொற்கள் சேர, சோழ, பாண்டியரைத் தவிர மற்றவர்களைக் குறிக்கப் பயன் படுத்தாத நிலையைக் காட்டுகின்றார். சீறூர் மன்னன் என்று சொல்லப்படும் இடங்களிலெல்லாம் அத்தலைவன் முல்லைநிலப் பகுதியைச் சேர்ந்தவனாக வருணிக்கப்படும் தன்மை உள்ளதைக் காட்டுகிறார். இவற்றின் வழியாக அவர்கள் எத்தகைய அதிகாரம் உடையவர்களாக இருந்தனர் என்பதைத் தெளிவாக விளக்கு கின்றார். ஆனால் ஒரு முழுமையான அரசு என்பது இந்தத் தலைவர்களை மட்டும் கொண்டு இயங்குவதில்லை. அதற்குப் பல அங்கங்கள் உண்டு. திருக்குறளில் 'படை குடி கூழ் அமைச்சு ... அரசருள் ஏறு' என்ற குறளும் அந்த அதிகாரமும் சான்றாக இருப்பதைக் காட்டுகின்றார். இத்தகைய அங்கங்களைப் பெற்றிருந் தாலும் அரசன் என்ற தனிமனிதனை மையமாகக்கொண்டே சங்கப் பாடல்களில் ஆட்சி அமைப்பு சுட்டிக்காட்டப்படுகின்றது. ஆனால் அர்த்தசாஸ்திரத்திலும் உலகின் மற்ற பகுதிகளில்

உருவான அரசமைப்புக் கொள்கைகளைக் கூறும் நூல்களிலும் அரசன் என்பவன் அரசின் மற்ற அங்கங்களில் ஒருவன் என்று தான் குறிப்பிடப்பட்டுள்ளது. எனவே சங்க இலக்கியத்தில் கூறப்படும் தலைவர்கள் பற்றிய குறிப்பு வீரநிலைக் காலத்துத் தலைவர்களைப் போன்றே அமைந்துள்ளது. இதனைக் கைலாசபதி யின் ஆய்வை மேற்கோள் காட்டி சிவத்தம்பி குறிப்பிடுகின்றார். எனவே சங்ககாலம் என்பது பழங்குடித் தன்மையிலிருந்து சமூகம் மெல்ல மெல்ல மாறிவந்து ஒரு மாபெரும் தலைவன் கீழான அமைப்பாக உருப்பெற்றதுதான் என்கின்றார். இதனை வாய்மொழி மரபு என்பது இலக்கிய மரபாக மாற்றம் பெற்றதைச் சுட்டிக் காட்டி, பாணர் விறலி மரபு என்பது புலவர் மரபாக மாறியதுடன் இணைத்துக்காட்டி விளக்குகிறார்.

இந்த அமைப்பும்கூட சிதைந்துவிட்டதைச் சிறுபாணாற்றுப் படையில் உள்ள ஒரு குறிப்பை வைத்து விளக்குகின்றார். இந்த சிதைவு ஏற்பட்டமைக்கான காரணங்களை உற்பத்தி முறையின் வளர்ச்சியுடன் இனம் காண்கின்றார். நெல் உற்பத்தி யுடன் இதுவும் சேர்ந்து உபரி உற்பத்தி மூலமாகச் செல்வம் சேர்வதற்கு வழி செய்கிறது. இச்செல்வத்தின் சமூகத் தாக்கம் படிப்படியாக நாம் உணரத்தக்கதாய் உள்ளது.

ஆற்றுப் பாசன வளர்ச்சி ஏற்படுகிறபோது, பிற பகுதிகளைச் சேர்ந்த மக்கள் படிப்படியாக ஓரங்கட்டப்படுவதை நாம் உணர முடிகிறது, கால்நடை வளர்ப்போரும் வேட்டையாடு வோரும் கல்வியறிவற்றவர்கள் அல்லது அறிவூட்டப்படாதவர்கள் என்று அடிக்கடி குறிப்பிடப்பெறுவதை நாம் காண முடிகிறது. (அகம் 75, 107, நற் – 367, ஐங். 304) சமூக அந்நியமாதல் வளர்ச்சியைச் சில பாடல்கள் நமக்குக் காட்டுகின்றன. (அகம் 54, 58, நற். 69, 75, 88, 127, 140, 169, 228, 264, 274, 311, 321, குறுந். 335, 346, 388) இச்சூழல் நம் கவனத்தைத் தூண்டுகின்றது. ஏனெனில் குறிப்பிட்ட நிலப்பகுதி, குறிப்பிட்ட காதல் பொருள் சார்ந்து கவி மரபுப் படி இடம்பெற வேண்டும். காதல் வயப்படுதலும் பாலுறவு கொள்ளுதலும் மலைப்பகுதி சார்ந்த பின்னணியில் கூறப்பட வேண்டும். இவ்வகைப்பட்ட ஆரம்பகாலப் பாடல்களில் வேட்டையாடுவோரும் வேட்டைச் சமூகப் பெண்ணுமே பாத்திரங்களாக இருந்தனர். ஆனால் விரைவில் இம்மரபு கைவிடப்பட்டு மலைகளில் வாழ்ந்த வேட்டையாடுவோனுக்குப் பதிலாக மலைக்கு உரிமையுடையவன் (மலைகிழவோன்) இடம்பெறத் தொடங்குகிறான். (கலித்தொகை 34) உரிமையாளர் களே காதலர்களாகத் திகழ முடியும் எனத் தொல்காப்பியர் விதிக்கும் வரன்முறையோடு இது ஒத்துப்போவதைக் காண் கிறோம்.

தமிழ்ச் சமூகத்தில் சொத்துடைமையை அடிப்படையாகக் கொண்ட தகுதியின் ஊடாக மரியாதைக்கு உரியவர்களாக ஆன மனிதர்களைக் குறிக்கும் சொற்களாகக் கிழான், கிழவன் போன்ற சொற்கள் உள்ளன என்கிறார். இதற்குத் தொல்காப்பிய அகத்திணையியலில் வருகின்ற திணைத் தலைவர்களை மேற் கோளாகக் காட்டுகின்றார். (அன்ன ராயினும் இழிந்தோர்க் கில்லை) அத்தகையவர்களுக்குக் கைக்கிளை, பெருந்திணையை ஒதுக்கி வைக்கிறார் தொல்காப்பியர். இன்னும் இத்தலைவர் களுக்குத் துணையாக வருகின்ற இளையோர், பாங்கன் முதலான சொற்கள் சமூகத்தில் வர்க்க வேறுபாடுகளை விளக்குகின்ற குறியீடாகும் என்று கூறுகின்றார். பழங்குடிச் சமூகத்தில் இல்லாத பரத்தையர்கள் பற்றிய குறிப்புகள் முகமறிந்த குலத்தினராக இருந்த மக்கள் முகமறியாத வர்க்க வேறுபாடு உள்ளவர்களாக மாறிவிட்டதைச் சுட்டிக்காட்டும் அடையாளமாகக் கொள்ள லாம் என்கிறார். தொடர்ந்து காவிதி, ஏனாதி, எட்டி முதலான பட்டங்கள் அரசினால் உயர்ந்த தகுதி உடையவர்கள் என்பதை அரசே அங்கீகரிக்கும் தன்மை என்று கூறுகிறார். இன்னும் சங்க இலக்கியங்களில் பயின்றுவரும் பொன் வணிகர், கொழு வணிகர், அறுவை வணிகர் எனப்படும் துணி வணிகர்கள் முதலான சொற்கள் குறிப்பிட்ட சமூகத்தில் வணிகம் என்பது ஒரு முக்கியமான இடத்தைப் பிடித்துவிட்டதற்கு எடுத்துக் காட்டாகக் கூறுகிறார்.

இதே சொற்கள் அழகர் மலைக் கல்வெட்டுகள் போன்ற பிராமி கல்வெட்டுகளில் இதே பொருளில் கையாளப்படுவதை ஐராவதம் மகாதேவன் குறிப்பிடுவதைக் காட்டி பிராமி எழுத்து களின் காலமாகிய கி.மு. 3 – கி.பி. 2 காலகட்டத்தைச் சார்ந்ததாக சங்கப் பாடல்களில் பல இருக்க வேண்டும் என்கிறார்.

தொல்காப்பியத்தையும் சிலப்பதிகாரத்தையும் கி.பி. 5ஆம் நூற்றாண்டு காலத்தைச் சார்ந்தவையாகக் கருதுகின்றார். இத்தகைய கருத்துக்கு ஆதரவாக இந்த நூல்களில் வைதீக சமயக் கருத்துகள் பெருமளவில் இருப்பதைச் சான்றாக்குகின்றார். ஆனால் இதே போன்ற வைதீகச் சார்பு சங்கப் பாடல்களிலும் உள்ளன. புறநானூறு 55, 56ஆம் பாடல்களில் சிவன், விஷ்ணு, பலராமன், முருகன் பற்றிய விவரிப்புகள் கலித்தொகை, பரிபாடல் போன்ற நூல்களில் உள்ள விவரிப்புகளை அப்படியே ஒத்துள்ளன. இதை ஒத்த செய்திகள்தான் தொல்காப்பியத்திலும் சிலப்பதிகாரத் திலும் உள்ளன. பட்டினப்பாலை, மதுரைக்காஞ்சி போன்ற நூல்களில் வருகின்ற நகர வருணனைகளைப் போன்றே சிலப்பதிகாரத்திலும் உள்ளது. இந்திய இலக்கியங்களில் எங்கும் இதுபோன்ற வருணனைகள் இல்லை என்பார் கோசாம்பி. அப்படியென்றால் தமிழ் இலக்கியங்களில் விவரிக்கப்படுகின்ற

நகரங்களுக்கேற்ற ஒரு சமூகப் பொருளாதார வளர்ச்சி தமிழ் நாட்டில் நிகழ்ந்துள்ளது. இந்த வளர்ச்சியை ஒப்பிடுவதற்கு இந்தியாவின் மற்ற பகுதிகளின் வளர்ச்சியை உதாரணமாக எடுக்க முடியாது. தமிழக வரலாற்றின் இந்த காலகட்டத்தை இருண்ட காலமாகிய களப்பிரர் காலம் என்று குறிப்பிடுவார்கள். சிவத்தம்பியும் இருண்டகாலம் என்பதை ஒத்துக்கொண்டு சிறுபாணாற்றுப்படையின் அடிப்படையில் சங்ககாலம் முடிவுக்கு வந்துவிட்டதாகக் கூறுகிறார். சேர, சோழ, பாண்டியர் களின் புகழ் மங்கிவிட்டதாலேயே அந்த அரசுகளெல்லாம் அழிந்துவிட்டதாக இருண்டகால வாதிகள் கூறுகின்றனர். இவர்களின் கூற்று சரியாக இருக்குமானால் பல்லவர் காலத்தில் சேர, சோழ, பாண்டியர்களின் புகழ் மங்கினாலும் தொடர்ந்து அவர்கள் இருந்து வந்ததையும் பல்லவர் காலத்திலேயே தமிழ் நாட்டின் தென் பகுதியில் பாண்டியர்கள் பேரரசர்களாக இருந்ததையும் அடுத்து வந்த காலங்களில் சோழப் பேரரசு அதே பெயரில் வலிவும் பொலிவும் பெற்று கி.பி. 8இலிருந்து 12ஆம் நூற்றாண்டு முடிய சிறப்புற்றிருந்தது எப்படி என்ற கேள்வி எழுகின்றது.

அதே காலகட்டத்தில் சிலப்பதிகாரம், மணிமேகலை போன்ற நூல்களில் சமயம் சார்ந்த அறிஞர்களின் விவாதங்கள் பட்டிமன்றங்களில் பேசப்பட்டதாகத் தகவல்கள் உள்ளன. இந்த ஆழமான தத்துவ விவாதங்கள் பொதுமக்கள் மத்தியில் ஏற்றுக்கொள்ளப்பட்ட ஒரு பொழுதுபோக்கு போலவே தெரி கிறது. இவற்றை இலக்கிய் ஆசிரியர்களின் கற்பனைகள் என்று ஒதுக்கிவிட முடியாது. ஏனென்றால் இட்சிங், யுவாங்சுவாங் முதலான சீனப் பயணிகளின் குறிப்புகளில் தமிழகத்தின் காஞ்சிபுரம், பாடலிபுத்திரம் (கடலூர்) போன்ற ஊர்கள் கல்வி யில் இந்தியாவிலேயே சிறந்து இருந்ததாகக் குறிப்பிடப்பட் டுள்ளன. இந்த ஊர்களுக்கு வந்து பல பௌத்த நூல்களை அவர்கள் சீன மொழியில் மொழிபெயர்த்துச் சென்றதாகவும் குறிப்பிடுகின்றனர். நாளந்தா பல்கலைக்கழகத்தில் தலைவராக இருந்த தருமபாலர் இந்த காலகட்டத்தில் தமிழ்நாட்டில் வாழ்ந்தவர் என்பது குறிப்பிடத்தக்கது. இந்திய தத்துவ வரலாற்றில் போற்றத்தக்க தர்க்க நூலான 'நியாயபிந்து'வை எழுதியவர் இதே காலத்தைச் சேர்ந்த தருமகீர்த்தி என்ற தமிழரே. இந்தக் காலத்திலும் இதனை அடுத்துத் தோன்றிய காலகட்டத்திலும் காப்பியங்கள், இலக்கண நூல்கள். நிகண்டுகள், யாப்பு நூல்கள் ஆகிய தமிழ் நூல்கள் அனைத்துமே சமண சமயம் சார்ந்த தமிழர்களால் எழுதப்பட்டவைதான். இவ்விடத்தில் மற்றொரு செய்தியையும் நாம் கவனத்தில் கொள்ள வேண்டும். தொல்காப்பியம், சங்க இலக்கியம் போன்றவற்றில் தலைவன்

பொருள்வயிற் பிரிவு மேற்கொள்வதாக ஒரு செய்தி குறிப்பிடப் படும். இது அக்காலகட்டத்துத் தமிழ் இளைஞர்கள் பொருள் ஈட்டுவதற்காக அக்கம்பக்கத்து நாடுகளுக்குப் பயணம் செய்தார் கள் என்பதைக் குறிப்பதாகும். அடுத்து வந்த ஐந்நூறு ஆண்டு களுக்குப் பிறகு மார்க்கோபோலோகூட இதைக் குறிப்பிடு கின்றார். "ஆண் மக்களுக்குப் பதின்மூன்று வயதாகிவிட்டால் பெற்றோர்கள் அவர்களை வீட்டில் வைத்துக்கொள்வது இல்லை. அந்த வயதில் அவர்களே வாணிகம் செய்து பொருள் ஈட்டும் ஆற்றலைப் பெற்றுவிடுகிறார்கள் என்றும் அவர்களை வளர்க்கும் பொறுப்பு அதற்குமேல் தங்களுக்கு இல்லை என்றும் பெற்றோர்களே கருதுகிறார்கள். எனவே அந்தப் பிள்ளைகள் கையில் இருபது அல்லது இருபத்து நான்கு குரோட்டோ அதற்குச் சமமான பணமோ கொடுத்து அவர்களை வெளியில் அனுப்பி விடுகிறார்கள். தங்கள் பெற்றோர்களது வருமானத்தில் கிடைக்கும் சோற்றில் ஒரு பருக்கையையும் அவர்கள் தொடுவ தில்லை.[2] கி.பி. பதின் மூன்றாம் நூற்றாண்டில் வாழ்ந்த தமிழ் இளைஞர்கள்கூட வாணிகம் செய்து பொருள் ஈட்டியுள்ளனர் என்பதற்கு மார்க்கோபோலோவின் கூற்று ஒரு வரலாற்று ஆதாரமாக உள்ளது. இத்தகைய ஒரு பொது மனோபாவம் சிலப்பதிகார காலத்திற்கு முன்னமேயே வேரூன்றி வளர்ந்து வந்துள்ளது. பொதுவான கல்விப் பயிற்சி, வாணிகம் செய்து பொருளீட்டுதல் போன்றவற்றில் பயிற்சி கொடுப்பது சமண மதத்தின் பணியாகவே இருந்துள்ளது. தத்துவக் கல்வி, தத்துவத்தைப் புரிந்துகொள்ளும் விவாதங்கள் போன்றவற்றை பௌத்த மதம் ஒரு சமயக் கடமையாகவே தமிழ்நாட்டில் செய்து வந்துள்ளது.

மருத நிலப் பாசன வளர்ச்சி மட்டுமல்லாது வணிகத்தின் வளர்ச்சி கல்விப் பயிற்சி, தத்துவ விவாதங்கள் போன்றவை கிறித்துவ ஆண்டின் தொடக்கத்திலிருந்து கி.பி. ஐந்தாம் நூற்றாண்டு வரை பல்கிப் பெருகி இருந்தன. எனவே எதையும் ஆராய்ந்து பார்க்கும் பண்பும் விவாதிக்கும் மனோபாவமும் ஒரு ஜனநாயக ரீதியிலான சிந்தனையை அன்றைய தமிழ் மக்களிடத்தில் ஏற்படுத்தி இருந்தன.

இதுவே எதேச்சதிகாரமிக்க அரசர்களின் தன்னிச்சையான ஆதிக்கத்திற்கு எதிராக அமைந்துவிட்டது. எனவே இந்தக் காலகட்டங்களில் அரசர்களின் ஆதிக்கம்போய் விவாதங்களின் எழுச்சி என்பது அக்கால நூல்களில் வெளிப்படுகின்றது.

அதிகாரங்களின் ஒடுங்குதசையும் அறிவின் வெளிச்சமும் பரவிய காலத்தை இருண்ட காலம் என்று கூறுபவர்கள் சாதியத்தையும் சரணாகதியையும் ஏற்றுக்கொள்பவர்களாகத்

பொ. வேல்சாமி

தான் இருக்கமுடியும். விஞ்ஞான ரீதியான மனோபாவம் கொண்ட சிவத்தம்பி இந்த இடத்தில் தடுமாறி நிற்பதைக் காண முடிகின்றது. அடுத்து வந்த காலங்களில் வைதீகத்தின் பெயரால் எழுச்சி பெற்ற சைவமும் வைணவமும் மக்களைச் சிந்தனை அற்றவர்களாக மாற்றி அமைப்பதில் பெரு முயற்சி எடுத்துக்கொண்டதைக் காண்கின்றோம் பக்தியின் பெயரால் சரணாகதித் தத்துவத்தை சமயக் களத்தில் பரப்பியது. இது அரசியல் களத்தில் ஜனநாயகத்துக்குப் பதிலாக எதேச்சதிகாரத்தை நியாயப்படுத்தியது. இந்தப் போக்கின் விளைபொருளாகப் பல்லவப் பேரரசும் பாண்டியப் பேரரசும் நிலைபெற்று வளரத் தொடங்கின. பிற்காலங்களில் சோழப் பேரரசு மிகப் பெரிய விரிவாக்கம் கண்டது. பழங்குடிகளாக இருந்த மக்களும் வணிகர்களாக வளர்ந்துவிட்ட செல்வர்களும் சமணத்தின் பௌத்தத்தின் நிழலில் ஒன்றாகக் கூடுவது இயல்பாக இருந்தது. இதே கால கட்டத்தில் மேலிருந்து கீழ் என்று கோசாம்பி குறிப்பிடுகின்ற நிலமானிய அமைப்பு ஒன்று மேல் கிளம்பி வருவதைப் பாண்டியர் செப்பேடுகள், பல்லவர் செப்பேடுகள் போன்றவை பதிவு செய்து காட்டுகின்றன. இந்த அமைப்பு தனக்குச் சாதகமான நால்வருணக் கோட்பாட்டையும் தீண்டாமைக் கொள்கையையும் வேதத்தை முதன்மைப்படுத்திக் கட்டமைத்துக் கொள்வதை அந்த பட்டயங்களே விளக்குகின்றன. அரசியல் அதிகாரம், நிலத்தின்மீதான அதிகாரம் போன்றவற்றைச் சைவ, வைணவ மதங்கள் பெரும் கோயில்களினூடாக அதாவது அரசியல் அதிகாரத்தைக் கலாச்சாரத்தின் ஊடாகக் கைப்பற்றிக் கொண்டது. இதன் விளைவாகத் தமிழ்ச் சமூகம் கல்வியை இழந்தது. சாதியை ஏற்றது. பொதுமையை இழந்தது. தீண்டாமையைக் கைக் கொண்டது. மனுநீதியே பிற்காலத்து வெள்ளையர்கள் கூட ஏற்கும் நீதியாக மாறியது. நாகரிக நிலையில் உயர்ந்து வரும் ஒரு சமுதாயம் நடுவிலே சிதைக்கப்பட்டு சீரழிந்து போனதற்கு நம்முடைய தமிழ்ச் சமூகமே சரியான சான்றாகும். இதே நிலையை ஒப்பிட்டுச் சொல்ல உலகில் வேறு எங்குமே உதாரணம் கிடையாது. மேலே குறிப்பிட்ட நிலைகளை நடுநிலையில் சுமந்து நிற்பது சிலப்பதிகாரம். ஆனால் அதைப்பற்றி சிவத்தம்பி வேறுவிதமாகக் கூறுகிறார். அது சிலப்பதிகாரம் தனக்கேயுரிய வகையில் ஒரு பெரும் பிரதேச ஒற்றுமையை மற்ற இலக்கியங்களில் ஒன்றும் கேட்டறியாதபடி முன்வைத்தது. கிடைக்கின்ற அரசியல் வரலாற்று வெளிச்சத்தில் பார்க்கும்போது இந்த அம்சம் தெளிவாக விளங்கக் கூடியதாகிறது. சிலப்பதிகாரம் அரசியல் உடைவு ஏற்பட்ட காலத்தில் எழுதப்பட்டது. களப்பிரர் படையெடுப்பு பெரும் அரசியல் அலகுகளை உருவாக்க உதவவில்லை. பதிலாக இன்னும் உடைவுகளுக்கு இட்டுச் செல்வதன்

மூலம் நிலைமையை மோசமாக்கிற்று. இந்நிலை வர்த்தகத்தின் வீழ்ச்சிக்கே ஒரு உந்துதலாய் இருக்க முடியும். அதன் வெளிநாட்டு வர்த்தகம் ஏற்கனவே வீழ்ச்சியடையக்கூடிய அளவுக்கு விழுந்து விட்டது. இந்தியப் பின்னணியில் வணிக வர்க்கம் – வைசியர்கள் – ஒருபொழுதும் தமக்கென அரசியல் அதிகாரத்தைத் தேடிய தில்லை. அவர்கள் அதிகாரத்திலிருக்கும் அரசுகளின் ஆதரவின் கீழ் பணியாற்றுவதையே விரும்பினர். சிலப்பதிகாரம் கூறும் மூவேந்தர்களின் உயர்நிலையும் தமிழ்நாட்டின் ஒருமைப்பாட்டுக் கான அழுத்தமும் இந்தநிலையில் மிகவும் கருத்து உள்ளவையாகத் தோன்றுகின்றன. அண்மையில் அதன் காலம் கி.பி. 465 எனக் கணிப்பிடப்பட்டிருப்பது இந்நிலைமையுடன் மிகவும் பொருந்து கிறது[3].

பேராசிரியர் சிவத்தம்பியின் ஆய்வுகள் பரந்துபட்டவை. சங்க இலக்கியம், தொல்காப்பியம் தொடங்கி பாரதி, இன்றைய தமிழ் சினிமா, நாவல், புதுக்கவிதை என்று அவர் தொடாத துறைகள் இல்லை. அவருடைய ஆய்வுகள் நுட்பமானவை மட்டுமல்லாது விஞ்ஞானத் தன்மையுடையனவாகவும் விளங்கு கின்றன. இவருக்கு ஈடான தமிழ் அறிஞர் என்று ஒருவரைக்கூட சுட்டிக்காட்ட முடியாது. தமிழை வைத்து அரசியல் செய்பவர் களுக்கு இவருடைய கருத்துகள் மிகப்பெரிய இடைஞ்சல்களை உண்டாக்கும். எனவே உலகத் தமிழ் ஆராய்ச்சி நிறுவனம் முதலானவை இவரை சொற்பொழிவாற்ற அழைத்தாலும் அந்தச் சொற்பொழிவை நூலாக வெளியிடா. அதனை அவரே தொல்காப்பியமும் கவிதையும் என்ற நூலின் முன்னுரையில் குறிப்பிடுகின்றார். இந்தக் கட்டுரையில் பேராசிரியருடைய சங்ககாலச் சிந்தனைகள், சிலப்பதிகாரச் சிந்தனைகள் மட்டும் தான் ஆய்வுக்கு எடுத்துக்கொள்ளப்பட்டன. இவரை முறையாக மதிப்பிட வேண்டுமானால் ஒரு பெரிய நூலால்தான் அது முடியும்.

அடிக்குறிப்புகள்

1. பண்டைத் தமிழ்ச் சமூகம், வரலாற்றுப் புரிதலை நோக்கி, கா. சிவத்தம்பி, மக்கள் வெளியீடு, முதற்பதிப்பு, டிசம்பர் 2003, ப. 31
2. தென்னிந்தியாவைப் பற்றிய வெளிநாட்டார் குறிப்புகள், கே.ஏ. நீலகண்ட சாஸ்திரி, தமிழ்நாட்டுப் பாடநூல் நிறுவனம், முதல் பதிப்பு, 1976, ப. 279 – 280
3. பண்டைய தமிழ்ச் சமூகத்தில் நாடகம், கா. சிவத்தம்பி, குமரன் புத்தக இல்லம், ப. 185

பயன்பட்ட நூல்கள்

1. தமிழில் இலக்கிய வரலாறு, கா. சிவத்தம்பி, என்.சி.பி.ஹெச். முதல்பதிப்பு, 1988

2. பண்டைத் தமிழ்ச் சமூகம் வரலாற்றுப் புரிதலை நோக்கி, கா. சிவத்தம்பி, மக்கள் வெளியீடு, முதல் பதிப்பு. டிசம்பர் 2003

3. தொல்காப்பியமும் கவிதையும், கா. சிவத்தம்பி, குமரன் புத்தக இல்லம்.

6

பார்ப்பனியம் மைனஸ் பார்ப்பனர் = சைவ சித்தாந்தம்

(சைவ சித்தாந்த சாத்திர நூல் தொகுப்பு வரலாறு)

I

மதுரை செந்தமிழ்க் கல்லூரியில் முதல்வராக இருந்து ஓய்வுபெற்ற, சங்க இலக்கியங்களில் பெரும் புலமைபெற்ற, தமிழறிஞர் தட்சிணாமூர்த்தி (சங்க நூல்கள் பலவற்றை ஆங்கிலத்தில் மொழிபெயர்த்தவர்: மொழி பெயர்த்துக் கொண்டிருப்பவர்) அவர்களிடம் அண்மையில் தொலைபேசியில் பேசிக்கொண்டிருந்தேன். அவரிடம் தமிழாசிரியர்கள் பலர் சோழர் காலத்தைப் பொற்கால மென்றும் களப்பிரர் காலத்தை இருண்ட காலமென்றும் எழுதியிருக்கின்றனர். ஆனால் மேலோட்டமாகப் பார்க்கும் போதுகூட களப்பிரர் காலத்தில் திருக்குறள், நாலடியார், பதினெண்கீழ்க்கணக்கு நூல்களும் சிலப்பதிகாரம், மணிமேகலை முதலான தமிழுக்கே பெருமை சேர்க்கும் நூல்களும் நீலகேசி, வளையாபதி முதலான இந்தியத் தத்துவங்களை நுட்பமாக விளக்குகின்ற நூல்களும் இறையனார் களவியல் போன்ற இலக்கண நூல்களும் என்று தமிழ்மொழிக்கே அடையாளம் கொடுக்கின்ற பல நூல்கள் தோன்றியிருக்கின்றன. அந்தக் காலத்தில் சமஸ்கிருதத்தில்கூட இவ்வளவு நூல்கள் தோன்றியதாக ஆதாரங்கள் இல்லை. பாலி, பிராகிருதம் தவிர இன்று இந்தியாவில் பேசப்படுகின்ற எந்த மொழியும் எழுத்துருவம் கூடப் பெறவில்லை. இவ்வாறு தமிழ்மொழிக்குப் பெருமை சேர்க்கின்ற நூல்கள் சோழர்கள் காலத்தில் எவையாவது

படைக்கப்பட்டுள்ளனவா என்று கேட்டேன். அவர் சொன்னார். கம்ப ராமாயணம் உள்ளது. ஆனால் கம்பனுக்கும் சோழ அரசனுக்கும் பகைமை என்றுதான் வழக்காறுகள் கூறுகின்றன. தமிழ்மொழியின் அமைப்பையே மாற்றி பாலி, சமஸ்கிருதம் போன்ற மொழிகளின் இலக்கண அமைதியைத் தமிழாகக் காட்டிய வீரசோழியம் உள்ளது. ஒட்டக்கூத்தர் இயற்றிய மூவருலா, புகழேந்தியின் நளவெண்பா, ஜெயங்கொண்டாரின் கலிங்கத்துப்பரணி, சேக்கிழாரின் பெரியபுராணம் போன்ற நூல்கள்தான் சோழர் காலத்தின் தமிழ்ப் படைப்புகளாக உள்ளன. இதிலும் ஒரு சிக்கல் உள்ளது. இவை அனைத்துமே இராஜஇராஜசோழனின் மகன் இராஜேந்திர சோழனின் பெண் வயிற்றில் பிறந்த வேங்கிநாட்டைச் சேர்ந்த தெலுங்கைத் தாய் மொழியாகக் கொண்ட குலோத்துங்கச் சோழன் மற்றும் இவ னுடைய மகன் (விக்கிரமசோழன்) பேரப் பிள்ளைகள் முதலான வர்கள் காலத்தில்தான் படைக்கப்பட்டன என்றார். அதாவது நாமெல்லாம் பெருமையாக நினைக்கின்ற இராஜராஜன் காலத்திலோ அவனுக்குப்பின் நூறு ஆண்டுகளாக ஆட்சி செய்த முன்னோர்கள் காலத்திலோ குறிப்பிடத்தக்க எந்த ஒரு தமிழ்நூலும் தோன்றவில்லை என்பது கவனிக்கத்தக்கது. இவர்களுடைய காலத்தில் ஏராளமான சமஸ்கிருதத்தைப் பயிற்று விக்கும் கல்லூரிகள் தோற்றுவிக்கப்பட்டன. 'வேங்கடமாதவர்' என்ற பார்ப்பனர் 'நிகர்த்த தீபிகை' என்னும் வேதத்துக்கு விளக்கம் சொல்லும் நூலை எழுதினார்.[1] இராஜராஜனுக்கும் அவனுடைய முன்னோர்களுக்கும் முதலமைச்சர்களாக, இராஜ குருக்களாக, நாட்டின் படைத்தலைவர்களாக இருந்தவர்கள் அனைவரும் பார்ப்பனர்களே. திருமுறைகளை இராஜராஜன் தொகுத்தான் என்பதில்கூட கருத்து வேறுபாடுகள் உள்ளன. தகவல்கள் இப்படியிருக்க அந்தத் தமிழறிஞர்கள் ஏன் அப்படிச் சொன்னார்கள்? இங்கேதான் தமிழக வரலாறு என்பதைத் தமிழ்நாட்டுச் சாதிகளின் வரலாறு என்று பார்க்கவேண்டிய கட்டாயம் ஏற்படுகின்றது.

மெய்கண்ட சாத்திரங்கள் என்று சொல்லப்படுகின்ற சைவ சித்தாந்த நூல்களின் தோற்றத்துக்கும் தமிழ் பேசுகின்ற சூத்திர வர்ணத்தாராகிய வெள்ளாளர், முதலியார், வணிகத்தால் செல்வர்களாக இருந்த செட்டியார்களுக்கும் நெருக்கமான உறவு இருந்தது. சுருக்கமாகக் கூறினால் இந்தச் சூத்திர உயர் சாதியினரின் சமூக அந்தஸ்தை உயர்த்தி நிலைநிறுத்துவதற்காக எழுதப்பட்டவைதான் சைவ சித்தாந்த சாத்திரங்கள். ஆனால் இந்தச் சமூக அந்தஸ்துக்காக இவர்கள் பல நூற்றாண்டுகள் பலநிலைகளில் முயற்சி செய்து வந்தனர். களப்பிரர் காலம் என்று சொல்லப்படுகின்ற காலத்தில் இந்தச் சூத்திர வர்ணம்

சார்ந்த தமிழர்கள் (இந்தக் காலகட்டத்தில் நால் வருணப் பாகுபாடு என்பது தமிழ்நாட்டில் வேரூன்றவில்லை. எனவே அக்காலத்தில் இவர்கள் சூத்திரர் என்ற இழிவுச் சொல்லால் அழைக்கப்படவில்லை என்பதும் கவனிக்கத்தக்கது.) நில உரிமை பெற்றவர்களாகவும் சமயத் தலைமை பெறுவதற்குத் தகுதி யானவர்களாகவும் பெரும் வணிகர்களாகவும் சிறப்புற்றிருந்தனர். சங்ககாலத் தமிழ் அரசர்களால் பெரிதும் சிறப்புச் செய்து பாராட்டப் பெற்ற பார்ப்பனர்கள் நிலைகுலைந்து இருந்தனர். "களப்பிரர்கள் கொடுங்கோலர்கள் என்றும் அவர்கள் பல அதிராஜர்களை அழித்துவிட்டார்கள் என்றும் பிரம்மதேய உரிமைகள் (பார்ப்பனர்கள் பெற்றிருந்த நில உரிமை) பலவற்றை ரத்து செய்துவிட்டார்கள் என்றும் வெகுவாகத் தூற்றப்படு கிறார்கள்.[2] ஆகவே பார்ப்பனர்கள் நில உரிமையை இழந்ததுதான் 'களப்பிரர் காலம் இருண்ட காலம்' என்று தூற்றப்பட்டதற்கு அடிப்படைக் காரணமாகும் என நீலகண்ட சாஸ்திரியாரே உடன்படுகிறார்.

நிறுவனமயமாக்கப்பட்ட எந்த அமைப்புமே கால ஓட்டத் தில் செல்வமும் அதிகாரமும் பெற்றுத் தன்னால் தோற்றுவிக்கப் பட்ட கொள்கைகளுக்குத் தானே மிகப்பெரிய எதிரியாக மாறிவிடும் நிகழ்ச்சிகள் உலக வரலாற்றில் ஏராளமாக உள்ளன. இந்தநிலை தமிழ்நாட்டில் பௌத்த மதத்திற்கு ஏற்பட்டது. (சமண சமயத்திற்கு இப்படியான ஒரு பிரச்சினை ஏற்பட்டதற் கான குறிப்புகள் தமிழக வரலாற்றில் கிடைக்கவில்லை.) இதன் விளைவாக பௌத்த மதம் சார்ந்த தமிழ்நாட்டுப் பழங்குடிகள் வீழ்ச்சி அடையத் தலைப்பட்டனர். வரலாற்றில் தக்க தருணத்தை எதிர்பார்த்திருந்த வைதீகப் பார்ப்பனர்கள் தங்கள் தகுதியை நிலைநிறுத்திக்கொள்ளப் பல்லவ அரசையும் பாண்டிய அரசை யும் பயன்படுத்திக் கொண்டனர். பல்லவர் செப்பேடுகள் முப்பது, பாண்டியர் செப்பேடுகள் பத்து ஆகியவை இதனைத் தெளிவாக விளக்கும் ஆவணங்கள் ஆகும்.[3] இந்த ஆவணங்கள் பெருவாரியான தமிழ்நாட்டுப் பழங்குடிகளின் நிலங்களைப் பாண்டிய அரசர்களும் பல்லவ அரசர்களும் பறித்து எடுத்துப் பார்ப்பனர்களுக்குச் சட்டரீதியான ஆவணங்களாகப் பதிவு செய்ததைக் குறிப்பிடுகின்றன. அத்துடன் நில்லாமல் பின்வரும் காலங்களில் நிலத்தை இழந்த மக்கள் பார்ப்பனர்களிடம் இருந்து நிலத்தைப் பறித்து தங்கள் வசப்படுத்திக்கொள்ளாதவாறு 'ஆணத்தி'[4] என்ற பதவியை ஏற்படுத்தி அதன்மூலம் கண்காணிப்பு ஏற்பாடுகளையும் செய்து வைத்தனர். கூடவே இந்த மனித நடவடிக்கைகளுக்கும் மேலாக 'புனிதத்தைத்' துணைக்கழைத்து இந்த நில தானத்தைத் தெய்வீகத்துடன் இணைத்துப் பொது

மக்களை உளவியல்ரீதியான அச்சுறுத்தலுக்கும் உள்ளாக்கி விட்டனர்.[5] இந்தக் காலகட்டங்களில்தான் நால்வருணப் பாகுபாடு என்பது சாதிகளாக உருவெடுக்கின்றது (ஏழு எட்டாம் நூற்றாண்டுகள்). இராணுவ அதிகாரத்திலும் செல்வத்திலும் பங்கு பெற்றிருந்த தமிழ்ச் சூத்திரர்கள் சாதி அமைப்பில் தங்களுக்குத் முதன்மையான நிலை கிடைக்கவேண்டும் என்பதை எண்ணிச் செயல்பட்டதாகத் தெரிகிறது. வைதீகப் பார்ப்பனரான ஞானசம்பந்தருடன் சூத்திரரான திருநாவுக்கரசர் இணைந்து கொண்டு செயல்பட்டவிதம் இதனை நன்கு விளக்குகின்றது.[6] இருப்பினும் இந்தத் தமிழ்ச் சூத்திரர்களுக்கு அவர்கள் எதிர்பார்த்த அளவில் நில உரிமைகளோ சமூக அந்தஸ்தோ அன்றைய அரசுகளாலும் பார்ப்பனர்களாலும் வழங்கப்படவில்லை என்பதை அந்தக் காலத்துக் கல்வெட்டுகளும் பட்டயங்களும் தெளிவாக விளக்குகின்றன.

பிற்காலச் சோழர்களின் ஆட்சி சுமார் 400 ஆண்டுக்காலம் நடைபெற்றது. இந்தக் காலகட்டம் ஆய்வாளர்களால் நான்கு பகுதிகளாகப் பிரிக்கப்படும். அதன் முதல் பகுதியில் அரசு அதிகாரம், சமய அதிகாரம், கல்வி நிலையம் சார்ந்த ஆசிரியர்கள் என்று எல்லாத் துறைகளிலும் பார்ப்பனர்களைத் தவிர மற்றவர்களைக் காணமுடியாது. அவர்களின் பெரும்பான்மையோர் வடஇந்தியப் பார்ப்பனர்கள். சூத்திர சாதிகளைச் சேர்ந்த தமிழர்கள் அதிகாரிகளாகவும் நில உடைமையாளர்களாகவும் சோழர்கால இறுதியில்தான் ஆவணங்களில் குறிக்கப்பட்டுள்ளனர். இருப்பினும் இவர்களுக்கு சமயம் சார்ந்த அதிகாரம் அதாவது மதத் தலைமைப் பொறுப்பு இருந்ததாகச் சான்றுகள் இல்லை. சோழர்கால இறுதியில் 'குகையிடிக் கலகங்கள்' நடைபெற்றதாக ஒரு குறிப்பு உள்ளது. இது சூத்திரர்கள் மடங்களை நிறுவி அதன் தலைவர்கள் ஆனதைப் பொறுக்காத பார்ப்பனர்களால் நிகழ்த்தப்பட்ட கலகங்கள் என்று வரலாற்று ஆய்வாளர்களும் தெ.பொ.மீ. போன்றவர்களும் குறிப்பிட்டுள்ளனர்.

இக்கலகத்தை அடுத்து வந்த காலங்களில்தான் 'சிவஞான போதம்' என்ற புகழ்பூத்த சைவ சித்தாந்த முதல்நூல் தோன்றுகின்றது. இதற்குச் சற்று முந்திய காலத்தில் எழுதப்பெற்ற 'ஞானாமிர்தம்' என்ற சைவ சித்தாந்த நூல் பதினான்கு சித்தாந்த சாஸ்திர வரிசையில் இடம்பெறவில்லை. இந்த நூலை 'கோளகி மடம்' சார்ந்ததாகக் குறிப்பிடுகின்றனர். இந்தக் கோளகி மடங்கள் சார்ந்த வரலாறு என்பது பெரும்பாலும் வட இந்தியப் பார்ப்பனர்களை மையமாகக் கொண்டதாகக் கருதப்படுகின்றது. இந்த மடம் சார்ந்து வெளிவந்த நூல்கள் பல உள்ளன. அவை யாவும் சமஸ்கிருத மொழியில் எழுதப்பட்டவை. 'ஞானாமிர்தம்'

ஒன்றுதான் தமிழில் எழுதப்பட்ட நூல். "வேதாந்தமாகிய உபநிடதப் புலமைக்கும் சித்தாந்தமாகிய சிவ ஆகமப் புலமைக்கும் இடையே நடந்த பூசல் காரணமாக சிவ ஆகமங்கள் பல இறந்தன. மெய்ப்பொருள் நாயனார் வரலாறும் இப்பூசலின் தொன்மைக்கு ஓரளவு சான்று வழங்குகின்றது[7]" என்று பெரும் புலவர் ஔவை துரைசாமிப்பிள்ளை கூறுவதைக் கவனிக்க வேண்டும். பார்ப்பனர்களுக்கும் உயர்சாதித் தமிழ்ச் சூத்திரர் களுக்கும் சமயத் தலைமை சார்பாக ஏற்பட்ட பகைமையே உபநிடதப் புலமைக்கும் சிவஆகமப் புலமைக்கும் இடையே நடந்த பூசலாகப் பேராசிரியர் கூறுகிறார். இந்தப் பிரச்சினைகள் முற்றிவந்த காலத்தில் சோழப் பேரரசு வலிமை இழந்து மறையத் தொடங்குகின்றது. அதாவது சோழர் அரசாட்சியின் வீழ்ச்சிதான் தமிழ்ச் சூத்திரச் சாதியினருக்கு சமயத் தலைமை ஏற்படுவதற்கு வழிகோலியது.

உந்தி களிறு உயர்போதம் சித்தியார்
பிந்திருபா உண்மை பிரகாசம் – வந்தஅருட்
பண்புவினா போற்றி கொடி பாசமிலா நெஞ்சுவிடு
உண்மைநெறி சங்கற்ப முற்று

"பண்டைய நாள்முதல் இருந்து வரும் ஆகமங்கள் பலவற்றையும் ஆராய்ந்து சிவாகமம் தேர்ந்துகொள்ளப்பட்டன. அவை காமிகம் முதல் வாதுளம் ஈறாக இருபத்தெட்டாகும். இவற்றின் விளக்கம் குறித்து உபாகமங்கள் பல உண்டாயின. இவற்றின் பொருள் இயல்பு கண்ட அறிஞர் சரியை, கிரியை, யோகம், ஞானம் என நான்கு பாதங்களாக இவற்றைப் பாகுபாடு செய்தனர். இவற்றைத் தனித்தனி எடுத்துரைப்பனவும் ஒரு சிலவற்றை வரைந்து கொண்டு உரைப்பனவும் என ஆகமங்கள் பலவகைப்படுகின்றன. இச்சிவாகமங்கள் பதி, பசு, பாசம் என முன்னர்க்கூறிய பொருள் மூன்றையும் அறுதியிட்டு முடிவு கட்டிக் கூறுவது பற்றி, சித்தாந்தம் என்று வழங்கின. 'வேதாந்தத் தெளிவாம் சைவ சித்தாந்தம்' என்றும் 'வேத சாரம், இதம், தந்த்ரம், சித்தாந்தம் என்றும் சான்றோர் கூறுதல் காண்க"[8] என்று சைவ சித்தாந்தக் கருத்தைத் திரட்டிக் கூறுகிறார் ஔவை துரைசாமிப்பிள்ளை. சைவ சித்தாந்தம் என்பது தமிழ் மக்க ளுடைய சுயமான சிந்தனையின் விளைவு. அதாவது தமிழரின் தத்துவம் என்று மறைமலை அடிகள் தொடங்கி இன்றுவரை பலர் கூறிவரும் கருத்துக்கு மேற்கூறிய துரைசாமிப்பிள்ளையின் கூற்று முரணாக இருப்பதைக் கவனியுங்கள். இதில் புதுமை ஒன்றுமில்லை. துரைசாமிப்பிள்ளை உண்மையை உள்ளபடியே கூறுகிறார். அந்த உண்மை 'பார்ப்பனர்கள் வேண்டாம்: ஆனால் பார்ப்பனியம் எங்களுக்கு வேண்டும்'. மனுநீதி, தீண்டாமை, சாதியப் பாகுபாடுகள் என்று சமூக இழிவுகளையெல்லாம்

தங்கள் தலைமைக்கு உறுதுணையாக பார்ப்பனர்கள் கைக் கொண்டனர். இப்பொழுது சூத்திர உயர்சாதியினராகிய நாங்கள் அதனைக் கைப்பற்றிவிட்டோம். எங்கள் கைவசப்பட்ட பார்ப்பனியம்தான் சைவ சித்தாந்தம் என்பது.

மேலே கூறப்பட்டுள்ள கருத்துகளை சமூகம் ஏற்றுக் கொள்ளும்படியான செயல்பாடுகள் வேண்டும். அதற்கு இக் கருத்துகளைத் திரட்டித் தொகுத்துப் புனிதப்படுத்த வேண்டியது கட்டாயம். அந்தப் பணியே சைவ சித்தாந்த நூல்களாகத் தோற்றம் கொள்கிறது. இந்தக் கருத்துகள் நிறுவனமயப்படும்போது சூத்திர உயர்சாதித் தமிழர்களின் தலைமையிலான மடங் களாகின்றன. இந்த மடங்களின் செயல்பாடுகள் காலப்போக்கில் சிவன் கோயில்களைப் பராமரிக்கும் பணியாகின்றது. உண்மை யில், இந்தப் பணி சிவன் கோயில்களுக்கு உரிமையாக இருந்த பல்லாயிரக்கணக்கான ஹெக்டேர் நிலங்களைப் பேணிப் பாதுகாப்பதாகக் கருதப்படுகின்றது. அதுவே அடுத்துவந்த காலங்களில் இந்த மடாதிபதிகளை மிகப்பெரிய நில உடைமை யாளர்களாக மாற்றி அமைக்கின்றது. தமிழ்நாட்டு வரலாற்றில் நிலவுடைமை என்பது உள்ளாட்சி அமைப்புகளின் சட்டம் ஒழுங்கை நிலைநிறுத்தும் பணியாகவும் பின்னிப் பிணைந்திருந்த தால் அந்தந்தப் பகுதியின் ஆட்சியாளர்களாகவே மடாதிபதிகள் நிலைகொண்டுவிட்டனர்.

நாம் நினைப்பதைவிட எளிதாகவே இத்தகைய சிந்தனை யாளர்களால் மக்களை நம்பவைக்கும் பணி நடைமுறைப்படுத்தப் பட்டுள்ளது. சென்ற காலங்களில் நம்பப்பட்டுவந்த புனிதங் களுடன் சமகால மனிதர்கள் தங்களை இணைத்துக்கொள்வது இந்தப் பணியின் முதன்மையான நோக்கமாகும். 'சிவஞானபோத' நூலின் கருத்துகளை இரத்தினச் சுருக்கமாகத் திரட்டிக்கூறும் ஒரு பகுதிக்கு சிவஞானபோதச் சூர்ணிக்கொத்து என்று பெயர். இந்நூலை 'பொல்லாப்பிள்ளையார்' இயற்றினார் என்று பாரம்பரியமாகச் சொல்லப்படுகிறது. ஆனால் நவீன ஆராய்ச்சி திருவாவடுதுறை சுவாமிநாத தேசிகர் இயற்றினார் என்று கூறுகின்றது.[9] இறை, உயிர், தளை (பாசம்) என்று மூவகை இனங்களாக இப்பிரபஞ்சத்தைப் பிரித்துக்கொண்டார் மெய்கண்டார். இதில் 'இறை' என்பது மட்டுமே எல்லா வற்றையும் இயக்கும் ஆற்றல் பெற்றது. இறையின் இயக்க சக்திக்கு உட்பட்டவைகள் உயிரும் தளையும். பாசத்தால் கட்டுண்டு பிறந்து இறந்து உலக பந்தங்களில் உழன்று துயருறும் ஆன்மாக்களின்மீது (பசு) இரக்கம் கொண்டு இறைவனுடைய அருட்சக்தி அவைகளை உய்விக்கும் நிலையே 'முக்தி' இன்ப மாகும். இந்த வாய்ப்பு ஞானியருக்கே கிட்டும். அத்தகைய

II

பதினான்கு சாத்திரங்களும் ஆசிரியர்களும் காலமும்*

நூல்	ஆசிரியர்	காலம்
1 திருவுந்தியார்	திருவியலூர் உய்யவந்த தேவ நாயனார்	கி.பி. 13ஆம் நூற்றாண்டுக்கு முன்
2 திருக்களிற்றுப் படியார்	திருக்கடவூர் உய்யவந்த தேவ நாயனார்	கி.பி. 13ஆம் நூற்றாண்டுக்கு முன்
3. சிவஞான போதம்	மெய்கண்டார்	கி.பி. 13ஆம் நூற்றாண்டு
4. சிவஞான சித்தியார்	அருணந்தி சிவாச்சாரியார்	கி.பி. 13ஆம் நூற்றாண்டு
5. இருபா இருபது	அருணந்தி சிவாச்சாரியார்	கி.பி. 13ஆம் நூற்றாண்டு
6. உண்மை விளக்கம்	திருவதிகை மனவாசகங் கடந்தார்	கி.பி. 13ஆம் நூற்றாண்டு
7. சிவப்பிரகாசம்	உமாபதி சிவாச்சாரியார்	கி.பி. 14ஆம் நூற் றாண்டுத் தொடக்கம்
8. திருவருட்பயன்	உமாபதி சிவாச்சாரியார்	கி.பி. 14ஆம் நூற் றாண்டுத் தொடக்கம்
9. வினாவெண்பா	உமாபதி சிவாச்சாரியார்	கி.பி. 14ஆம் நூற் றாண்டுத் தொடக்கம்
10. போற்றிப் பஃறொடை வெண்பா	உமாபதி சிவாச்சாரியார்	கி.பி. 14ஆம் நூற் றாண்டு தொடக்கம்
11. கொடிக்கவி	உமாபதி சிவாச்சாரியார்	கி.பி. 14ஆம் நூற் றாண்டு தொடக்கம்
12. நெஞ்சுவிடு தூது	உமாபதி சிவாச்சாரியார்	கி.பி. 14ஆம் நூற் றாண்டு தொடக்கம்
13. உண்மை நெறி விளக்கம்	உமாபதி சிவாச்சாரியார்	கி.பி. 14ஆம் நூற் றாண்டு தொடக்கம்
14. சங்கற்ப நிராகரணம்	உமாபதி சிவாச் சாரியார்	கி.பி. 14ஆம் நூற் றாண்டுத் தொடக்கம்

* சைவசிந்தாந்தப் பெருமன்றம் மூன்றாம் பதிப்பு – 1994

ஞானியர் இறைவன் எனவே கொள்ளத்தக்கவர். எனவே சிவஞானிகளையும் சிவலிங்கத்தையும் சிவனெனவே தேறி வழிபடுக. (சூத்திரராகிய தமிழ் உயர்சாதிகளான வெள்ளாளர் போன்றவர்கள் பார்ப்பனர்கள் போல பூசுரர்கள் என்று சொல்லப் படுகின்ற இவ்வுலக் தேவர்களாவர்)

இத்தகைய செய்திகளை வலியுறுத்தும் பன்னிரண்டு சூத்திரங்கள் சிவஞானபோதத்தில் உள்ளன. இச்சூத்திரங்களுக்கு விளக்கங்களாக அதிகரணம் என்ற பெயரில் பிரித்து ஆசிரியரே சுருக்கமான பொழிப்புரை கூறியுள்ளார். இதற்கு வார்த்திகம் என்றுபெயர். இவ்விளக்கம் மேற்கோள், ஏது, எடுத்துக்காட்டு என்னும் உறுப்புகளை உடையது. எடுத்துக்காட்டுகள் வெண் பாவினால் ஆகியன. இந்நூலுக்குச் சிற்றுரை, பேருரை என்று இரண்டு உரைகளைச் சிவஞான முனிவர் எழுதியுள்ளார். இந்தியத் தத்துவங்கள் பலவற்றுடன் ஒப்பிட்டும் முரண்பட்டும் மிக விரிவான தத்துவ விவாதங்களைத் தமிழ்மொழியில் கூறும் ஒரே உரை இதுவாகும். வேறுசிலரும் இதற்கு உரை எழுதியுள்ளனர்.

சிவஞான போதத்திற்கு விளக்கமாகவும் சைவ சித்தாந்தத் துக்கு மாறான கொள்கைகளை உடையன என்று கருதப்படும் பௌத்தம், சமணம், உலகாய்தம் முதலான பதினான்கு தரிசனங் களை மறுத்தும் விரிவாக எழுதப்பட்ட நூல் சிவஞான சித்தியார். இந்நூலை இரண்டு பகுதிகளாக இயற்றியுள்ளார். சைவ சித்தாந்தக் கருத்துகளைக் கூறும் பகுதிக்கு 'சுபக்கம்' என்றுபெயர். மற்ற தரிசனங்களை மறுத்து விளக்கும் பகுதிக்கு 'பரபக்கம்' என்று பெயர். சுபக்கத்துக்குப் பலர் உரை எழுதியுள்ளனர். பரபக்கத் துக்குத் திருவொற்றியூர் ஞானப்பிரகாசர், வேலப்ப பண்டாரம், தத்துவப் பிரகாசர் ஆகிய இம்மூவர்தான் உரை எழுதியுள்ளனர். இப்பொழுது தத்துவப் பிரகாசர் உரை மட்டுமே அச்சில் உள்ளது. அதிலும் திருவாவடுதுறை பதிப்பிற்கும் சைவ சித்தாந்த நூற்பதிப்புக் கழகம், சமாஜம் வெளியிட்ட பதிப்புகளுக்கும் பல இடங்களில் வேறுபாடுகள் உள்ளன. மிகப் பலவான குறிப்புகள் சமாஜப் பதிப்பிலும் சைவ சித்தாந்தப் பதிப்பிலும் இல்லை. பிற தரிசனங்களைப் பற்றி இந்நூலில் கூறப்பட்டுள்ள பல பகுதிகள் இந்திய மொழிகள் எதிலும் இல்லை. தாந்ரீகர்களை யும் உலகாய்தவாதிகளையும் ஒத்த கருத்துடையவர்கள் என்று காட்டுவதற்குத் தன்னுடைய உலகாய்தம் நூலில் தேவி பிரசாத் சட்டோபாத்யாய பல பக்கங்களை ஒதுக்கி விவாதிக்கிறார். பரபக்கத்தின் 25ஆவது பாட்டு அதனைத் தெள்ளத் தெளிவாகக் கூறுகின்றது. தற்காலத்தில் இந்தியத் தத்துவம் பற்றி எழுதக்கூடிய அறிஞர்கள் இந்த நூலுக்கும் பிற்பட்ட காலத்தே தோன்றிய 'சர்வ தரிசன சங்கிரகத்தைப்' பெரிய அளவில் மேற்கோள்

காட்டுகின்றனர். தமிழில் மட்டும் உள்ளதால் இந்நூல் வெளி உலகத்துக்குத் தெரியாமலேயே உள்ளது. திருவொற்றியூர் ஞானப்பிரகாசர் எழுதிய பேருரை இந்தியத் தத்துவங்கள் பலவற்றையும் விரிவாகப் பேசுவதாக ஆங்காங்கே சிலர் குறிப்பிடு வர். உ.வே.சா.தான் மணிமேகலையில் உள்ள பௌத்தத் தத்துவங் களைப் புரிந்துகொள்வதற்கு ஞானப்பிரகாசரின் உரை பெரிதும் உதவியதாக மணிமேகலை நூலின் முன்னுரையில் கூறுகின்றார். அத்தகைய உரை இன்றுவரை அச்சில் வரவில்லை என்பது குறிப்பிடத்தக்கது.

“சிவப்பிரகாசம், சிவஞானபோதத்தின் சார்பு நூலாகும். ...சிவஞான போதத்தின் கருத்தை மட்டும் கொண்டு ‘பொது, உண்மை என்னும் இரு பிரிவினதாய் முன்னைய முதல்நூல் வழிநூல்களில் விளக்கப்படாத பல நுண்ணிய கருத்துகளைத் தெறித்துக் காட்டுகின்றது. இதனால் அவ்விரு நூல்களிலும் இல்லாத சில மூலாகம, உபாகமக் கருத்துகளும் இதன்கண் சொல்லப்பட்டன என்பதை ஆசிரியரே தெரிவித்துள்ளார். ... நூறு விருத்தங்களால் ஆயது.[10] இந்த நூலுக்கு மதுரை சிவப்பிரகாசர் எழுதிய உரை மிகச் சிறப்பானதாகக் கருதப் படுகிறது. தமிழ்மொழியில் இப்பொழுது காணக் கிடைக்காத பல நூல்களை பெயர் சொல்லிக் காட்டுகிறது.

‘இருபா இருபஃது’ மெய்கண்ட தேவரைக் கேள்விகள் கேட்டு விடை பகர்வதாக இயற்றப்பட்ட நூல். ‘உண்மை விளக்கம்’ சைவ சித்தாந்தத் தத்துவங்களை விளக்கிக் கூறுவது. ‘திருவுந்தியார்’, ‘திருக்களிற்றுப்படியார்’ போன்ற நூல்கள் சிவஞான போதத்திற்கு முன்பே தோன்றியவை. ஆனால் சிவஞான போதம்போல கருத்துகளைத் தத்துவ வடிவில் தரவில்லை. எனவே சிவஞான போதத்துக்குக் கிடைத்த முதன்மை இடம் இந்த நூல்களுக்கு இல்லை. ‘திருவருட்பயன்’ திருக்குறள்போல சித்தாந்தப் பொருள்களை அடைவுபடத் தொகுத்துக் குறள் வெண்பாக்களால் கூறுவது. ‘வினாவெண்பா’ இருபா இருபது போன்றது. ‘போற்றிப் பஃறொடை வெண்பா’ இறைவன் உயிர்களுக்குத் தன் பெருங்கருணையால் செய்யும் கைம்மாறு கருதாத பேருதவியைத் தத்துவ நெறியான் உணர்த்துவது. ‘கொடிக்கவி’ தில்லைத் திருக்கோயிலில் கொடியேற்றுங்கால் இதன் ஆசிரியரை ஏனைய அந்தணர்கள் வெறுத்து ஒதுக்கி யிருந்தமை பற்றி அஃது ஏறாது ஒழிய பின் அசரீரி சொல்லியபடி இதனாசிரியரை அவர்கள் அழைத்துவந்து கொடி ஏற்றுமாறு வேண்ட அக்கொடி தானே ஏறும்படிப் பாடிய ஐந்து திருப்பாட்டுக்களால் ஆயது. ‘நெஞ்சுவிடுதூது’ ஆசிரியர் தமிழைத் தலைவியாகவும் தம் ஆசிரியர் மறைஞான சம்பந்தரைத் தலைவனாகவும் வைத்து அவரைக் காமுற்று வருந்தி அவர்பால்

மாலையை வாங்கி வருமாறு தம் நெஞ்சைத் தூதாகவிட்டதுபோல் செய்யப்பட்ட தூதுப் பிரபந்தமாகும். 'உண்மை நெறி விளக்கம்' ஞானாசிரியரிடம் உபதேசம் பெற்ற பின்னர் அதைச் சிந்தித்து, தெளிந்து, நிட்டை கூடும் செயலில் உள்ள பத்து நிலைகளாகிய தசகாரியங்களை மிகவும் சுருக்கமாகக் கூறுகின்றது. 'சங்கற்ப நிராகரணம்' இதன்கண் அகச் சமயங்கள் மறுக்கப்படுகின்றன.[11]

சைவ சித்தாந்தத்துக்கும் வேதாந்தத்துக்கும் நல்ல உறவு இருந்தது. இதன் விளைவாக இந்நூல்கள் எழுதப்பட்ட காலமான 13, 14ஆம் நூற்றாண்டுகளுக்குப் பிறகு ஏராளமான அத்வைத நூல்கள் தமிழில் எழுதப்பட்டன. பகவத்கீதையும் மொழி பெயர்க்கப்பட்டது. பார்ப்பனர் அல்லாத சூத்திர உயர்சாதி யினர் இந்த நூல்களைப் படித்தும் படிப்பித்தும் வந்தனர். எனவே மறைமலையடிகள் தன்னுடைய நூலான 'வேதாந்த மத விசாரம்' என்ற நூலில் பக்கம் இரண்டில் "வேதாந்தம் யாருடைய சொத்து? அது யாருக்குச் சொந்தம்? என்பதை அறியாமல் போகார். எமது மதம் வேதாந்தம்" (இந்தக் கருத்து களைப் பிற்காலங்களில் அரசியலுக்காக அவரே மாற்றிக் கொண்டுவிட்டார்) இவ்வாறு சூத்திரர்கள் வேதாந்தம் பேசுவதைப் பார்ப்பனர்கள் 'சூத்திர வேதாந்தம்' என்று கூறுவது தவறாகாது. இத்தகைய கருத்துகளுடன் மெய்கண்டார், உமாபதிசிவம் போன்றவர்கள் வரலாறாகவும் பிற்காலங்களில் ஆதீனத்தில் தலைமை தாங்கியவரின் செயல்களாகவும் பல அற்புத நிகழ்ச்சிகளும் இணைக்கப்பட்டன. இத்தகைய கருத்து களும் புனைவுகளும் சமூகத்தில் அவர்களுக்கு ஏற்படுத்திக் கொடுத்த அதிகாரத்தையும் செல்வத்தையும் நாம் புரிந்துகொள் வதற்குப் பெரிதாக ஆராய வேண்டியதில்லை. இன்றைய நிலையிலும்கூட சாய்பாபா, மேல்மருவத்தூர் அம்மா, நித்யானந்தா, கல்கி பகவான், காஞ்சி காமகோடி முதலான பலரும் இறைஞானத்தைப் போதிப்பவர்களாகச் செயல்பட்டு கோடிகோடியாகச் செல்வத்தையும் மறைமுகமான அரசியல் அதிகாரத்தையும் பெற்று விளங்குவதை நாம் பார்த்துக்கொண்டு தான் இருக்கிறோம். இத்தகைய நிலைமையை கடவுளையும் தத்துவங்களையும் கூறித்தான் ஆதீனங்களாக வேண்டுமென்ற அவசியமில்லை. கடவுள் மறுப்பையும் பகுத்தறிவையும் சாதி ஒழிப்பையும் கூறி ஆதீனங்கள் ஆனவர்களையும் பார்க்கிறோம்.

13ஆம் நூற்றாண்டில் தோற்றம் கொண்ட சைவ சித்தாந்த நூல்கள் அடுத்து வந்த காலங்களில் தொடர்ந்து எழுதப்பட்டு, பேசப்பட்டு வந்ததாக வரலாறு உள்ளது. ஆனால் தொகுப்பாக வெளிவந்தது 1866இல்தான். வெளியிட்டவர் திருச்சிராப்பள்ளி யைச் சேர்ந்த மதுரைநாயகம் பிள்ளை. அடுத்த பதிப்பாக இந்நூல்களுக்கான உரைகளுடன் பொ.சண்முக சுந்தர முதலியார்

பதிப்பு என்று 1874இல் வெளிவந்தது.[12] 1900க்குப் பின்னர் காஞ்சி நாகலிங்க முனிவர் பதிப்பு வந்துள்ளது. 1934, 1940, 1994 ஆகிய ஆண்டுகளில் சைவ சித்தாந்தப் பெருமன்றம் சித்தாந்த சாத்திரம் பதினான்கு மூலமும் உரையும் என்று வெளியிட்டுள்ளது. 1969இல் சைவ சித்தாந்த நூற்பதிப்புக் கழகம் இரண்டு தொகுதிகளாக இந்நூல்களை வெளியிட்டுள்ளது. இந்நூல்களில் பெரும்பாலானவற்றைத் திருவாவடுதுறை ஆதீனம் 1950இல் இருந்து 1970வரை மிகச் சிறப்பான பதிப்புகளாக வெளியிட்டுள்ளது. திருவாவடுதுறை ஆதீனப் பதிப்புகள் பலவற்றில் பதிப்பாசிரியராக இருந்த த.ச. மீனாட்சிசுந்தரம்பிள்ளை மிகவும் சிறப்பான பாரம்பரியத் தகவல்களைக் கொண்ட முன்னுரைகள் எழுதியுள்ளார். கூடவே முன்னர் வெளியிட்ட பதிப்புகளில் உள்ள பிழைகளையும் ஏட்டுச் சுவடிகளை ஒப்பு நோக்கித் திருத்தமான பாடங்களுடன் வெளிவர உழைத்துள்ளார். இதே ஆதீன வித்துவானாக இருந்த தே.ஆ. சீனிவாசன் சைவ சிந்தாந்த நூல்கள் பலவற்றுக்கு உரைநடையில் எழுதியுள்ள நுட்பமும் எளிமையும் நிறைந்த நூல்கள் சிறப்பாக குறிப்பிடத்தக்கவை. 'சிவஞானபோதம்' நூலுக்கு சிவஞான முனிவர் எழுதிய சிவஞானமாபாடியம் என்ற பேருரையை நம் காலத்தில் உள்ளவர்கள் அதன் சிறப்புக் கூறுகள் அனைத்துடனும் புரிந்து கொள்ளும் விதத்தில் திருநெல்வேலி சி.சு. மணி அவர்கள் பதிப்பித்து எழுதியுள்ள விளக்கங்கள் மிகச்சிறப்பானவை. இதே போன்று தற்காலத்தவர்க்கு சிந்தாந்த நுட்பங்களை எளிமையாகப் புரிந்துகொள்ளும்படி நூல்களை எழுதி வரும் பேராசிரியர் ஆனந்தராசன் குறிப்பிடத்தக்கவர் ஆவார்.

இந்த நூல்கள் இன்றைய நிலையில் பழைய உரைகளுடனும் செம்மையான பதிப்புகளாகவும் கிடைப்பதில்லை. சரியோ தவறோ தமிழ்நாட்டின் ஒருவகையான சிந்தனைமுறையைக் கூறும் இத்தகைய நூல்கள் மீண்டும் சிறப்பாக வெளியிடப்பட வேண்டும். தமிழ்மொழியின் வளர்ச்சிக்கும் தமிழ்நாட்டு வரலாறு பற்றி ஆராய்ச்சி செய்பவர்களுக்கும் அது பேருதவியாக இருக்கும்.

குறிப்புகள்

1. தென்னிந்திய வரலாறு, கே.ஏ. நீலகண்ட சாஸ்திரி, பாகம் 2, பக்கம் 46

2. தென்னிந்திய வரலாறு, கே.ஏ. நீலகண்ட சாஸ்திரி, பாகம் 1, பக்கம் 228

3. இதனைப் பற்றிக் கோவில் நிலம் சாதி என்ற என் நூலில் விரிவாக எழுதியுள்ளேன்.

4. பல்லவர் செப்பேடுகள் முப்பது, ப.403 (இராஜாதித்தன் என்பவன் தொடங்கி ஆளுப மன்னன் வரை 25 நபர்கள் ஆணத்திகளாகக் குறிக்கப்பட்டுள்ளனர்)

5. தான் அளித்ததோ பிறன் அளித்ததோ எதுவாயினும் அந்தப் பூமியை எவன் அபகரிக்கிறானோ அவன் நூறாயிரம் பசுக்களைக் கொன்ற பாவத்தை அடைவான் (பல்லவர் செப்பேடுகள் முப்பது ப.290)

6. நம்மாழ்வார்

7. ஞானாமிர்தம், மூலமும் பழைய உரையும், பதிப்பாசிரியர் ஔவை துரைசாமிப்பிள்ளை, அண்ணாமலைப் பல்கலைக் கழகம், 1987, முன்னுரை, ப. xxxiii

7. 'உந்தி களிறு' என்ற வெண்பா 1866இல் வந்த மதுரைநாயகம் பிள்ளை பதிப்பிலிருந்துதான் எழுதப்பட்டதாகத் தெரிகிறது. எனவே அந்த வெண்பா பழமையான காலத்ததாக இருக்க முடியாது என்று மு. அருணாசலம்பிள்ளை கருதினார். ஆனால் ஆறுமுக நாவலர் வெளியிட்ட திருக்குறள் பரிமேலழகர் உரை முதல் பதிப்பாக 1861இல் வெளிவந்ததில் 148ஆம் பாட்டுக்கான அடிக்குறிப்பில் "இந்நெஞ்சுவிடு தூது சைவ சித்தாந்தம் பதினான்கனுள் ஒன்று" என்ற குறிப்பு உள்ளதால் மேற்கண்ட வெண்பா மு. அருணாசலம் பிள்ளை சொல்வதுபோல் இருக்கச் சந்தர்ப்பம் இல்லை. இந்தத் தகவலைக் கொடுத்துதவிய தஞ்சாவூர் சேக்கிழார் அடிப்பொடி டி. என். இராமசந்திரன் அவர்களுக்கு நன்றி.

8. ஞானாமிர்தம், மூலமும் பழைய உரையும், பதிப்பாசிரியர் ஔவை துரைசாமிப்பிள்ளை, அண்ணாமலைப் பல்கலைக் கழகம், 1987, முன்னுரை, xvii

9. மெய்கண்ட சாஸ்திரம் என வழங்கும் சித்தாந்த சாஸ்திரம் பதினான்கு, மூலமும் உரையும், மூன்றாம் பதிப்பு, சைவ சித்தாந்தப் பெருமன்றம், 1994 ப. 215

10. சித்தாந்த வினாவிடை, சி. அருணை வடிவேல் முதலியார், தருமையாதீனம், 2008. பக். 13 – 14

11. சித்தாந்த வினாவிடை, சி. அருணை வடிவேல் முதலியார், தருமையாதீனம், 2008. பக். 13 – 15

12. திருவுந்தியார், க. வஜ்ரவேலு முதலியார் உரை, சென்னை சைவ சித்தாந்த மகா சமாஜ ஆண்டுவிழா மலர், 1996, திருச்சி.

குறிப்பு

ஞானசம்பந்தர், திருநாவுக்கரசர் போல பார்ப்பனர் சூத்திரர் கூட்டாக அருள்நந்தி சிவம் மெய்கண்டார் இணைப்பு இல்லை. இது சைவாச்சாரியார்கள் என்ற குருக்களுக்கும் சூத்திரர்களுக்கும் ஏற்பட்ட கூட்டாகும். உமாபதி சிவாச்சாரியாரும் குருக்கள் வகுப்பைச் சேர்ந்த சிவாச்சாரியார் என்பது கவனிக்கத்தக்கது. சிவாச்சாரியார்களை பிராமணர்கள் பார்ப்பனர்களாக ஏற்றுக்கொள்வதில்லை. இவர்கள் சைவக் கோயில்களில் பூசைகள் செய்யும் உரிமை பெற்ற ஆதி சைவ வகுப்பினர் என்று அழைக்கப்படுகிறார்கள்.

7

தமிழ் ஆய்வுக்கு ஒளிவிளக்கு
(சட்டோபாத்யாயாவின் 'உலகாயதம்'
– நூல் மதிப்பீடு)

இருபத்தைந்து ஆண்டுகளுக்கு முன்னால் உலகாயதம் என்ற இந்தப் புத்தகத்தைப் பார்த்தேன். உலகாயதம் பற்றி சுமார் 700 பக்கங்களுக்கு இந்நூலில் என்னதான் சொல்லப்பட்டுள்ளது என்ற ஆர்வம் மேலிட்டது. ஆனால் அது ஆங்கிலப் புத்தகம். புத்தகத்தைப் புரட்டிப்புரட்டிப் பார்த்து என் ஆசையைக் கொஞ்சம் தணித்துக் கொண்டேன். இந்தப் புத்தகத்தைப் படிக்க வேண்டும் என்ற ஆர்வம் காலம் கடந்தாலும் நெஞ்சை விட்டு அகலாதிருந்தது. சில ஆண்டுகளுக்குமுன் என்.சி.பி.எச்.இன் வழியாக இந்நூல் தமிழாக்கம் செய்யப் படுகின்றது என்ற செய்தியைத் தோழர் துரைராஜ் சொன்னார். கொஞ்சமும் அவகாசம் கொடுக்காமல் அவரைத் துரத்தித் துரத்திக் கணினியில் வடிவமைக்கப் பட்டிருந்த அமைப்பிலேயே பிரதி எடுக்கச்செய்து பெற்றுக் கொண்டேன். சுமார் 800 பக்கங்களுக்கு மேலான இந்நூலை, படிக்க வசதியாக இருக்கும்பொருட்டு ஆறு பாகங்களாக ஆக்கிக்கொண்டேன். முழுநூலையும் சுமார் ஒரு மாதத்திற் குள் முழு வாசிப்பில் முடித்துவிட்டேன். மாலை மங்கிய வெளிச்சத்தில் பொருள்கள் கண்ணுக்குத் தெரிவதுபோல சில இடங்கள் புரிந்தமாதிரியும் பல இடங்கள் புரியாத மாதிரியும் தென்பட்டன. இரண்டொரு மாதங்கள் கழித்து இரண்டாவது முறையும் வாசித்து முடித்தேன். இந்த இரண்டாவது வாசிப்பில்தான் சட்டோபாத்யாயா என்ன சொல்ல வருகிறார் என்பது புலப்பட்டாற்போன்று தெரிந்தது. ஆனாலும் எனக்குத் தெளிவு ஏற்படவில்லை. அடுத்த வாசிப்பிற்கு இடைப்பட்ட காலத்தில் சாங்கிய

தரிசனம் பற்றிக் கூறப்பட்டுள்ள நூல்களை வாசித்தேன். சாங்கிய தரிசனத்தைக் கூறுகின்ற ஒரே நூலாகிய சாங்கியக் காரிகையை வாசித்து முடித்தேன். பின்னர் மணிமேகலையில் கூறப்பட்டுள்ள சாங்கியப் பகுதி, நீலகேசியில் கூறப்பட்டுள்ள பகுதி, திருக்குறள் 27ஆம் பாடலுக்குச் சாங்கியத்தின் அடிப்படையில் பரிமேலழகர் கூறும் உரை, இந்தியத் தத்துவம் என்ற நூலில் கி. லெட்சுமணன் தெளிவாக எழுதியுள்ள பகுதிகள் ஆகியவற்றை வாசித்த பிறகு சாங்கிய தரிசனம் பற்றிய செம்மையான கருத்து உள்ளத்தில் பதிவானது.

சாங்கிய தரிசனத்திற்கும் உலகாயதச் சிந்தனைக்கும் என்ன தொடர்பு இருக்க முடியும் என்ற வினா எழுவது இயல்பே. இதற்கான விளக்கத்தைச் சட்டோபாத்யாயா தன்னுடைய முன்னுரையில் தெளிவுபடுத்துகின்றார். உலகாய்தம் பற்றிய இந்த நூலை எழுதுவதற்குமுன் பலவேறு சிந்தனைகள் அவருடைய உள்ளத்தில் அலைமோதி இருக்கின்றன. இந்தியச் சிந்தனை மரபின் வரலாற்றாளர்களுக்கும் இருபதாம் நூற்றாண்டைச் சேர்ந்த இந்தியத் தத்துவச் சிந்தனைகளைப் பேசிய ராதாகிருஷ்ணன், தாஸ்குப்தா போன்றவர்களும் மரபுப்படியான விளக்கங்களையே தங்கள் நூல்களில் கூறியிருக்கின்றனர். அதற்கும் மேலே வேதத்தை அடிப்படையாகக்கொண்ட வைதீக மரபுதான் இந்தியத் தத்துவச் சிந்தனையின் மூலமான ஆணிவேர் என்று கருத்துரைத்தனர். இந்தக் கருத்துகள்தான் இந்தியத் தத்துவம் என்பதாகப் பலரும் கருதி ஏற்றுக்கொண்டனர்.

இது இவ்வாறுதான் இருக்கவேண்டுமா? அல்லது இவ்வாறு இருந்ததா? வைதீகத்துக்கு மாற்றான சிந்தனைகள் இந்தியத் தத்துவ மரபில் பல்கிப் பெருகிக் கிடக்கின்றன. அத்தகைய சிந்தனைகளுக்கும் ஒரு வரலாறு இருக்க முடியும். இந்தச் சிந்தனைகள் அந்தந்தக் காலகட்டத்தில் வாழ்ந்த மனிதர்களின் மூளையில் உதித்ததாக மட்டும்தான் எல்லோரும் கருதி வந்தனர். அவர்களுக்கு இத்தகைய சிந்தனைகளை உருவாக்கிய பொருளாதார வாழ்வியல் சூழல்கள் இருந்திருக்கும் என்று யாரும் எண்ணியதாகத் தெரியவில்லை. வேதம் சார்ந்த சிந்தனை, வேத மறுப்புச் சிந்தனை, கடவுள் சார்ந்த சிந்தனை, கடவுள் மறுப்புச் சிந்தனை, கடவுள் என்ற கருத்துத் தோன்றுவதற்கு முன்னாலேயே உருக்கொண்ட சிந்தனைகள் நிச்சயம் இந்தியச் சமூகத்தில் நிலவி வந்திருக்கும் என்பதை ஜார்ஜ் தாம்சனுடைய கிரேக்கச் சமுதாய ஆய்வுகளைக்கொண்டு கணிக்கிறார் சட்டோபாத்யாயா. இத்தகைய கணிப்புகளை நிறுவிக்காட்டு வதற்கு அவருக்கு வேறுசில நூல்களும் வழிகாட்டுகின்றன. பிரிபோல்டின் 'தாய்மார்கள்' ஏரன் பெல்சின் 'தாயமுறை',

ஜோசப் நீடாமின் 'சீனாவில் விஞ்ஞானமும நாகரிகமும்' முதலான நூல்கள் குறிப்பிடத்தக்கவை. இவற்றுடன் மார்க்சியச் சிந்தனையான வரலாற்றுப் பொருள்முதல்வாதம், இயங்கியல் பொருள்முதல்வாதம் போன்றவை அடிப்படையாக அமைந்தன. இந்த வெளிச்சத்தில் சட்டோபாத்யாயா ஆராய்ந்து காட்டும் பகுதிகள் நமக்குப் புதிய பார்வையை உருவாக்குகின்றன. அவர் நிறுவும் முடிவுகள் மிகச் சிறப்பானவையாக இருந்தாலும் அவருடைய ஆய்வு முறைதான் நமக்கு ஒரு பெரும் வழிகாட்டி யாக அமைகின்றது.

வேதங்கள் புனித நூல்களாகக் கருதப்படுகின்றன. ஆயினும் வேதப் பாடல்களில் மனிதர்களின் வாழ்வுதான் பாடப்பட் டுள்ளது. அந்த மனிதர்கள் நம்மைப் போன்ற வரலாறு உடையவர்கள்தான். எனவே அவர்களுக்கும் பழைய கற்காலம், புதிய கற்காலம், உலோகக் காலம் என்ற படிநிலை வளர்ச்சி நிச்சயம் இருந்திருக்கும். இதற்கான பதிவுகளை வேதப்பாடல் களிலேயே இனம் காட்டுகிறார் ஆசிரியர். சாந்தோக்கிய உபநிடதத் தில் முதலாவது அதிகாரத்தில் பன்னிரண்டாவது பகுதியில் பகாதால்பியா அல்லது கிளாவா மைத்ரேயா என்பவன் ஒரு காட்சியைக் காண்கின்றான். அவனுக்கு எதிரே ஒரு வெள்ளைநாய் வந்தது. ஒரு சில நாய்கள் ஒன்று திரண்டன. அவை, 'பாடினால் எங்களுக்கு உணவு கிடைக்குமா? நாங்கள் பசியோடிருக்கிறோம்' என்று கேட்டன. வெள்ளை நாய் 'நாளை காலை நீங்கள் எல்லோரும் இதே இடத்தில் வந்து சேருங்கள்' என்று கூறியது. அங்கிருந்த புரோகிதர்கள் ஒருவரோடொருவர் கைகோர்த்துக்கொண்டு 'பகிஸ்பவாமன'[2] மந்திரத்தை சொல்லத் தொடங்கியபோது நாய்கள் கீழே அமர்ந்து ஆரம்பக் குரலோசை (ஹிம்காரம்) எழுப்பத் தொடங்கின. அவர்கள் பாடினார்கள். "ஓம்! நாம் உண்போமாக! ஓம்! நாம் பருகுவோமாக! தேவர்களே! வருணனே! பிரஜாபதியே, சாவித்திரியே! உணவு கொண்டு வாருங்கள். உணவுக் கடவுளே! இங்கு உணவு கொண்டு வாருங்கள். இங்கே கொண்டு வாருங்கள். ஓம்!" இந்தப் பகுதியை விளக்கும் டாக்டர் இராதாகிருஷ்ணன் உண்மையான நாய்களின் பாடல் களாகவே குறிப்பிடுகின்றார். அதற்காக முன்னாலிருக்கும் நாயின் வாலைப் பின்னாலிருக்கும் நாய் பிடித்துக்கொண்டு இருப்பதாக வேறு குறிப்பிடுகின்றார். ஆனால் இந்தப் பாடலின் மூலத்தில் வால் என்ற குறிப்பே இல்லை. (ப.103) அப்படியானால் இந்த வேதப் பாராயணம் சொல்லும் நாய் என்பதன் பொருள் என்ன?

நவீன மானிடவியலின் துணைகொண்டு இந்தப் பகுதியை ஆசிரியர் விளக்குகின்றார். வேதத்தில் உள்ள பல இடங்களில்

கோத்திரங்களின் பெயர்கள் என்பன பறவைகள், விலங்குகளின் பெயர்களைக் கொண்டுள்ளன. (உதாரணமாக வத்ஸர்கள் என்பது கன்றுகள், அஜர்கள் என்பது வெள்ளாடுகள், கபிகள் என்பது குரங்குகள், காஷ்யபர்கள் என்பது ஆமைகள், பரத்வாஜர்கள் என்பது ஒருவகைப் பறவைகள், கோதமர்கள் என்பது பசுக்கள், அனகர்கள் என்பது நாய்கள் (ப.265). இதுமட்டுமல்லாது ரிக்வேத சம்ஹிதையில் உள்ள ஒரு சாகைக்கு சகலா என்பது பெயர். இதன் பொருள் ஒருவகைப் பாம்பினம் என்பதாகும். பிரதிசாக்கியத்தின்படி இந்த வேதத்திற்கு நான்கு மூலங்கள் இருந்தன. அவை, அஸ்வலாயனம், வஸ்கலம், சாங்கியாயனா, மண்டுகேயம் என்பவையாகும். மண்டுகேயம் என்பது தவளையைக் குறிக்கிறது. பிற மூன்றும் இதேபோல விலங்கு அல்லது செடியிலிருந்து வந்துள்ளன. இதுபோன்று வேதப்பகுதி களில் பல்வேறு இடங்களைச் சுட்டிக்காட்டும் ஆசிரியர் இந்தப் பெயர்கள் பழங்குடி மக்களுடைய குலக்குறி அடையாளங்கள் என்று மானிடவியல் நூல்களைக் கொண்டு நிறுவிக் காட்டுகிறார். முடிவாக இந்தப் பெயர்கள் விலங்குகளையோ பறவைகளையோ தாவரங்களையோ குறிப்பன அல்ல. குறிப்பிட்ட மனித குழுக் களின் குலத்தைச் சுட்டும் அடையாளங்கள்தான் என்பதை நமக்குப் புரிய வைக்கிறார். (தமிழ்நாட்டிலும் தற்போதும் குலங் களின் அடையாளங்களாக விலங்குகள், பறவைகளின் பெயர்கள் உள்ளன. இவை கவுண்டர்களின் சாதிகளில் மிக வெளிப்படை யாக உள்ளன.)

குடும்பம், தனிச்சொத்து, அரசு போன்றவை தோற்றம் கொள்வதற்குமுன் இருந்த சமூக அமைப்பு வேதகாலத்திலும் இருந்தது என்பதை வேதத்தில் வரும் 'கணங்கள்' என்ற சொல்லை வைத்து விரிவாக விளக்குகிறார். ரிக்வேதம் தொடங்கி நமது பண்டைய இலக்கியங்களில் கணங்கள் பற்றிய குறிப்புகள் நிறையவே காணப்படுகின்றன. இத்தகைய குறிப்புகளைக்கொண்டு இந்தியாவின் பழமையான வரலாற்றைக் கட்டமைக்கும் நூல்கள் எழுதப்பட்டுள்ளன. ஜெய்சுவாலின் இந்து அரசியல், மஜூம்தாரின் பண்டைய இந்தியாவில் கூட்டு வாழ்க்கை ஆகிய நூல்களைக் குறிப்பிடலாம் (ப. 191). இந்தக் குறிப்புகள் வேதகாலம் என்பது ஆநிரைப் பொருளாதாரத்துடன் இணைந்த வாழ்க்கை முறையைக் கொண்டுள்ளது என்பதுடன் அதற்கும் முந்தியதான மக்களின் வாழ்நிலை பற்றிய அடையாளங்களையும் கொண்டுள்ளது என்ற சிந்தனையில் அவற்றின் அடையாளங் களையும் ஆசிரியர் விளக்குகிறார். அது வசிய மந்திரங்கள், செயல்கள் ஆகியவற்றைத்தான் முக்கியமாகச் சார்ந்திருந்தது. விதைக்கும்போது சொல்லப்படுகின்ற அதர்வண வேதத்திலுள்ள மந்திரப் பகுதி கவனிக்கத்தக்கது. "தானியக் கடவுளே, உன்னைத்

துதித்து அழைக்கும்பொழுது சற்றுக் கேட்பாயாக! வானம் போலப் பொங்கியெழு! கடல்போன்று வற்றாமல் இரு! உன்னுடன் இருப்பவர்கள் வற்றாது வளமாக இருக்கட்டும்! வற்றாத தானியக் குவியல்களைத் தருவாயாக! உன்னைப் பரிசாக அளிப்பவர்கள் குறைவில்லாமல் இருக்கட்டும்! உன்னை உண்பவர்கள் வற்றாதவர்களாக இருக்கட்டும்." இதேபோன்று தைத்திரிய சம்ஹிதை, ரிக்வேதம், கிருகய சூத்திரம், அஸ்வலாயன கிருகய சூத்திரம், சங்கயன கிருகய சூத்திரம் முதலான நூல்களிலும் வேளாண்மை சார்ந்த குறிப்புகள் உள்ளன. வேதங்களில் காணப்படும் இந்தச் சான்றுகள் மிக முக்கியமானவை. வேதகால மக்களுக்கு வேளாண்மை அவ்வளவு முக்கியமானதன்று. ஆனால் வேளாண்மைக்கு மந்திரச் சடங்குகள் மிக முக்கியமானவை என்று கருதினர்.

இத்தகைய ஆதிகால வேளாண்மை என்பது பெண்களைச் சார்ந்து இருந்தது. அது மந்திரங்களுடனும் சடங்குகளுடனும் இணைந்திருந்தது. அவ்வாறு நிகழ்த்தப்பட்ட மந்திரச் சடங்குகளில் ஆண்கள் கண்டிப்பாகக் கலந்துகொள்ளக் கூடாது. அப்படியே கலந்து கொண்ட நிகழ்ச்சிகளில்கூட அவர்கள் பெண்ணுடை தரித்துப் பெண்களைப் போலவே மாற்றிக் காட்சியளித்த குறிப்புகள் காணப்படுகின்றன. இவற்றுக்கான சான்றுகள் வேதங்களில் இருப்பதுபோலவே உலகின் பலநாடுகளில் காணப்பட்டதை விரிவாகத் தருகிறார்.

மார்கன், ரிட்லி, டாப்ளின், விண்டர்நிட்ஸ், பர்னல், ஜார்ஜ் தாம்சன் போன்ற சமூக விஞ்ஞானிகளை மேற்கோள் காட்டி தொல் பழங்கால மக்கள் எல்லோரும் ஒரே அளவிலான சமூக வளர்ச்சிப் படிநிலைகளில் வசிக்கவில்லை: மனித குலத்தின் ஒரு பகுதியினர் தொல் பழங்கால மக்கள் கட்டத்திலும் மற்றொரு பகுதியினர் அநாகரிகக் கட்டத்திலும் வேறுசிலர் நாகரிகக் கட்டத்திலும் வசித்தனர் என்பதனை மறுக்க முடியாது. இந்த மூன்று வெவ்வேறு கட்டங்களும் முன்னேற்றத்தில் இயற்கையாகவும் தேவையான முறையிலும் ஒன்றுடன் ஒன்று தொடர்பு கொண்டிருந்தன. இந்த வரிசைமுறை மனிதகுல வரலாற்றில் இருந்தது. இது முன்னேற்றம் நிகழும் சூழ்நிலையைப் பொறுத்துச் சாத்தியமாயிற்று. இந்த மானிடவியல் கருத்தின்படி ஆரிய தேசங்களின் ஆதி முன்னோர்கள் இன்று இருக்கக்கூடிய அநாகரிகக் கட்ட மக்கள், தொல்லினக் குடி மக்கள் பெற்ற அனுபவ நிலைகளைக் கடந்து வந்துள்ளனர். இந்த அனுபவம் இக்கால, பழங்கால நாகரிகத்தின் பல கட்டங்களை விளக்குவதற்குத் தேவையான தகவல்களைக் கொண்டுள்ளது. எனவே அவர்களது பழங்கால அனுபவத்தை இன்று இருக்கக்கூடிய

நிறுவனங்கள், கண்டுபிடிப்புகள், தொல்லினக்குடிகள், அநாகரிகக் கட்டம் போன்றவற்றிற்கும் வேதங்கள் கூறும் வாழக்கைக்கும் உள்ள தொடர்பிலிருந்து கண்டுபிடிக்க முடியும். இந்தப் பல்வேறு இனங்களின் வளர்ச்சி நிலை தொல்லினப் பழங்குடி இனங்கள், தேசிய இனங்கள் ஆகியவற்றை ஆராயும்போது நாம் நமது பூர்விக முன்னோர்களது பண்டைக்கால வரலாற்றையும் சூழ் நிலையையும் பெரிதும் கண்டுகொள்கிறோம்.

எடுத்துக்காட்டாக, நீலகிரியில் வாழும் பழங்குடிகளான தோடர்கள் தங்கள் வாழ்க்கையை வளப்படுத்தும் பாடல்களை இசைக்கின்றனர். அதில் ஒரு பாடல்:

இது நன்றாக இருப்பதால் ஆசை கிட்டுவதாக!
அது நன்றாக இருப்பதாகும் அல்லது கருணை
காட்டுவதாக!
எருமை கன்றுகளுடன் நலமுடன் இருப்பதாக!
அங்கு நோய்நொடி இல்லாமல் இருப்பதாக!
அழிப்பார் இல்லாது இருப்பதாக!

தீய விலங்குகள் இல்லாது இருப்பதாக!
கொடிய காட்டு விலங்குகள் இல்லாமல் இருப்பதாக!
உயர்ந்த சிகரங்களிலிருந்து விழாமல் காப்பதாக!
வெள்ளங்கள் தடுக்கப்படுவதாக!
நெருப்பின்றி இருப்பதாக!
மழை பொழிவதாக!
மேகங்கள் திரண்டு மேல் எழுவதாக!
புற்கள் செழித்து வளர்வதாக!
நீர் ஊற்று சுரப்பதாக! (ப. 706)

இந்தப் பாடலை எடுத்துக்காட்டி வேதங்களை ஆராய்பவர்களுக்கு இப்பட்டியல் ஆர்வமூட்டும் என்கிறார். வேதங்களின் வழக்கி லிருந்த மொழியில் மொழிபெயர்த்தால் இப்பட்டியலிலுள்ள ஒவ்வொரு மந்திரமும் ரிக் வேதத்தில் சில ரிக்குகளாகத் தோற்றம் பெறும். கால்நடைகளைவிட எதையும் முக்கியமாகக் கருதாத சாமானிய மக்களது அன்றாட ஆசைகளை இவை காட்டு கின்றன. அவர்களது சடங்குகளின் நோக்கம் மந்திரத்தின் மூலம் கால்நடைகளைப் பாதுகாத்தலாகும். சக்திவாய்ந்த மந்திரம் தான் பாதுகாக்கும் சாதனம் என்று அவர்களுக்குத் தோன்றியது. தோடர்களைப் பற்றி நாம் இவ்வளவு விளக்கியதற்குக் காரணம் மதம் உருவாகும் முறை பற்றிய விவரங்கள் கூறும் வேத இலக்கியங் களைப் புரிந்துகொள்வதற்கு இது உதவுகிறது என்பதே. மேலும் ரிக்வேதத்தின் ஆரம்பப் பகுதிகளில் மறுஉலகம் அல்லது ஆன்மிக மதிப்புகள் பற்றிய உணர்வு அவற்றினை எழுதியவர்களிடம் இல்லை என்பது உண்மையாகும் என்று சட்டோபாத்யாயா விளக்குகிறார். (பக். 710 – 712)[3]

மேலே உள்ள தோடர்களின் பாடலும்[4] அதற்கு ஒப்பான ரிக்வேதப் பாடல்களும் கடவுள் என்பதை மையப்படுத்தவில்லை. கடவுள் என்ற கருத்து உருவாவதற்குமுன் தங்களுடைய சடங்கு களாலும் மந்திரப் பாடல்களாலும் இயற்கையை வசப்படுத்து வதற்காகச் செய்யும் பாவனைகளாக இவை அமைந்துள்ளன. வேதத்தில் உள்ள இத்தகைய பகுதிகளில் தேகவாதம், சாங்கியம், தாந்திரீகம் போன்றவற்றின் வேர்கள் நிலைகொண்டுள்ளதை அடுத்த பகுதிகளில் மிக விரிவாக விளக்கிச் செல்கின்றார். உடல் உழைப்பிலிருந்து மூளை உழைப்பு பிரிதலும் (மூளை உழைப்புதான் கடவுள் என்ற கருத்தின் மூலப்பொருளாக அமைகிறது) ஆணாதிக்கமும் குடும்ப அமைப்பும் சொத்து உருவாக்கமும் இவற்றின் விளைவாக உருவாகும் அரசு என்ற நிறுவனமும் அரசின் தலைவனாகிய அரசன் என்னும் அதிகார மையமும்தான் கடவுள் என்ற கருத்தை உருவாக்கின என்று ஆய்ந்து காட்டுகிறார். இந்தக் கடவுள் என்ற கருத்துக்கு மாறாக உருக்கொண்ட கடவுள் மறுப்பு உலகாய்தமும் மேலே குறிப்பிடப் பட்டுள்ள கடவுளற்ற இயற்கை சார்ந்த உலகாய்தமும் வேறு வேறானவை. இரண்டுக்குமான மூலங்கள் வேறுவேறு. இயற்கை சார்ந்த உலகாய்தம்தான் பிற்காலங்களில் சாங்கியமாகவும் தாந்திரீகமாகவும் தங்கள் முன்நிலைகளைக் காணவே முடியாத படியான கருத்துகளுடன் இணைந்து வளர்ச்சி பெற்றன.

சாங்கிய தரிசனத்தின் அடிப்படையான பிரக்ருதி என்பதும் தாந்திரீகத்தின் மையமான சக்தி வழிபாடு என்பதும் பெண்களை முதன்மைப்படுத்துவதாகும்.[5] பெண்கள் பூப்படைவது, கருவுறுவது, பிள்ளைப்பேறு போன்றவை மனித குலத்தின் வளமைக்கு அடிப்படையானவை. இத்தகைய வளமையைப் பூமித்தாயிடம் பெறுவதற்கு பெண்களின் வளமையைப் பாவனையாகக் காட்டுவது பலன்தரும் என்று மிகப் பழங்கால மக்களுக்கும் நம்காலத்தில் வாழ்ந்து வருகின்ற பழங்குடியினரும் நம்பிக்கை கொண்டிருந்தனர். இந்த நம்பிக்கையைப் பாடல்கள், ஆட்டங்கள் போன்றவற்றுடன் பூமியின்மீது நிகழ்த்தினால் பூமித்தாய் தன் கருவிலிருந்து ஏராளமான வளங்களைத் தருவாள் என்று நம்பினர். இது உலகெங்கிலும் இருந்த வளமைச் சடங்குகளுக்கு வழிவகுத்தது. பிற்காலங்களில் பாடல்கள் மந்திரங்களாகவும் ஆட்டங்கள் பரவசமாகவும் ஆண்பெண் இணைப்பு என்பது முக்திக்கு ஈடான பேரின்பமாகவும் தாந்திரீகர்களால் நம்பப்பட்டு தாந்திரீகச் சடங்குகள் உருவாயின. இந்த நம்பிக்கையின் அடிப்படையில் உருவாக்கப்பட்ட எந்திரங்கள் என்பன இன்றும் வாழ்வுக்கு வளம்தரும் என்று கருதப்பட்டுப் புனிதமாகப் போற்றப் படுகின்றன. இந்த எந்திரங்களின் அமைப்பு ஆண்குறி, பெண்குறி,

இவை இரண்டும் இணைந்த நிலை போன்றவற்றை அடிப்படை யாகக் கொண்டது என்பது கவனிக்கத்தக்கது. தமிழ்ச் சித்தர் மரபு என்ற நூலில் பேரா. டி.என்.கணபதி கூறுவதை இத்துடன் இணைத்துப் பார்க்கலாம். (ஒரு எந்திரத்தின்) முக்கோணத்தின் உச்சி கீழ்நோக்கியிருந்தால் அது பெண்குறியை, சக்தியை உணர்த்தும். மேல் நோக்கியிருந்தால் அது ஆண்குறியை, சிவத்தை உணர்த்தும். இரண்டு முக்கோணங்கள் பிணைந்து அறுகோண அமைப்பில் இருந்தால் அது சிவ – சக்தி ஐக்கியத்தையும் அதன் விளைவான உலகப் படைப்பையும் குறிக்கின்றது (ப.168). பிற் காலங்களில் பெண்ணின் இடத்தை ஆண் பிடித்தபோது ஆணுறுப்பு முக்கியம் பெற்றது. அதுதான் லிங்க வழிபாடு. எகிப்து, மேற்கு ஆப்பிரிக்கா, காங்கோ போன்ற உலகின் பல நாடுகளிலும் இத்தகைய லிங்க வழிபாடு பழங்குடியினரிடையே வழக்கத்தில் இருந்திருக்கிறது. ஆண் முதன்மை பெற்றதால், உலகில் உண்டான இந்த வழக்கத்தை சைவநெறியால்தான் அதாவது தமிழர்களால்தான் இந்த ஆண்குறி வழிபாடு லிங்க வழிபாடாக உலகமெங்கிலும் பரவியது என்று பெருமை சொல்லித் திரிபவர்களும் தமிழகத்தில் உள்ளனர்.

இந்தப் பகுதிகளை விளக்கும் ஆசிரியர் உலகாய்தக் கருத்துடையவனையும் தாந்திரீகனையும் ஒருங்கிணைப்பதற்குப் பல பக்கங்களில் முயற்சி செய்கிறார். இருப்பினும் "உலகாய்தத்தைத் தாந்திரீகத்துடன் இணைத்துக் காண்பது ஆச்சரியமாக இருக்கலாம். இதற்குக் காரணம் இவை இரண்டும் பற்றிய நமது அபிப்ராயங்கள் தவறாக இருப்பது ஆகும்" (ப. 43) என்று கூறுகிறார். நூலின் இந்தப் பகுதியை வாசிக்கும்போது எனக்கு சிவஞான சித்தியார் பரபக்கம் 25ஆவது செய்யுள் நினைவுக்கு வந்தது. அப்பாடலில் வாமதந்திரீ (தாந்திரீகன் – வாம என்ற சொல் பெண்ணைக் குறிக்கும்) ஒருவனை உலகாய்தன் கண்டு மகிழ்ந்து வாமதந்திரீயே! வருக! எம்மைப்போல நீயும் இவ் வுலகத்தில வாழ வல்லவன். என் உயிருக்குத் தோழன் நீயே! வேறு எவரும் இல்லை, மானம் என்பது சிறிதும் இல்லாத மானிடர் சிலர் கொலை, களவு முதலியவற்றைப் பொல்லாங்கு என்பர். நீ என்னைப் போலவே 'அலைகளையெல்லாம் நன்று எனக் கொண்டு மகளிர் குழுவின் மத்தியிலே மாபெரும் சுடர் எனப் பிரகாசிக்கின்றாய். ஆதலால் மகிழ்ச்சிக்கு அறிகுறி யாக எனக்கு உன் வலதுகையைத் தா! (இச்செய்யுள் உலகாய்தர் களை மிக இழிந்தவர்களாகக் கருதும் சைவ சித்தாந்தியால் இயற்றப்பட்டுள்ளதால் தாந்திரீகர்களும் உலகாய்தர்களும் கொலை, களவு முதலியவற்றைக் கைக்கொண்டு மகிழ்பவர்களாக இயற்றப்பட்டுள்ளது.) இதைப் போன்ற பல செய்திகள் தமிழ்

இலக்கியப் பாரம்பரியத்தில் பதிவு செய்யப்பட்டுள்ளன. சட்டோபாத்யாயா போன்ற சிறந்த அறிஞர்களுக்கு இவற்றை வாசிக்கும் வாய்ப்புக் கிடைத்திருந்தால் உலகாய்தம் போன்ற நூல் இப்பொழுது உள்ளதுபோல 910 பக்கங்கள் நீளாது. சுமார் 700 பக்கங்களில் இந்நூல் முடிவு பெற்றிருக்கும். உண்மையான தமிழ் வளர்ச்சியின் ஒரு பகுதி என்பது இத்தகைய பகுதிகளை இம்மாதிரி அறிஞர்களின் கைகளுக்குக் கிட்டும்படி செய்வதில் அடங்கியுள்ளது.

தமிழ்நாட்டில் சில இடங்களில் உள்ள கோவில் சிற்பங்களில் ஆண் பெண் புணர்ச்சி பற்றிய சிலைகள் உள்ளன. புனிதமாகக் கருதப்படும் கோவில்களில் இத்தகைய சிலைகள் இருக்கலாமா என்று சிலர் என்னிடம் கேட்டபோது அக்கேள்விகளுக்கு என்னால் பதில் சொல்ல முடியவில்லை. தாந்திரீகம் பற்றிய இந்தப் பகுதியைப் படித்தபோது அதற்கு விளக்கம் கிடைத்தது. “ஒரிசாவிலுள்ள கோவில் சிற்பங்களில் வெளிப்படையாகக் காணும் காமக் களியாட்டங்கள் ஓர் ஆண் பெண்ணுடன் இணைவதைக் காட்டுவதுதான் அடிப்படை. பௌத்த தாந்திரீகர் களிடையே காம வஜ்ராயனர் என்ற பிரிவு தோன்றியது. இக்குழுவினர் மனிதனது பிறப்பும் உலகின் பிறப்பும் ஒரே அடிப்படையைக் கொண்டவை என்று கருதினர். இந்தப்பிரிவு இலக்கியங்களில் பொதுமக்களிடம் கூறமுடியாத மிகவும் ஆபாச மான விவரங்கள் உள்ளன. இவர்களது சடங்குகளில் மனிதனது காமக் களியாட்டத்தினை உலகத்தின் காமக்களியாட்டத்துடன் (உலகம் மனிதர்களுக்குக் கொடுக்கும் வளம்) இணைப்பதாகும். இந்தக் காம இச்சையை மடாலயங்களிலும் கோவில்களிலும் வெளிப்படுத்திக் காட்டினர். எனது (சட்டோபாத்யாயா) கருத்துப் படி, பூரி ஜெகந்நாதர் ஆலயம் ஆரம்பத்தில் காம வஜ்ராயனர் களின் ஆதிக்கத்தில் கட்டப்பட்டதாகும். இங்கு உள்ள விமாலா வின் கோயில் (பூ) இவர்களுக்குப் புனிதமானது. இந்த ஸ்ரீமந்திரத்தில்தான் (பூரிக் கோவிலுக்கு மற்றொரு பெயர்) உலகப் படைப்பிற்கும் மனிதப் பிறப்புக்கும் இணைப்பு உருவாகிறது. இந்த ஆபாசமான சிற்பம் ஒவ்வொன்றிலும் ஒரு ஆண் புத்த சந்நியாசி உள்ளார் (காம வஜ்ராயனன்). அதிலுள்ள ஒவ்வொரு பெண்ணும் ஒரு தேவதாசி. இந்தக் கோயில் முழுவதுமே காமவஜ்ராயன விதிகளைக் கொண்டு கட்டப்பட்டதாகும். ஒரிசாவிலுள்ள கோயில் சிற்பங்கள் பற்றிய இந்த விமர்சனம் மிக முக்கியமானதாகும். இதற்கு இதுதவிர வேறெந்த விளக்கமும் தரமுடியாது. பௌத்த சார்பிலிருந்து நம்மை விடுவித்துக்கொண்டால் இதனை நாம் நன்கு புரிந்து கொள்ள முடியும். அவ்வாறு செய்யும்போது இவற்றுக்கு அடித்

தளமாக உள்ள விவசாய மந்திரத்தின் வளர்ச்சி இவை என்பதை நாம் காணமுடியும். உலகப் படைப்பு பற்றிய இக்கருத்து வேளாண் மந்திரத்தின் வளர்ச்சி என்றால் பண்டைக் காலத்தில் பிற நாகரிகங்களின் வரலாற்றுக்கு முற்பட்ட காலப் பண்பு என்று இதனைக் கருதலாம். இத்தகைய கலாச்சாரம் சீனா, மெசபடோமியா ஆகிய பகுதிகளில் நிலவி இருந்ததை ஜார்ஜ் தாம்சன் கூறுகிறார் (ப. 435).

தமிழ் இலக்கியத்தை ஆராய்ச்சி செய்வது என்பது குறைந்த பட்சம் 2500 ஆண்டுகளாகத் தமிழ் மக்களின் வாழ்க்கையைப் பற்றிய ஆராய்ச்சியாக அமைந்துள்ளது என்பதை நாம் கவனத்தில் கொள்ளவேண்டும். இந்தியாவின் பழைமையான மொழியாகிய சமஸ்கிருதத்திற்கு இந்த வாய்ப்பு இல்லை. பாலி, பிராகிருதம் போன்ற மொழிகள் இன்றைய காலப் பேச்சு வழக்கில், இலக்கிய வழக்கில் அதே தன்மையுடன் இல்லை. தமிழ்மொழிக்கு மட்டுமே கிடைத்துள்ள இந்த வாய்ப்பைத் தமிழ் அறிஞர்களும் ஆர்வலர் களும் முறையாகப் பயன்படுத்துவதற்கு சட்டோபாத்யாயா வின் இந்த நூல் பல்வேறு வழிகளைத் திறந்துவிடுவதாக உள்ளது. சட்டோபாத்யாயாவுக்கே இந்தக் கருத்து இருந்ததாகத் தெரிகிறது. “மத்திய காலத்தின் ஆரம்பக் கட்டத்தில் வங்காளத்தில் இடம் பெற்றிருந்த சரியாப் பாடல்களைப் போன்று தமிழ் இலக்கியத் திலும் ஏராளமான கவிதைகள் இடம் பெற்றுள்ளன. இவை தென்னிந்தியாவின் தாந்திரீகர்களால் எழுதப்பட்டவை. தமிழ் மொழியில் அவர்களைச் சித்தர்கள் என்று அழைக்கிறார்கள். இந்தத் தாந்திரீக நூல்களில் இடம்பெற்றுள்ள பதினெட்டு சித்தர்களில் ஒருவரது பெயர் போகர் என்பது. அவர் சீன தேசத்தவர் என்ற கருத்து உள்ளது. இவருடன் சில தமிழ் மாணவர்களும் சீனாவுக்குச் சென்று அங்குச் சில தொழில் நுட்பங்களைக் கற்ற பிறகு தமிழ்நாடு திரும்பினர். போகருடன் சேர்ந்து புலிப்பாணி என்ற சித்தரும் குறிப்பிடப்படுகிறார். இவர் தாந்திரீகக் கண்ணோட்டத்துடன்கூடிய மந்திரம், மருத்துவம், ரசவாதம் ஆகிய நூல்களைத் தமிழில் எழுதினார். தமிழ்ச் சித்தர்களின் பல நூல்கள் தென்னிந்தியாவின் மடங் களிலும் பழங்கால நூலகங்களிலும் காணப்படுகின்றன. இவற்றைத் தகுந்த முறையில் பதிப்பித்து ஆய்வு செய்தால் இந்திய விஞ்ஞானத்தின் வரலாற்றை மீட்டு எடுப்பதற்கான விவரங்கள் நமக்குக் கிடைக்கும். தமிழ்ச் சித்தர்களின் வரலாற்றில் ஆர்வம் கொள்ள அவர்கள் தாந்திரீகத்தின் ஊடாக அறிவியலை வளர்த்ததும் சங்கரரது கருத்துமுதல்வாதத் தத்துவத்தைக் கடுமை யாக எதிர்த்ததும் முக்கியக் காரணமாகும். (ப. 456 –458)

வேதங்கள் என்பன கடவுளைப் பற்றிய விசயங்களையும் தத்துவம் பற்றிய விவாதங்களையும் மட்டுமே கொண்டுள்ளவை யாகும் என்ற பொதுக்கருத்து சரியானது அல்ல. இந்தியாவின் மனித குல வரலாறு மிகப் பழைமையான காலத்தில் எவ்வாறு இருந்தது என்பதை நாம் அறிந்துகொள்வதற்கும் பல செய்தி களைக் கொண்டுள்ளது. ஆனால் இதை விளக்கிச் சொல்ல முயற்சி செய்பவர்கள் பலவேறுபட்ட விஞ்ஞானத் துறைகளை அறிந்து பயின்றவராக இருக்கவேண்டும். அப்படிப்பட்டவராக சட்டோபாத்யாயா இருந்ததன் விளைவாக உருவான ஒரு புதுமையான படைப்புதான் உலகாய்தம் என்ற இந்த நூல். வேதங்களைப்போன்று தமிழ் இலக்கியங்களும் பழமையானவை தான். எனவே தமிழ் நூல்களைக் கொண்டு செய்யப்படும் ஆராய்ச்சி என்பது தமிழ்நாட்டு வரலாற்றையும் இந்திய வரலாற்றையும் பண்பாட்டையும் வெளிப்படுத்திக் காட்டுவதாக நிச்சயமாக அமையும். அத்தகைய ஆராய்ச்சிக்கு பல வெளிச்சங் களையும் பல வழிமுறைகளையும் இந்த நூலின் வழியாக நாம் பெறமுடியும். ஆனால் அதனைப் பயன்படுத்துவதற்கு விரிந்த மனமும் பரந்த கல்வியும் பெற்று அதனைச் சரியாக வெளிப்படுத்துவதற்கான தர்க்கமுறையும் எழுத்தாற்றலும் நம்மிடம் இருக்கவேண்டும். இதற்குக் கடுமையான உழைப்பு நமக்குத் தேவைப்படும். தமிழ் அறிஞர்கள் என்போர் இதற்குத் தயாராக இருந்தால் தமிழ் இலக்கியங்களின் பல பகுதிகள் இந்திய வரலாற்றையும் பண்பாட்டையும் தத்துவங்களையும் விளக்கிக் காட்டும் தகுதியுடையன என்பதை நம்மால் உலகம் ஏற்கும்படி நிரூபிக்க முடியும்.

எனவே, தமிழ்மொழியின்மீதும் மக்களின்மீதும் அக்கறை கொண்டவர்கள் இந்த நூலை வாசிக்கத் தவறக்கூடாது. மொழி பெயர்ப்பில் சில குறைகள் இருந்தாலும் தேனெடுப்பவர்கள் குளவியின் கொட்டுக்களுக்கு அஞ்சாமல் நின்று அதனை அடைவது போன்று நமக்கு ஆய்வு மனப்பான்மையும் வாசிப்புச் சுவையும் வழங்கும் இந்த நூலை வெளியிட்ட நியூசெஞ்சுரி புத்தக நிறுவனத்தாரை நாம் பாராட்டத்தான் வேண்டும்.

உலகாயதம் பண்டைக்கால இந்தியப்
பொருள்முதல்வாதம் பற்றிய ஆய்வு
ஆசிரியர்: தேவி பிரசாத் சட்டோபாத்யாயா
தமிழில்:எஸ். தோதாத்ரி
நியூ செஞ்சுரி புக் ஹவுஸ்(பி) லிட்,
சென்னை 600 098.
பக்கம் 948, விலை ரூ.500

குறிப்புகள்

1. சாங்கிய தரிசனம் பற்றிக் கிடைக்கின்ற ஒரே பழைய நூல் சாங்கியக் காரிகை. இதன் ஆசிரியர் ஈஸ்வர கிருஷ்ணர். இந்நூல் கி.பி. 5ஆம் நூற்றாண்டுவாக்கில் தோன்றியது என்பர். 72 காரிகை யாப்பால் வடமொழியில் ஆக்கப்பட்ட இந்நூல் 1980இல் பாளையங்கோட்டை தூய யோவான் கல்லூரித் தமிழ்ப் பேராசிரியர் வித்துவான் க. சுப்பிரமணியன் அவர்களால் தமிழில் மொழிபெயர்க்கப்பட்டுள்ளது. இம்மொழிபெயர்ப்பின் முன்னுரையில் நூலின் தன்மையைப் பற்றியும் சாங்கிய தரிசனம் பற்றியும் தெளிவான விளக்கங்கள் எழுதப்பட்டுள்ளன.

2. பகிஸ்பவாமன என்பது காலைத் தொழுகையின்போது வேதிக்கு (பீடம்) வெளியே பாடப்படும் இஸ்த்தோமா (துதி, புகழுரை, பக்திப்பாடல், ஒருவகைப் பாராயணம் ஆகும். (ப. 98)

3. ரிக்வேதத்திலிருந்து சில ரிக்குகளை நாம் மேற்கோளாகக் காட்டலாம். இது ஒரு சுமாரான மொழிபெயர்ப்பு. ஆனால் இந்த உலகம் பற்றிய ஆசை அடிநாதமாக இங்கு ஒலிப்பதை நாம் காணமுடியும்.

   "மிகவும் விருப்பமான உணவு நம்மைச் சுற்றி வருவதாக. நமது வேலையை உணவு ஊக்குவிப்பதாக". "அக்கினியே எங்களுக்கு நிறைய உணவினை அளிப்பாயாக! அக்கினியே எங்களுக்கு அளவற்ற செல்வத்தினை அளிப்பாயாக!"

   "ஓ பிரமணாஸ்பதியே! ஒழுங்காக உணவினை அளிக்கும் செல்வத்தினை அளிப்பாயா!" "வலிமையானவர்களுக்கு வலிமையானவர்களை (மகன்கள்) அளிப்பாயாக. மிகப்பெரியவனே உணவுடன் கூடிய எங்களது வணக்கத்தினை ஏற்றுக்கொள்வாயாக". (ப. 710)

4. இதே போன்று ஆப்பிரிக்காவில் தின்காக்களிடையே வாய்மொழியான துதிப்பாடல்கள் உள்ளன என்று குறிப்பிடுகிறார்.

5. இந்தியாவில் காபாலிகர்கள், உலகாயதவாதிகள் ஆகியோரின் தாக்கம் இன்னும் வலுவாக உள்ளது. இங்கு பல குழுக்கள் உள்ளன. அவற்றில் ஒன்றின்படி, இந்த உடல் அல்லது சடம்தான் பேணப்பட வேண்டும். இங்குச் சடங்கு என்பது ஆண், பெண் சேர்க்கையாகும். இந்தச்

சேர்க்கையின் கால அளவைக் கொண்டுதான் வெற்றி (சித்தி) கிட்டும். இவர்கள் தங்களை வைணவர்கள் என்று அழைத்துக் கொள்கிறார்கள். ஆனால் இவர்கள் விஷ்ணுவை அல்லது கிருஷ்ணரை அல்லது அவதாரங் களை நம்புவதில்லை. இவர்கள் தேகத்தை நம்புகிறார்கள். இவர்களுக்குச் சகாஜியா என்று மற்றொரு பெயர் உள்ளது. இது கடந்த நானூறு ஆண்டுகளுக்கு முன்னர் மகாயான புத்தமதத்தில் இருந்து தோன்றியது."

உத்தாலகர் என்ற ஒரு பெரிய ரிஷி இருந்தார். அவருடைய மகன் ஸ்வேதகேது. அவனும் புகழ் பெற்ற துறவி. ஒருநாள் ஸ்வேதகேதுவின் தகப்பனார் முன்னிலையில் ஒரு பிராமணன் வந்து ஸ்வேதகேதுவின் தாயாரின் கைகளைப் பிடித்து அழைத்துக் கூறினான். 'நாம் செல்வோம்'. தனது தாயின் கைகளைப் பிடித்து, வலுக்கட்டாயமாக, அவன் அழைத்துச் செல்வதைக் கண்ட ஸ்வேதகேது சினம் கொண்டான். மகனது கோபத்தைக் கண்ட உத்தாலகர் கூறினார்: 'மகனே, ஆண்கள் இந்த விசயத்தில் வழக்கப்படி உறவினர்கள் போலவே நடந்து கொள்கிறார்கள்.' அந்த ரிஷியின் மகனான ஸ்வேதகேது இதனை ஏற்றுக்கொள்ள வில்லை. ஆண் – பெண் பற்றிய இன்றைய உறவுமுறை வழக்கத்தை ஏற்படுத்தினான்."

மேலும் மகாபாரதத்தில் குந்திக்குப் பாண்டு கூறியதாகப் பின்வருமாறு உள்ளது.

"ஒழுக்கம் பற்றி நன்கு தெரிந்த புகழ்பெற்ற ரிஷிகள் பழங்கால நடைமுறை பற்றிக் கூறியதை உனக்குச் சொல்கிறேன். பண்டைய காலத்தில் பெண்கள் வீட்டிற்குள்ளேயே இருந்த தில்லை: கணவனையும் உறவினர்களையும் சார்ந்தே இருந்த தில்லை. அவர்கள் வெளியே சுதந்திரமாகச் சென்றனர். அவர்கள் விரும்பியவற்றை அனுபவித்தனர். அவர்கள் கணவர்களுக்கு மட்டுமே உரியவர்களாக இருந்ததில்லை. அழகியே, அவர்களைப் பாவிகளாகப் பார்த்ததில்லை. ஏனென்றால் அது அக்காலத்தில் அங்கீகரிக்கப்பட்ட வழக்கம். இத்தகைய வழக்கத்தைப் பொறாமை எதுவுமின்றி விலங்குகளும், பறவைகளும் இன்றும் பின்பற்று கின்றன. முன்னோர்களால் ஏற்றுக்கொள்ளப்பட்ட இந்த வழக்கம் ரிஷிகளால் புகழப்பட்டது. வாழைத்தண்டு போன்ற தொடை களை உடையவளே, இது வடக்கு குருதேசத்தில் இன்றும் வழக்கத்தில் உள்ளது. பெண்களுக்கு அதிகமான சுதந்திரம் உள்ள இந்த நடைமுறை பண்டைக்காலத்தில் ஏற்றுக்கொள்ளப் பட்ட ஒன்று. இன்று உள்ள நடைமுறை பிந்தியகாலத்தில் ஏற்பட்டது."

8

நியெட்ஸே - எதிரும் புதிரும்

1944இல் சைவசித்தாந்தம் பற்றிய கருத்தரங்கு ஒன்று நடந்தது. அதில் தலைமை தாங்கிப் பேசிய பேராசிரியர் வையாபுரிப்பிள்ளை, தமிழர்கள் ஐரோப்பியத் தத்துவ ஞானத்தைப் பற்றிச் சரியாகத் தெரிந்துகொள்ளாத வரையில் தத்துவஞானம் என்று பேசுவது இறையியல் பற்றிய பேச்சாகவே அமைந்துவிடுகிறதென்றும் இதற்கு வில்டூரண்ட் எழுதிய தத்துவ ஞானத்தின் வரலாறு போன்ற நூல்களை உடனடியாகத் தமிழில் மொழி பெயர்க்க வேண்டும் என்றும் கூறினார். அவருடைய நோக்கம் அறுபது ஆண்டுகளாக நிறைவேற்றப்படவில்லை. என்றாலும் மேலைநாட்டுத் தத்துவம் தொடர்பான சில சிறிய நூல்களும் சில கட்டுரைகளும் வெளிவந்துள்ளன. ஆனாலும் தத்துவ இயலுக்கும் இறையியலுக்கும் வேறுபாடு காணத் தெரியாத சூழல்தான் இன்றும் நிலவி வருகின்றது.

இந்நிலையில் உலக அறிஞர்களால் பல வகைகளில் விமர்சிக்கப்பட்ட ஜெர்மன் நாட்டுத் தத்துவவாதி நியெட்ஸேயால் எழுதப்பட்ட 'ஜரதுஷ்ட்ரா இவ்வாறு கூறினான்' என்ற புகழ்பெற்ற நூல் தமிழில் முழுமையாக மொழிபெயர்க்கப்பட்டு வெளிவந்துள்ளது. முதலில் இது பெரிதும் வரவேற்கப்படவேண்டிய விசயம். ஆயினும் இத்தகைய நூல்களைப் புரிந்துகொண்டு வாசிப்பதற்கான ஒரு பின்புலம் வேண்டியதாக உள்ளது. அத்தகைய பின்புலம் தமிழ்ச்சூழலில் இல்லை. இந்த நூலை மொழி பெயர்த்தவர் அத்தகைய சூழலைப் பற்றிய சிறு குறிப்பு களையும் நியெட்ஸேவின் மற்ற நூல்களைப் பற்றிய கருத்துகளையும் சுருக்கமாகத் தொகுத்துத் தந்திருக்க வேண்டும். அப்படிக் கொடுத்திருந்தால் இத்தகைய

ஆழமான நூலைப் பயில்வதற்கு அது ஒரு விளக்காக நின்று துணை புரிந்திருக்கும்.

தமிழில் நியெட்ஸேயைப் பற்றி எழுதப்பட்டுள்ளவை மிகவும் குறைவே. ராகுல சாங்கிருத்தியாயன், ஆனந்த குமாரசுவாமி. ஸிஸிர் குமார் மைத்ரா போன்றவர்களின் சிறிய மொழிபெயர்ப்புக் கட்டுரைகளும் பிரேமா பிரசுரம் வெளியிட்டுள்ள ‘சிந்தனை யாளர் நியெட்ஸே’ என்ற மலர்மன்னன் எழுதிய நூலும் உள்ளன. இதில் பிரேமா பிரசுர வெளியீடான நியெட்ஸே பற்றிய நூல் மிகவும் சிறப்பாகக் குறிப்பிடத்தக்கது ஆகும்.

ஐரோப்பாவில் 15, 16ஆம் நூற்றாண்டுகளில் தோன்றி வளம் பெற்ற ‘மறுமலர்ச்சிச்’ சிந்தனைகள்தான் மேல்நாட்டுத் தத்துவஞான வளர்ச்சிக்கும் அடிப்படையாக அமைந்தன. அதற்கு முந்திய காலத்தில் மனிதர்களைப் பற்றிக்கொண்டிருந்த தரவரிசையான மேல், கீழ் என்பது அடித்து நொறுக்கப்பட்டு அனைவரும் சமம் என்ற கொள்கையின் பிறப்பே நவீன சமுதாய நாகரிகமாகக் கருதப்பட்டது. கொள்கை அளவில் புரட்சிகரமான இத்தகைய கருத்துகள் நடைமுறையில் முழுமை பெறாமல் சிதைவுகளை நோக்கி நகர்ந்தது. அது மதவாதம், தேசியவாதம், மொழிவாதம், நிறவாதம் போன்ற பிரச்சினை களின் ஊடாகத் தன்னுடைய கோரமான முகத்தைக் காட்டியது. சுதந்திரம், சமத்துவம், சகோதரத்துவம் போன்ற ஜனநாயக முழக்கங்கள் சொல்லளவில் பேரொலியாக வெடித்துக்கிளம்பி னாலும் செயல் அளவில் அது நொடித்துப் போனது. 19ஆம் நூற்றாண்டின் ஐரோப்பா இதனைத்தான் வெளிப்படுத்தியது. புரட்சிகரமான சிந்தனைகள் மக்கள் சமூகத்தைப் புதிய திசையில் பயணிக்க வைத்தாலும் தொடர்ந்து வரும் காலங்கள் மக்களின் மனங்கள்மீது இழிவுகளையும் அவமானத்தையும் மகிழ்வுடன் சுமந்து செல்லும் மன அமைப்பை ஏற்படுத்துவது எது? என்ற கேள்வி அடுத்து வந்த சிந்தனையாளர்களைத் திகைப்புடன் எதிர்கொண்டது. இதற்கான விடையைத் தேடியவர்களில் ஷோபன்ஹாரும் நியெட்ஸேயும் குறிப்பிடத்தக்கவர்கள்.

இந்தப் பிரச்சினைகளை இவர்கள் எதிர்கொண்ட காலத்தில் வேதங்களும் உபநிடதங்களும், பகவத்கீதை, மனுநீதி போன்ற நூல்களும் வெளிவந்துவிட்டன. ஜெர்மன், ஆங்கிலம் போன்ற ஐரோப்பிய மொழிகளில் அச்சிடப்பட்டு வெளிவந்துவிட்டன (இந்த நூல்கள் சமஸ்கிருத மொழியிலும் அச்சுருவம் பெறுவதற்கு அடுத்த நூற்றாண்டுவரை காத்திருக்க வேண்டியிருந்தது. சுருக்க மாகக் கூறினால் நவீனமயப்பட்ட இந்தியர்கள் இந்த நூல்களைப் பார்ப்பதற்கு வெகுகாலத்திற்கு முன்பாகவே ஐரோப்பிய

அறிஞர்கள் இவைகளைப் படித்துவிட்டார்கள் என்பது குறிப்பிடத்தக்கது).

ஷோபன்ஹாரும் நியெட்ஸேயும் தங்கள் காலத்து நெருக்கடி களைத் தீர்க்கும் ஆற்றல் இந்தியத் 'திருநூல்'களில் நிறைய இருப்பதாகவே நம்பினார்கள். கிறித்தவப் போதனைகள் போன்று பொதுமக்களுக்கு அறிவுரை கூறுவதாக அமையாமல் தனி நபர்களின் ஈடேற்றத்தை வலியுறுத்தி இந்திய நூல்கள் பேசுவதை நடைமுறைச் சாத்தியமானதாகப் பார்த்தனர். ஒருநாளும் நடைமுறைக்கு வராத ஈவு, இரக்கம். அன்பு போன்றவற்றைப் பேசும் பைபிளைவிடத் தங்களுடைய காலத்திலும் நடைமுறை யில் இருந்து கொண்டிருப்பதைப் பேசுகின்ற இந்திய நூல்கள் சிறப்பானவை என்றனர்.

இத்தகைய நூல்களைப் பற்றி ஷோபன்ஹார் கூறுகின்றார். "மேலும் ஒருவன் வேதங்களால் விளைகின்ற நலன்களைப் பெறுவானானால் அந்நலன்களைப் பெறுமாறு வழிவகுத்துத் தந்த உபநிடதங்களை நினைத்தல் வேண்டும். சமஸ்கிருத இலக்கியத் தொடர்பால் விளைய இருக்கும் பலன்கள் மிகவும் போற்றத்தக்கனவாக அமையும். பதினைந்தாவது நூற்றாண்டில் கிரேக்க இலக்கிய மறுமலர்ச்சியினால் விளைந்த பலன்களைவிட ஆழமான பலன்களை சமஸ்கிருத இலக்கியத் தொடர்பினால் இந்நூற்றாண்டு ஏனைய, கழிந்த, நூற்றாண்டுகளைவிடப் பெரிதும் வாய்ப்பாகப் பெற்றுத் திகழ்கிறது. இந்தியத் தொல் ஞானத்தை விளக்கும் திருநூல்களை நன்கு அறிந்து தமது கருத்தோடு இக்கருத்துகளை இயையுமாறு அமைத்துக் கொள்வோர் சிறந்த நலன்களைப் பெற்றவர்கள் ஆவார்கள். அவ்வாறு பெற்றவர்களே நான் சொல்வனவற்றைக் கேட்க விரும்புவோர்களுள் தலைமை யுடையவர்கள் ஆவார்கள். (கீழை மேலை நாடுகளின் மெய்ப் பொருள் இயல் வரலாறு – தொகுதி 2, பக்கம். 470.)

மனிதர்கள் ஒருவர் மற்றவரிடம் அன்பு செலுத்துவதே பரலோக ராஜ்ஜியத்திற்கு வழிகாட்டும் என்று கிறித்துவ மதம் 2000 ஆண்டுகளாகப் போதித்து வந்தது. அதுதான் எங்கள் மதம் என்று தூக்கிப் பிடித்து வந்த ஐரோப்பிய நாடுகளும் ரோமிலிருந்து மதத்தின் பெயரால் மக்களை அரசாட்சி செய்து வந்த போப் ஆண்டவர்களும் தங்களுக்குள் கொடிய விலங்கு களைப் போலத் தாக்குதல்கள் நடத்தி வந்தனர். கிறித்துவ மதத்தின் பெயரால் இத்தகைய கொடுமைகளைப் புரிந்தவர்கள் உலகில் தோன்றிய ஒரே ஒரு கிறித்துவரான ஏசுநாதரைச் சிலுவையில் அறைந்து கொன்றுவிட்டார்கள் என்று கூறினார் நியெட்ஸே. ஆகவே கடவுள் இறந்துவிட்டான் என்றார். எனவே மதத்தின் ஆசிபெற்ற நன்மை, தீமை, சொர்க்கம், நரகம், கொடுமை,

அன்பு, இரக்கம், வன்மை போன்ற சொற்களால் சுட்டப்படும் மனித விழுமியங்கள் அர்த்தமற்றவையாகிவிட்டன என்கிறார்.

உலக வரலாற்றில் குரங்கிலிருந்து மனிதன் தோன்றினான் என்பது, அறிவும் ஆற்றலும் நிறைந்த உயிரினங்கள் தன்னைவிடக் குறைந்த அறிவாற்றல் பெற்ற விலங்குக் கூட்டத்திடமிருந்து தன்னை விடுவித்துக் கொண்டு உயர்ந்துவிட்டன என்பதுதான். மனித விழுமியங்களுக்கு எதிரான நடவடிக்கைகள்தான் வெற்றி பெற்ற மனிதர்களின் ஒழுக்கமாக இருந்து வந்திருக்கிறது. ஒழுங்கின்மையும் நேர்மையின்மையும் வெற்றியின் படிக்கட்டு களாகக் கொண்டதுதான் எதார்த்த வாழ்க்கையாக உள்ளது. ஆகவே பண்பும் ஒழுங்கும் நேர்மையும் உண்மையும் கொண்டோர் வாழ்க்கையில் அடிமைகளாகவே இருந்து வந்துள்ளனர். எனவே இத்தகைய போதனைகளை அடிமைகளின் ஒழுக்கம் என்று நியெட்ஸே குறிப்பிடுகிறார். "தயை, தாட்சண்யம், பண்பு என்பன வெல்லாம் வெறும் கற்பிதங்களே – அவை இயற்கைக்கு முரண் பாடானவை. பரிணாம வளர்ச்சிக்குக் குறுக்கே நிற்கின்ற தடங்கல்களே அவைகள்" என்று கூறி கிரேக்கக் கலைக்கடவுளான டயோனிஸஸின் வன்மை இயல்புகளைக் கொண்டு இளகிய சுபாவங்களையெல்லாம் தூர எறிந்துவிட்டு மனித சமுதாயம் தன் உன்னத லட்சியமான மகா மனித சகாப்தத்தை நோக்கிப் புறப்படவேண்டும் என்றான்.

இத்தகைய இலட்சியங்களை முன்னிலைப்படுத்தி ஒன்பது நூல்களை நியெட்ஸே எழுதினார். இவற்றுள் ஆறாவது நூலான, "ஜரதுஷ்ட்ரா இவ்வாறு கூறினான்" என்ற நூல் இவருடைய சிந்தனைகளை முழுமையும் உள்ளடக்கியது ஆகும்.

கிறித்தவ போதனைகளிலிருந்து விடுபட்டு எதார்த்த வாழ்க்கைப் போக்குகளிலிருந்து மனிதர்களின் முன்னேற்றத்திற் கான சிந்தனைகளை அவர், இந்திய மரபில் வந்த உபநிடதங்கள் போன்ற நூல்களிலிருந்து பெற்றுக்கொண்டதாகக் கூறுகின்றார். தான் பெற்ற இந்தச் சிந்தனைகளை மற்றவர்களுக்கும் அளிக்க வேண்டும் என்று ஆசை கொண்டார். வரலாற்றில் பெரிஷிய மதத்தைத் தோற்றுவித்தவரான 'ஜரதுஷ்ட்ரா' என்பவர் 'செயிண்ட் அவஸ்தா' என்ற தன் நூலில் நியெட்ஸே கொண்டுள்ள கருத்து களையே வெகுகாலத்துக்கு முன்பே கூறுகிறார். எனவே அவரையே தன் நூலின் கதாநாயகனாக மாற்றி, அதாவது மகாமனிதனாக்கி அவன் வாயிலாகத் தன் போதனைகளை வெளிப்படுத்தினார்.

உலக மக்கள் அனைவரும் மகாமனிதர்கள் ஆகவேண்டும், ஆக முடியும் என்ற நம்பிக்கையில் அவருடைய போதனைகள் அமைந்துள்ளன. "மந்தையிலிருந்து அதிகமானவர்களை வசீகரித்து

வெளியேற்ற வேண்டும். அதற்காகத்தான் நான் வந்தேன். மக்களும் மந்தையும் என்மீது கோபமாக இருக்கலாம்: மேய்ப்பர்கள் என்னைக் கொள்ளையன் என்று சொல்லலாம்: ஆனாலும் படைப்பவன் சகாக்களைத் தேடுகிறான், சவங்களையோ, மந்தை களையோ, நம்பிக்கையானவர்களையோ அல்ல. படைப்பவன் சக – படைப்பாளிகளைத் தேடுகிறான். புதிய அட்டவணைகளில் புதிய மதிப்பீடுகளைப் பதிப்பவனைத் தேடுகிறான். எனவே ஜரதுஷ்ட்ரா சக படைப்பாளிகளை சக அறுவடையாளர்களை, சக மகிழ்ச்சியாளர்களைத் தேடுகிறான். மந்தைகளிடமும் மேய்ப்பவர்களிடமும் சவங்களிடமும் அவனுக்குச் செய்வதற்கு என்ன இருக்கிறது.

ஆசைகளிலிருந்து விடுதலை அடைவதுதான் துயரங்களி லிருந்து விடுபடுவதற்கான வழி என்ற இந்திய போதனையை ஏற்றுக்கொண்டவர் ஷோபன்ஹார். ஆனால், அவரைக் குருவாகக் கொண்ட நியெட்ஸே அவர் கருத்துக்கு நேர்மாறாக “விருப்பம் கொள்” என்பதைக் கைக்கொண்டு தன் தத்துவங்களைச் சொல் கின்றார். வானத்துக்குக் கீழ் உள்ள அனைத்தைப் பற்றியும் தான் கொண்டுள்ள கருத்துகளையும் தான் மறுக்கும் கொள்கை களையும் ஜரதுஷ்ட்ரா நூலில் விளக்குகின்றார். தத்துவத்தைச் சொல்வதற்கு மாறான கவித்துவ நடையில் அமைந்துள்ள இந்த நூல் ஒரு கவிஞரின் கூற்றுகளைக் கொண்டதாகவும் காட்சி தருகின்றது. நான்கு பாகங்களாக உள்ள இந்நூல் கற்பு குறித்து திருமணம் மற்றும் குழந்தைகள் குறித்து அறிஞர்கள், கவிஞர்கள், தீர்க்கதரிசிகள் குறித்து, உயர் மனிதனைக் குறித்து, விஞ்ஞானம் குறித்து என்ற 82 தலைப்புகளில் எழுதப்பட்டுள்ளது. நியெட்ஸேயை முழுமையாகப் புரிந்துகொள்வதற்கான இந்த நூல் காலங்கடந்தாவது தமிழில் கிடைப்பது சிந்திப்பவர்களுக்கு மகிழ்ச்சியைத் தருவதாகும்.

ஜரதுஷ்ட்ரா இவ்வாறு கூறினான்–
காலச்சுவடு வெளியீடு
பக்கம் 222, விலை ரூ. 225

இந்நூலை மொழிபெயர்த்துள்ள ரவிக்குமாரும் வெளியிட் டுள்ள காலச்சுவடு பதிப்பகத்தினரும் பாராட்டுக்குரியவர்கள்.

9
இந்தியத் தத்துவம் ஓர் அறிமுகம்
(தேவி பிரசாத் சட்டோபாத்யாயா)

இந்தியத் தத்துவச் சிந்தனைகளைப் பற்றி 1875க்கு முற்பட்ட காலத்திலேயே ஐரோப்பிய நாடுகளைச் சேர்ந்த அறிஞர்கள் விரிவாகவும் நுட்பமாகவும் எழுதிவிட்டனர். 1910க்கு முன்னர் செர்பாட்ஸ்கி, ஓல்டன் பர்க் போன்ற அறிஞர்கள் பௌத்த மதத் தத்துவங்களை அலசி ஆராய்ந்து விட்டனர். இத்தகைய சிந்தனைகளைப் பற்றி இந்தியர்கள் 1940, 1950களில் தான் பேசவும் எழுதவும் தொடங்கினர். அவர்களில் குறிப்பிடத்தக்கவர்கள் டாக்டர் ராதாகிருஷ்ணனும் தாஸ்குப்தாவும் ஆவர். இத்தகையவர்களின் மாணவ ராக விளங்கிய தேவிபிரசாத் சட்டோபாத்யாயா இவர்களை விமர்சித்து எழுதுபவராக வளர்ச்சி அடைகின்றார். இந்த விமர்சனப் பார்வை மார்சியத்தின் வரலாற்றுப் பொருள் முதல்வாதம், இயங்கியற் பொருள் முதல்வாதம் ஆகியவற்றைப் பயின்றதால் இவருக்குக் கைவரப் பெறு கின்றது.

இந்தியத் தத்துவ ஞான வரலாறு என்பதே அத்வைத வேதாந்தம்தான் என்றும் இது தன்னுடைய அடிப்படை யான கொள்கைகளை நான்கு வேதங்களிலிருந்தே பெற்று வளர்ந்து வந்தது என்றும் கூறி வந்தனர். இத்தகைய கூற்றுகளுக்கு எந்தவிதமான அடிப்படை ஆதாரங்களும் வேதப்பகுதிகளில் காணமுடியவில்லை என்பதைத் தன் னுடைய ஆய்வுகளில் விளக்குகிறார் சட்டோபாத்யாயா. அதுமட்டுமல்லாது வேத நூல்களில் சொல்லப்படும் பல விஷயங்களை எப்படி இவர்கள் தவறாகப் பொருள் கொண்டனர் என்பதையும் விளக்குகிறார். வேதத்தின் கருத்துகள் பரவலாக ஏற்றுக்கொள்ளப்பட்ட காலங்களி லேயே அதனை ஒப்புக்கொள்ள மறுத்து அதன் புனிதத் தன்மையை நகைப்புக்கு இடமானது என்று கேலி பேசுபவர் களும் பெருமளவில் இருந்ததைக் காட்டுகின்றார்.

1. ரிக்வேதப் பாடல்களில் காணப்படும் துண்டுதுக்கானி யான சொற்களை மட்டும் வைத்துக் கொண்டு அந்தச் சொற்களில் தத்துவ நுட்பங்கள் செறிந்து இருப்பதாகப் பிற்காலத்தவர்கள் கூறுகிறார்கள். எடுத்துகாட்டாக உதயணர் என்ற ஆசிரியர் பதத்ர என்ற ரிக்வேதச் சொல்லை எடுத்துக் கொண்டு பிற்கால வைசேடிகத்தின் அணுக் கொள்கையைக் குறிப்பதாகக் கூறி அதை நியாயப்படுத்தினார். அணு என்பது இயங்கக்கூடியது. எனவே தனது கொள்கைக்கு வேத அங்கீகாரம் உள்ளது என அவர் கூறினார். உண்மையில் பதத்ர என்ற சொல்லுக்கு பறவை என்பதே பொருள். ரிக்வேதத்தின் தலைசிறந்த உரைகார ராகிய சாயணர் இதனை நடக்கும் பாதங்கள் என்று விளக்கினார். பிற்காலத்து வளர்ச்சி பெற்ற தத்துவக் கருத்துகளை பழங்காலத்துப் பாடல்களில் நியாயப்படுத்தப் பார்ப்பது எவ்வளவு வேடிக்கை யானது என்பதற்கு இது ஒரு சிறிய உதாரணம். (பக். 93 – 94).

2. பின்வருவது சாந்தோக்ய உபநிடதத்தில் முதலாவது அதிகாரத்தில் 12வது பகுதியாகும். இப்பொழுது நாய்களின் உட்கிதா அல்லது பக்காதால்பியா அல்லது கிளாவா மைத்ரேயா வேதம் படிக்கச் சென்றான். அவனுக்கு நேராக ஒரு வெள்ளை நாய் தோன்றியது. அதனைச் சுற்றி மற்ற நாய்கள் ஒன்று திரண்டன. பாடுவதன் மூலம் நீங்கள் எங்களுக்கு உணவு தர முடியுமா? நாங்கள் பசியுடன் இருக்கிறோம் என்று அவை கேட்டன. அந்த வெள்ளை நாய் அவற்றை நோக்கிக் கூறியது. நாளைக் காலை நீங்கள் எல்லோரும் இதே இடத்தில் கூடுங்கள் – இந்தப் பகுதியை விளக்க வருகின்ற அறிஞர்கள் எல்லோருமே நாய்களை நாய்கள் என்று கூறினர். டாக்டர் ராதாகிருஷ்ணன் நாய்கள் ஒவ்வொன்றும் மற்றவற்றின் வாலைப்பிடித்துக் கொண்டு நடப்பதாகவும் கூறினார். இந்தப் பகுதியில் நாய்களுக்கு வாலே குறிப்பிடப்படவில்லை என்பது கவனிக்கத்தக்கது. அப்படி யென்றால் இந்த நாய்கள்தான் என்ன? தற்கால மானிடவியல் காட்டும் வெளிச்சத்தில் சட்டோபாத்யாயா ஒரு தெளிவான நம்பக்கூடிய விளக்கத்தை அளிக்கிறார். கிருஷ்ண யஜுர்வேத சம்கிதையில் மனவா, வராகா, சகலேயா போன்ற சொற்களுக்கு மனிதன், கரடி, ஆடு என்றுதான் பொருள். அதர்வண வேதத்தில் பைப்பலதா, பிரம்மபலசா, சௌனகா என்ற பெயர்கள் வரு கின்றன. முதல் பெயருக்கு ஒரு பறவை என்று அர்த்தம். கடைசி பெயருக்கு நாய் என்று அர்த்தம். இப்படியான பெயர் களைத் தொகுத்து மக்டொனால் என்பவர் ஒரு பட்டியல் தருகின்றார். அதில் கௌசிகா என்பது ஆந்தை, மண்டுக்யா என்பது தவளை, கோதமா என்பது எருது, வத்ஸா என்பது கன்றுக்குட்டி, சுனதா என்பது நாய் என்ற விளக்கங்கள் உள்ளன. இவையெல்லாம் வேதகால ரிஷிகளின் பிறப்புமூலங்களாகக்

குறிப்பிடப்படுகின்றன. உண்மையில், இத்தகைய பெயர்கள் எல்லாம் தமிழ்நாட்டுச் சாதிகளிடையே குலங்களின் பெயர் களாக வழங்கப்படுகின்றன. இன்றும் கொங்குமண்டலக் கவுண்டர் களின் மத்தியில் பறவைகள், விலங்குகள் பெயரில் குலங்கள் உள்ளதைக் காணலாம். இத்தகைய குறிப்புகளைக் கொண்டு மேலே குறிப்பிடப்படும் நாய்கள் என்பன வேதகால மனிதர் களைக் குறிக்கும் குலக்குறிகள் என்று ஆசிரியர் குறிப்பிடுகின்றார். *(பக். 51)*

வேதங்களின் மேலாண்மையை ஏற்றுக்கொண்டு அதன் அடிப்படைக் கோட்பாடாகிய பிரம்மம் கடவுள் ஆன்மா போன்றவற்றை எதிர்த்து வந்த தத்துவவாதிகளையும் இனம் காட்டுகின்றார். அவர்கள் மீமாம்சம், சாங்கியம், யோகம், நியாய வைசேக தரிசனங்களைப் பேசியவர்கள் ஆவர். சமணம், பௌத்தம், உலகாயதம் போன்றவற்றின் கொள்கைகள் வேதத்தின் மேலாண்மையை மறுத்துத் தங்களுக்கான தனித்துவமான கொள்கைகளை உருவாக்கிக் கொண்டவை. இந்தத் தத்துவங் களைப் பற்றி விளக்கிக் கூறிய பலரும் அவற்றின் உள்ளடக்கங் களையும் அதற்கான விவரங்களையும் தொகுத்துக் கூறுபவர் களாக மட்டும் இருந்தனர். சட்டோபாத்யாயா இவர்களிடம் இருந்து விலகிநின்று பேசிய பகுதிகள் மிகவும் முக்கியத்துவம் உடையவையாகும்.

இந்தியத் தத்துவ வரலாறு என்பது மிக நீண்டகால வாழ்க்கையைக் கொண்டது. வரலாற்றின் எல்லாக் காலங்களும் ஒன்றுபோல இருப்பது இல்லை. இந்த வேறுபாட்டை அந்தந்தக் காலகட்ட உற்பத்தி முறைகள், விநியோக அமைப்புகள், அரசியல் கோட்பாடுகள் போன்றவை விளக்கிக் காட்டும் தன்மை உடையவை. எனவே ஒரு தத்துவத்தின் தோற்றத்தையும் பரவலை யும் அதனை மக்கள் ஏற்றுக்கொண்ட முறையையும் சரியாக விளக்க வேண்டுமானால் தத்துவ ரீதியான விளக்கங்கள் மட்டும் போதாது. தொல்லியல், மானிடவியல், மொழியியல், சமூகவியல் போன்ற மற்ற துறைகளின் துணையைக் கொண்டுதான் இவை களை விளக்கிக் கூறமுடியும். இதனை மார்க்சியத்தைத் தன் னுடைய அணுகுமுறையாகக் கொண்ட சட்டோபாத்யாயா புரிந்து கொண்டு அந்த ஒளியில் தத்துவப் பகுதிகளை நுட்பமுட னும் எளிமையுடனும் விளக்கிக் காட்டுவதில் வெற்றி பெற்றார்.

லோகாயதா நூலை எழுதிய பின்னர்தான் இந்தியத் தத்துவம் ஓர் அறிமுகம் என்ற இந்த நூலை எழுதுகின்றார். இதற்குப் பிறகு இந்தியத் தத்துவத்தில் நிலைத்து இருப்பனவும் அழிந்தனவும் என்ற நூலை எழுதியுள்ளார். இந்த மூன்று நூல்களையும் ஒருசேரப் படிப்பவர்கள் மட்டுமே ஆசிரியரின் கருத்தோட்டங்

களைத் தெளிவாக விளங்கிக் கொள்ள முடியும். இருப்பினும் இந்தியத் தத்துவம் ஓர் அறிமுகம் என்ற இந்த நூல் சிங்க நோக்காக நின்று மற்ற இரண்டு நூல்களையும் படிக்கும் ஆர்வத்தை வாசகர்களுக்குத் தூண்டிவிடும். குறிப்பாகக் கடவுள் என்ற கருத்து தோன்றுவதற்கு முன்னிருந்த நாத்திக வாதம் என்று ஒன்று இருந்தது, அது தாமிர, இரும்புக் கருவிகள் தோன்றுவதற்கு முன்னிருந்த விவசாயப் பொருளாதாரத்தின் விளைபொருள் ஆகும். இதற்கு லோகாயதா என்று பெயர். இதன் பொருள் உலகத்தை அது உள்ளவாறே புரிந்து கொள்வது என்பதாகும். இது மாய வித்தைகளையும் மந்திரங்களையும் தன்னகத்தே கொண்டு இருந்தது. இதனை ஜார்ஜ் தாம்ஸன், ஜோஸப் நீடாம் போன்றவர்களின் நூல்களைக் கொண்டு ஆசிரியர் விளக்கிக் காட்டுகிறார். இந்தப் பகுதிகள் ஒரு கருத்தியல் சிந்தனை என்பது எப்படி ஒரு பொருளாதார நடவடிக்கையில் பின்னிப் பிணைந்துள்ளது என்பதை வாசகர்களுக்கு மிகத் தெளிவாக விளக்குகின்றது. இந்தப் பகுதி இந்தியத் தத்துவம் ஓர் அறிமுகம் என்ற நூலில் சுருக்கமாக உள்ளது ஆகும். இதனை விரிவாகக் கூறும் பகுதி லோகாயதாவில் உள்ளது. இதுபோன்ற பல இடங்கள் இந்நூலில் சுருக்கமாகக் கூறப்பட் டுள்ளன.

இறுதியாக ஆயிரம் ஆண்டுகளுக்கு மேல் வெற்றிநடை போட்ட பௌத்த மதம் இந்தியாவில் இருந்தே ஒழிந்துவிட்டது. இது ஏன் நிகழ்ந்தது என்ற காரணங்களை இந்த நூலின் பிற்காலப் பௌத்தம் என்ற பகுதியில் தெளிவுபடுத்துகின்றார்.

நல்ல அச்சிலும் தெளிவான மொழிபெயர்ப்பாகவும் இந்நூல் வெளியிடப்பட்டுள்ளது. மொழிபெயர்ப்பு ஆசிரியர் வெ. கிருஷ்ணமூர்த்தி இந்தியத் தத்துவம் தொடர்பான வடமொழிச் சொற்களைத் தமிழ் மரபில் அதே பொருளில் உள்ள சொற்களைக்கொண்டு மொழிபெயர்த்து இருப்பது பாராட்டத்தக்கது. இந்தத் தன்மையிலான மொழிபெயர்ப்பு நூல்கள் தமிழில் வருவது தமிழ் மொழியின் தகுதியை உயர்த்தும் என்பது உறுதி.

தமிழில்: வெ. கிருஷ்ணமூர்த்தி
பாரதி புத்தகாலயம்,
சென்னை 600 018.
பக்.368, விலை ரூ.160

10

தென்னிந்தியப் பறையர்கள் திராவிடர்கள்தானா?

"Are the Pareiyars of southern India Dravidians?"- Robert Caldwell

அரை வயிற்றுக் கஞ்சிக்கும் வழி இல்லாதவர்களாக வும் அரையில் கோவணம் மட்டும் உடுத்திக்கொண்டு அலைபவர்களாகவும் வாழ்ந்து வந்த இந்த மக்கள் பேசுகின்ற மொழியான தமிழில் தானா திருக்குறள், சிலப்பதிகாரம், தொல்காப்பியம் போன்ற நூல்கள் உருவாயின என்று அயல்நாட்டுக் கிறித்துவப் பாதிரிகள் வியந்து நின்றனர். அதே நேரத்தில் தமிழ் பேசும் உயர்சாதிச் சூத்திரர்கள் தங்கள் சாதி மேன்மைக்குப் பங்கம் விளைவிக்கும் தன்மை யுள்ளனவாகக் கருதிய பல தமிழ் நூல்கள் ஏட்டுச் சுவடியி லிருந்து அச்சு வாகனம் ஏறுமுன்னே அழித்து ஒழிப்பதில் முயன்று செயல்பட்டுக்கொண்டிருந்தனர். உயர்சாதிச் சூத்திரர்களின் அழித்தொழிப்பு நடவடிக்கைகளில் 'வளையாபதி', 'தகடூர் யாத்திரை' போன்ற நூல்கள் மறைந்துபோயின. சங்க நூல்களில் கலித்தொகை தவிர்த்து புறநானூறு, அகநானூறு, பதிற்றுப்பத்து, பரிபாடல், நற்றிணை, குறுந்தொகை, ஐங்குறுநூறு போன்ற ஏழு நூல்களை அச்சு வாகனம் ஏற்றித் தமிழுக்கு வழங்கியவர் கள் அனைவரும் பார்ப்பனர்களே என்பது குறிப்பிடத் தக்கது.

சூத்திர உயர்சாதியினர், பார்ப்பனர்கள் கூட்டாக இணைந்து இலக்கியத் தமிழைத் தம் கையில் வைத்துக் கொண்டு எளிய மக்கள் பேசிய மொழியைக் 'கொடுந்தமிழ்' என்று இழிவுபடுத்தி வந்தனர். வைதிகத்தின் பெயரால் சமணம், பௌத்தம் சார்ந்த தமிழ் நூல்களை ஒழித்துக்

கட்டுவதில் முனைப்பாக இருந்த காலத்தில்தான் எல்லிஸ், துரு, சார்லஸ், கால்டுவெல், போப் போன்ற கிறித்துவப் பாதிரிமார்கள் தமிழ் மொழியானது வடமொழிக் குடும்பத்தி லிருந்து வேறுபட்ட தனித்துவமுடைய ஒரு பண்பட்ட மொழி ஆகும் என்பதைத் தங்கள் எழுத்துகள் வழியாக நிருபிக்க முயன்று கொண்டிருந்தனர். விரிவான கல்வியுடன் சரியான ஆதாரங்களைத் தந்து தமிழ்மொழியின் தனித்துவத்தை முதன் முதலாக உலகினர் ஏற்கும்படியாகச் செய்தவர் 'கால்டுவெல்' தான். அந்த ஆய்வுதான் 'திராவிட மொழிகளின் ஒப்பிலக்கணம்' *(A comparative grammar of the Dravidian or South Indian family of languages)* என்ற நூல்.

இந்த நூல் முதல் பதிப்பாக 1856 இல் வெளியிடப்பட்டது. 528 பக்கங்கள் உடைய இதன் விலை ரூ. 10.50 பின்னர் கால்டுவெல் அவர்களாலேயே விரிவுபடுத்தப்பட்டு சுமார் 800 பக்கங்களில் 1875இல் இது இரண்டாம் பதிப்பாக வெளியிடப்பட்டது.

இதன் பின்னர் 37 ஆண்டுகளாக இதன் அடுத்த பதிப்பு எதுவும் வெளிவரவில்லை. இதனால் இந்த நூலைப் படிக்க விரும்பியவர்களுக்கு இந்நூல் கிடைப்பது அரிதாகிப் போனது. இந்நிலையில் 1913ஆம் ஆண்டு சென்னைப் பல்கலைக்கழகத்தால் மீண்டும் அச்சிடப்பட்டது. வாட் என்ற ஆங்கிலேயரும் ராமகிருஷ்ணப்பிள்ளை என்ற தமிழரும் இதன் பதிப்பாசிரியர் களாகக் குறிப்பிடப்பட்டுள்ளனர். 1956, 1961, 1976, 2000 ஆண்டு களில் சென்னைப் பல்கலைக்கழகம் இதனை மறு அச்சுக்களாக வெளியிட்டது. 2000இல் வந்த பதிப்புக்கு அன்று சென்னைப் பல்கலைக்கழகத்தின் துணைவேந்தராக இருந்த மொழியியல் பேராசிரியர் பொற்கோ இந்நூலின் தன்மையையும் தேவையையும் சுட்டிக்காட்டி முன்னுரை வழங்கியுள்ளார். நூல் வெளியீட்டுப் பொறுப்பாளராகத் தமிழ்ப் பேராசிரியரும் பின்னர் தமிழ்ப் பல்கலைக் கழகத் துணைவேந்தராகப் பணியாற்றியவருமான இ. சுந்தரமூர்த்தி இருந்துள்ளார்.

இவ்வளவு விரிவாக இந்தத் தகவல்களைக் குறிப்பிடுவது ஏன் என்ற கேள்வி எழக்கூடும். 1875இல் கால்டுவெல் வெளியிட்ட நூலை 1913இல் சென்னைப் பல்கலைக்கழக வெளியீடாக மறுபதிப்புச் செய்தவர்கள் அந்த நூலில் உள்ள 200 பக்க அளவுக்கான பகுதிகளை நீக்கிவிட்டார்கள். எந்தப் பகுதிகளை நீக்கி இருக்கின்றோம் என்று சொல்லாமல் பொதுவாகக் காலத்திற்கு ஒவ்வாததும் பெரிய மனிதர்களின் மனதைத் துன்புறுத்தும் தன்மையுள்ளதுமான பகுதிகளை நீக்கிவிட்டதாக அவர்கள் குறிப்பிட்டுள்ளனர். *(We have also omitted many pages of purely controversial matter, in which Bishop Caldwell was at pains to controvert the views of writers now forgetten or negligible.* – Editors preface to the third edition*)*

இப்படி 'திராவிட மொழிகளின் ஒப்பிலக்கணம்' தணிக்கை செய்யப்பட்டு முழுமையற்றதான தன்மையுடன் உள்ளதைக் கடந்த நூறு ஆண்டுகளில் எந்தப் பேராசிரியரும் ஆய்வாளரும் தெரிந்துகொள்ளவில்லை. அதுமட்டுமல்ல, கால்டுவெல்லின் மூல நூலே இதுதான் என்று நம்பி வந்துள்ளனர். எப்படியென்றால் இவர்கள் எல்லோரும் கால்டுவெல் தொல்காப்பியத்தைப் பார்க்கவே இல்லை என்றுதான் எழுதியுள்ளனர். ஆனால் மூலநூலில் கால்டுவெல் தொல்காப்பியம் பற்றித் தெளிவாகக் குறிப்பிட்டு எழுதி உள்ளார். அப்பகுதி பல்கலைக்கழக வெளியீட்டில் இல்லை. சரி, இந்த விஷயம் எனக்கு மட்டும் எப்படி தெரிந்தது?

பேராசிரியர் சிவத்தம்பி தமிழ்மொழியையும் தமிழ் வரலாற்றையும் தெளிவாகப் புரிந்துகொள்ள வேண்டுமென்றால் சில நூல்களை முறையாகப் பயில வேண்டும் என்று பலரிடமும் கூறுவதுபோல என்னிடமும் கூறி இருந்தார். அதன்படி சில நூல்களைப் பயின்ற நான் ஜான் மொர்டாக் எழுதிய 'அச்சான தமிழ் நூல்களின் அகராதி' *(Classified Catalogue of Tamil Printed Books)* என்ற நூலையும் அதில் அவர் எழுதிய ஒரு சிறந்த முன்னுரையையும் படித்தேன். 1865இல் அச்சான அந்நூல் 1968இல் தமிழக அரசால் மறுபதிப்பு செய்யப்பட்டிருந்தது. என் நண்பர் தமிழ் வளர்ச்சித்துறை இயக்குநர் திரு. இராசேந்திரன் அந்த அரிய நூலை எனக்குக் கொடுத்தார். இதில் உள்ள மொர்டாக்கின் முன்னுரையில் 1856இல் வெளிவந்த கால்டுவெல்லின் முதற் பதிப்பிலிருந்து பல பக்கங்கள் மேற்கோளாக எடுத்தாளப் பெற்றிருந்தன. அதில் 23ஆவது பக்கத்தில் கால்டுவெல் தொல்காப்பியம் பற்றி எழுதிய பகுதியை மேற்கோளாகத் தருகின்றார். இதனைப் பார்த்தவுடன் எனக்குப் பெரிதும் வியப்பு ஏற்பட்டது. பின்னாளில் வந்த கால்டுவெல்லின் நூல்களில் இந்தப் பகுதி இல்லையே. ஏன் இல்லை. கால்டுவெல் நூற்பதிப்பில் ஏதோ கோளாறு உள்ளது. அதனைத் தேடிக் கண்டுபிடிக்க வேண்டும் என்ற எண்ணம் ஏற்பட்டது.

திருச்சி பிஷப் ஹீபர் கல்லூரியில் நடந்த ஒரு கருத்தரங்கில் 'மொழிபெயர்ப்புக் குளறுபடிகள்' என்ற கட்டுரை படித்தேன். அந்த கட்டுரையில் மேற்கண்ட பிரச்சினைகளையும் சுட்டிக்காட்டி எழுதியிருந்தேன். பின்னர் அந்த கட்டுரை 'கவிதா சரண்' பத்திரிகையில் வெளியிடப்பட்டது. 2007இல் வெளிவந்த 'பொற்காலங்களும் இருண்ட காலங்களும்' என்ற என் நூலிலும் அந்த கட்டுரை இடம் பெற்றது. இந்தக் கால

கட்டங்களில் கால்டுவெல் நூலில் எந்தெந்தப் பகுதிகள் நீக்கப் பட்டன என்று எனக்குத் தெளிவாகத் தெரியவில்லை. இதனைத் தெரிந்துகொள்ள வேண்டுமானால் 1875இல் வெளிவந்த கால்டுவெல்லின் இரண்டாம் பதிப்பைப் பார்த்தால்தான் முடிவுசெய்ய இயலும் என்ற நிலைதான் இருந்தது. இதற்கிடையில் 'ஏசியன் பப்ளிகேசன்' கால்டுவெல் நூலை வெளியிட்டிருப்பதான செய்தியைக் கேட்டேன். சென்னைப் பல்கலைக்கழகப் பதிப்பு ரூ. 140ஆகக் குறிப்பிடப்பட்டு கிடைத்துக்கொண்டிருந்த வேளை யில் ஏசியன் வெளியீடு ரூ. 900ஐ ஒட்டி குறிப்பிடப்பட்டிருந்ததால் நிச்சயம் இது கால்டுவெல் நூலின் இரண்டாம் பதிப்பாகத்தான் இருக்கும் என்று கருதினேன். ஆனால் நூலை வாங்கிப் பார்க்கும் போது சென்னைப் பல்கலைக்கழகம் 1913இல் வெளியிட்ட தணிக்கை செய்யப்பட்ட நூலாகத்தான் இருந்தது. நம்முடைய அறிஞர் பெருமக்கள் அதனையும் விலை கொடுத்து வாங்கிக் கொண்டிருந்தனர். இதுதான் பெரும்பான்மைத் தமிழ் ஆய்வின் இலட்சணமாக உள்ளது.

இதன் பின்னர் கால்டுவெல் நூலின் 1875ஆம் ஆண்டு வெளிவந்த மூலப்படி தமிழ்நாட்டில் எங்காவது தென்படாதா என்று தேடத் தொடங்கினேன். பேராசிரியர் இராமசுந்தரம் அவர்கள் மதுரைப் பல்கலைக்கழகத்தில் அந்த நூல் இருப்பதாகச் சொல்கிறார்கள் என்றார். ஆவலுடன் அதன் ஒளியச்சுப்படி ஒன்றை வாங்கிவிடுங்கள் என்றேன். நெருங்கிப் போய்க் கேட்ட போது அவர்கள் அப்படியான நூல் இல்லை என்று சொல்லி விட்டதாக பேராசிரியர் ஆர்.எம்.எஸ். சொன்னார். நண்பர் பெருமாள்முருகன், பேராசிரியர் வேதசகாயகுமார் இதனைப் பற்றித் தெரிந்தவர், அவரை அணுகலாம் என்றார். நானும் வேதசகாயகுமாரிடம் தொடர்புகொண்டேன். திருவனந்தபுரம் பல்கலைக்கழகத்தில் அந்த நூல் உள்ளதாகத் தெரிவித்தார்.

நான் அவரை அணுகிப் போய் அதன் ஒளியச்சுப்படி வேண்டுமென்றபோது இப்பொழுது அந்நூலை ஒளியச்சு செய்ய முடியாது என்று சொல்லிவிட்டார். இதற்கிடையில் என் நண்பர் தியாகராஜன் அவர்களை சென்னையில்; மறைமலையடிகள் நூல் நிலையம், ஆவணக் காப்பகம் போன்ற இடங்களில் தேடிப் பாருங்கள் என்று வேண்டிக்கொண்டேன். அவரும் அவரது மருமகன் திரு. மோகன் அவர்களும் தேடியதில் மறைமலையடிகள் நூல் நிலையத்தில் அந்த நூலைக் கண்டு பிடித்தனர். ஆனால் அதனை ஒளியச்சு செய்ய இயலவில்லை. கடைசியில் ஒரு நாள் நாமக்கல் நா.ப. இராமசாமி ஐயாவின் நூலகத்தில் அந்த நூலைப் பிடித்துவிட்டேன். எங்கெங்கோ தேடியும் அகப்படாத அந்நூல் பிரதி நாமக்கல்லிலேயே

நா.ப. இராமசாமி ஐயாவின் நூலகத்தில் எதேச்சையாகக் கிடைத்தது. அரிய நூல்களின் காப்பகமான அவர் நூல் நிலையத் தில் இது போன்ற புதையல்கள் பல உண்டு. அவரது அனுமதி யுடன் உடனே முழுநூலையும் நகல் எடுத்துக்கொண்டேன்.

பின்னர் நானும் நண்பர் பெருமாள்முருகனும் என்னிடம் இருந்த சென்னைப் பல்கலைக்கழக வெளியீடான கால்டுவெல் ஒப்பிலக்கண நூலுடன் 1875இன் கால்டுவெல்லின் பதிப்பை ஒப்பிட்டுப் பார்த்தோம். அப்பொழுதுதான் மூலப்பதிப்பில் இருந்து எவ்வளவு பகுதிகள் நீக்கப்பட்டிருந்தன என்பது சரியாகத் தெரிந்தது. முன்னுரைப் பகுதியில் முப்பது பக்கங்களில் உள்ள 'திராவிட மொழிகளின் பழமை' என்ற பகுதியும் நூலின் உள்ளே காணப்பட்ட பல்வேறு அடிக்குறிப்புகளும் பின்னுரைப் பகுதியில் எழுபது பக்கங்களும் ஆக மொத்தமாகச் சொன்னால் சுமார் இருநூறு பக்கங்கள் நீக்கப்பட்டிருப்பது தெளிவாகத் தெரிந்தது. அதிலும் குறிப்பாகத் 'தென்னிந்தியப் பறையர்கள் திராவிடர்களா?' என்ற கால்டுவெல்லின் மிகவும் முக்கியத்துவம் வாய்ந்த ஆய்வுப் பகுதி நீக்கப்பட்டிருந்தது.

இன்றைய தலித் சிந்தனையாளர்கள் அந்தப் பகுதியை வாசித்தால் சூத்திரத் தமிழர்களின் உயர்சாதி மனோபாவமும் அவர்கள் தங்களுக்கு மிகவும் கீழானவர்களாக ஒடுக்கப்பட்ட மக்களைப் பார்த்த தன்மையும் வெளிப்படுவது தெரியும். அது மட்டுமல்ல, தமிழில் இருந்த நாட்டியம், இசை போன்ற நூல்களைத் தமிழ் விரோதிகள் அழித்துவிட்டதாகக் கூறி இவர்கள் ஆடிய ஒரு நூற்றாண்டு கால நாடகமும் நன்றாக வெளிப்பட்டுவிடும். அன்றைய தமிழ்ச் சூத்திர அறிஞர் நீக்கிய இந்தப் பகுதியைப் பற்றி ஒரு நூற்றாண்டு காலம் பேசாமல் மௌனம் காத்த நம் காலத்துச் சூத்திரத் தமிழ் அறிஞர்களையும் ஒடுக்கப்பட்ட தமிழர்கள் புரிந்துகொள்ள வேண்டும்.

இந்தக் கண்டுபிடிப்புகள் ஏற்படுத்திய உற்சாகத்தை நண்பர் கள் சிலருடன் பகிர்ந்துகொண்டேன். அவர்களுள் சென்னைப் பல்கலைக்கழகத் தமிழ் இலக்கியத் துறைத்தலைவரான வீ. அரசு வும் ஒருவர். இந்த விசயங்களால் ஆர்வமடைந்த அவர் மேற்படி நகல் பிரதியைத் தனக்கு அனுப்ப வேண்டுமென்றார். என்னிடம் இருந்த ஒரே பிரதியை அனுப்பி வைத்தேன். ஒருநாள் அவருடைய இல்லத்தில் பழந்தமிழ் அறிஞர் பேராசிரியர் தட்சிணாமூர்த்தி அவர்களைச் சந்தித்தேன். அப்போது கால்டுவெல் தொல்காப்பியத் தைப் படித்தவர் என்றேன். அவர் மிகவும் வியப்படைந்தார். நண்பர் அரசுவிடம் நான் கொடுத்த நகல் பிரதியிலிருந்து அந்தப் பகுதியை அவருக்குக் காட்டினேன். இதனை உடனடியாக

நூலாக வெளியிட வேண்டும் என்று பேராசிரியர் தட்சிணாமூர்த்தி உள்படப் பலரும் விரும்பினர்.

பின்னர் இந்த நூலைப் பற்றியும் இந்த நூலின் மொழி பெயர்ப்பாகப் பலரால் இன்றுவரை கருதப்படுகின்ற புலவர் கோவிந்தன் அவர்களின் அபத்தமான நூலைப் பற்றியும் 'கவிதாசரண்' ஆசிரியரிடம் உரையாடினேன். கால்டுவெல் பற்றியோ திராவிட மொழிகள் பற்றியோ அதுவரையில் ஏதும் அறியாமல் இருந்த கவிதாசரண் அவர்கள் என்னிடம் அதைப் பற்றிய தகவல்களை விவரமாகக் கேட்டுக் கொண்டார்.

பிறகு அந்த நூலைத் தானே அச்சிடுவதாகவும் பேராசிரியர் அரசுவிடம் இருந்த நகல் பிரதியை வாங்கித் தரும்படியும் கேட்டுக் கொண்டார். நண்பர் அரசுவும் அவரிடமே அச்சிடக் கொடுக்கலாம் என்றார். எனவே அரசு அவர்களை நகல் பிரதியை கவிதா சரணிடம் கொடுத்துவிடுங்கள் என்றேன்.

இந்த நூலை அச்சிடுவதற்கான பொருள்வளம் பெரிய அளவில் இல்லாதபோது தளரா முயற்சி செய்து கவிதாசரண் இதனை நல்லமுறையில் வெளியிட்டது பாராட்டுக்குரியது. ஆனால் 1913ஆம் ஆண்டு பல்கலைப் பதிப்பில் அதன் பதிப் பாசிரியர்கள் எத்தகைய மறைப்பு வேலைகளைச் செய்தார்களோ அதற்குச் சற்றும் குறைவில்லாமல் கவிதாசரணும் செய்துள்ளார் என்பதை நாம் சுட்டிக் காட்ட வேண்டியுள்ளது. சுமார் 6 பக்கங்களில் இந்த நூலுக்கு அவர் எழுதிய முன்னுரையில் எந்த இடத்திலும் இந்தப் பிரச்சினையைக் கண்டுபிடித்து கவிதாசரண் பத்திரிகையிலேயே முதல் முதலாக நான் எழுதிய கட்டுரையைப் பற்றிய எவ்விதக் குறிப்பும் இல்லை. அதே நேரத்தில் பின்னர் நான் மூலநூலை ஓராண்டுக்கு மேல் தேடிக் கண்டுபிடித்த பின் அதில் விடுபட்ட பகுதிகளைச் சுட்டிக்காட்டி கவிதாசரண் உள்பட நண்பர்கள் பலரிடமும் பேசிய பகுதிகளைத் தன்னுடைய கண்டுபிடிப்புகள் போல இவர் எழுதியிருப்பது வியப்பளிக்கிறது.

இந்த நூலை அச்சிட்டதுதான் இவருடைய ஒரே வேலை. ஆனால் நூலைத் தானே கண்டுபிடித்தது போலவும் அதற்கு அவருடைய மனைவி உள்பட பத்துபேர் உதவி செய்ததாகவும் எழுதுகிறார். அதில் என்னுடைய பெயரையும் சொல்லுகிறார். இதுதான் இந்த "நேர்மையான" மனிதரின் தனி நியாயம் போலும்.

இதன் பின்னர் சென்னைப் பல்கலைக்கழகத்தில் இந்நூல் வெளியீட்டு விழா நடைபெற்றது. நூறாண்டுகளுக்கு முன்

நூலின் பகுதிகளை நீக்கி வெளியிட்ட சென்னைப் பல்கலைக் கழகம், அதற்குப் பரிகாரம் செய்வதுபோல முழுமையான இப்பதிப்புக்கு விழா எடுத்தது சரியான விஷயம்தான்.

அதில் பல அறிஞர் பெருமக்கள் உரையாற்றி இருக்கின்றார்கள். தமிழ்நாட்டில் இந்த நூலின் பல பிரதிகள் இருந்ததாகவும் இவை ஒன்றும் புதிய கண்டுபிடிப்புகள் அல்ல என்றும் அவர்களில் சிலர் பேசி இருக்கின்றனர். அப்படியென்றால் கடந்த நூறு ஆண்டு காலமாக இந்த மேதாவிகள் அதனை வெளியிடாமல் மௌனம் காத்ததின் 'இரகசியம்' என்ன?

11

ஜெயம் என்ற பாரதமும் நல்லாப்பிள்ளையும்

ஈ.வெரா. உட்பட அவைதிக மரபில் நின்று சிந்தித்த அரசியல் சார்ந்தவர்கள் உட்பட ஆய்வறிஞர்களான வையாபுரிப்பிள்ளை, வ.அய். சுப்பிரமணியம் போன்ற பேராசிரியர்கள்கூட தங்கள் விமரிசனத்திற்கான பிரதி யாகவும் ஆய்வுக்கான பிரதியாகவும் பார்ப்பனமயமாக்கப் பட்ட வைதிக பாரதத்தையே கொண்டனர். இவர்களிலும் விரிவான தளத்தில் பாரதம் பற்றிய தன் கருத்துகளைப் பதிவு செய்த டாக்டர் அம்பேத்கர்கூட இந்த வட்டத்தி லிருந்து விலகவில்லை என்று கூறலாம். ஆனால் பாரத தேசம் முழுமையிலும் ஏன் தமிழ்நாட்டிலும் இந்த வைதிக மயமாக்கப்பட்ட பாரதம் மட்டும்தான் இருந்ததா என்ற கேள்வி எழுப்பினால் அப்படி இல்லை என்று உறுதியாகக் கூறலாம்.

அரசு அதிகாரம் பற்றிப் பங்காளிகளுக்குள் நடை பெற்ற ஒரு சிறிய போர் பற்றியதான பழங்கதையை அவைதிக மரபைச் சார்ந்த சைனர்கள் தங்களுக்கான வாழ்க்கை நெறியை உருவாக்கித் தரும் ஒரு புராணமாகக் கட்டமைத்துக்கொண்டனர். அதன் பெயர் சைனபாரதம் என்பதாகும். வைதிகப் பார்ப்பனியம் தங்களுடைய சமூக, பண்பாட்டு மேலாதிக்கத்திற்கான ஒரு பேரிதிகாச மாக இதனை மாற்றிக்கொண்டது. இதன் தொடர்ச்சி யாக ஜெயம் என்ற பெயர் கொண்டிருந்த அந்த நூல் மகாபாரதம் என்று பெயர் மாற்றப்பட்டது. இப்படிப் பெயர் மாற்றம் ஏற்பட்டது ஓரிரண்டு வருடங்களில் நடந்துவிடவில்லை. சுமார் 500 ஆண்டுகளில் இந்த மாற்றம் ஏற்பட்டது என்பதை நாம் கவனத்தில் கொள்ள வேண்டும். வெறும் பெயர் மாற்றம் மட்டும் ஏற்படவில்லை. 8000

பாடல்களினால் ஆனதான இந்நூல் 96000க்கும் மேற்பட்ட பாடல்கள் உள்ளதாகப் பெருக்கமடைந்தது. இதற்குக் காலங் காலமாக நாட்டுப்புறங்களில் படிப்பறிவில்லாத மக்களிடம் வழங்கிய கதைகள் பல இந்தப் பாரதக்கதைகளில் புகுத்தப்பட்டு மகாபாரதம் என்று பெயர் சூட்டப்பட்டது.

டாக்டர் அம்பேத்கரும் டாக்டர் பி.சா. சுப்ரமணிய சாஸ்திரி யாரும் பாரதம் பற்றி ஆய்வு செய்த மேனாட்டறிஞர்கள், இந்திய அறிஞர்கள் போன்ற பலதரப்பட்டவர்களின் கருத்து களை அடிப்படையாகக் கொண்டு சில முடிவுகளைத் தெரிவிக் கின்றனர்.

1. வியாசரால் எழுதப்பட்ட நூலின் பெயர் பாரதம் அன்று. ஜெயம் என்பதுதான் அதன் பெயர். அந்த நூல் 8800 சுலோகம் என்று சொல்லப்படுகின்ற பாடல் களில் இயற்றப்பட்டது.

2. வியாசரின் மாணவரான வைசம்பாயனர் அதனை 24000 பாடல்களாக்கி பாரதம் என்று பெயரிட்டார்.

3. வைசம்பாயனர் தவிர வியாசரின் வேறு மாணவர்களான சைமினி, பைலன், சுதன், சுமந்தன் போன்றவர்களும் பாரதக் கதையைத் தனித்தனியே எழுதினர்.

4. வியாசர், வைசம்பாயனர் ஆகிய இருவரிடையே பாரதத் தையும் மேலும் விரிவாக்கி சவுதி என்பவர் 96836 பாடல்களாக்கி மகாபாரதமாக்கினார். இந்த நான்கா வது பகுதி அம்பேத்கர் மட்டும் சொல்வதாகும்.

இவ்வாறு காலந்தோறும் பாரதத்தை விரிவாக்கும் பணி கி.பி. 12ஆம் நூற்றாண்டுக்குப் பின்னும் தொடர்ந்ததாக அம்பேத்கர் கூறுவதுடன் அதற்கான சான்றுகளையும் தருகின்றார்.

1. பொதுவாக, மகாபாரதத்தின் காலம் கி.பி. 200க்கும் கி.பி. 400க்கும் இடைப்பட்டது எனலாம். பிற்காலத்தில் மேலும் கூட்டிப் பெரியதாக்கி வெளியிடப்பட்ட நூல் களின் காலத்தையும் திருத்தப்பட்ட நூல்களின் காலத்தை யும் சேர்க்காமல் சொல்லப்படும் காலக்குறிப்பு மட்டும் தான் இதுவாகும்.

2. மகாபாரதத்தில் ஹூணர்களைப் பற்றிய குறிப்பு உள்ளது. கி.பி. 455இல் ஸ்கந்தகுப்தன் ஹூணர்களைத் தோற்கடித் தான். இருப்பினும் இதற்குப் பிறகும் ஹூணர்களின் படையெடுப்பு கி.பி. 528வரை நிலவியது. இதிலிருந்து மகாபாரதம் ஏறத்தாழ ஸ்கந்தகுப்தன் காலத்தில் அல்லது அதற்குப் பின்னர்தான் எழுதப்பட்டிருக்கவேண்டும்.

3. மகாபாரதம் மிலேச்சர்கள் அல்லது இஸ்லாமியர் பற்றிக் குறிப்பிடுகின்றது. 190ஆவது அத்தியாயம், வனப்பருவம் பாடல் 29இல் இந்த உலகம் முழுவதுமே இஸ்லாமிய உலகமாகவே மாறிவிடும். இதனால் யாகங்கள், புனித மான சடங்குகள், சமய விழாக்கள் யாவுமே அற்றுப் போகும். இது வருங்காலத்தில் நடைபெறப் போவதாகக் கூறினாலும் தொல்பழங்கதைகள் நடந்தவற்றை மட்டுமே குறிப்பிடுபவை என்பதையும் மனதில் கொள்ள வேண்டும் என்கிறார் அம்பேத்கர்.

4. இத்துடன் வனபர்வதத்தில் வருகின்ற விரசாலர், யதுகர் போன்ற சொற்களைக் கொண்டு இஸ்லாமியர்களின் தொடர்பைச் சுட்டிக்காட்டுகின்றார். இதனால் மகாபாரதம் இஸ்லாமியர் வருகையின் பின்னர்தான் முழுமையாகத் தொகுக்கப்பட்டது என்ற கருத்தை முன்வைக்கின்றார். தமிழ் மொழியில் மொழிபெயர்க்கப் பட்ட கும்பகோணம் பாரதப் பதிப்பில் மிலேச்சர்களின் நடவடிக்கைகள் 92க்குப் பிறகான பாடல்களில்தான் உள்ளன. ஆனால், இஸ்லாமியர்கள் என்ற சொற்கள் இல்லை என்பது குறிப்பிடத்தக்கது.

பாரதக் கதையின் சில பகுதிகளைப் புறநானூறு, பதிற்றுப் பத்து, கலித்தொகை, சிலப்பதிகாரம், மணிமேகலை, சீவக சிந்தாமணி போன்ற பழந்தமிழ் நூல்கள் உவமைகளாக எடுத்துப் பேசுகின்றன. அடுத்து வந்த காலங்களில் பாரதம் பாடிய பெருந்தேவனார் என்ற குறிப்பும் 'மாபாரதம் தமிழ்ப்படுத்திய' என்ற சின்னமனூர் செப்பேட்டு வாசகமும் கி.பி. 8ஆம் நூற்றாண்டுக்கு முந்தைய காலங்களிலேயே தமிழர்கள் பாரதக் கதையைப் பற்றி நன்கு அறிந்திருந்தனர் என்பதை வெளிப்படுத்து கின்றன. தமிழ் ஆய்வாளர்கள் எல்லோரும் ஒரே குரலில் வியாச பாரதத்தைத் தமிழர்கள் மொழிபெயர்த்ததாகக் கருது கின்றனர். ஆனால் பி.சா. சுப்பிரமணிய சாஸ்திரி போன்றோர் வியாச பாரதம் எந்த மாதிரி வடிவத்தில் இருந்தது என்பதை அறிய முடியவில்லை என்று குறிப்பிடுகின்றனர்.

இந்த இடத்தில் நமக்கு ஒரு கேள்வி எழுகின்றது. சங்க இலக்கியங்களின் காலம் என்பது கி.மு. 3ஆம் நூற்றாண்டு தொடக்கம் கி.பி. 3 அல்லது 4ஆம் நூற்றாண்டு வரையிலான காலம் என்று இன்றைய நவீன ஆய்வுகள் உறுதி செய்கின்றன. தமிழ்க் காவியங்களின் காலம் கி.பி 6ஆம் நூற்றாண்டுக்கு முன்னரானது என்பதும் ஒப்புக்கொள்ளப்பட்டுள்ளது. எனவே கி.பி. 2ஆம் நூற்றாண்டு தொடங்கி கி.பி. 12ஆம் நூற்றாண்டு வரையிலான காலத்தில் உருவானதான மகாபாரதத்திலிருந்து

கதைகளைத் தமிழ் நூல்கள் எடுத்தாண்டுள்ளன என்று கூறுவதை எப்படி ஏற்றுக்கொள்வது?

இதற்கான விடையைக் காண வேறொரு கோணத்தில் இருந்து நாம் தொடங்குவது நியாயமாக இருக்கும். வைதீக மயப்பட்ட பாரதத்திற்கு இணையாக அவைதீகத் தன்மையுள்ள பாரத, இராமாயணக் கதைகளும் இந்தியா முழுமையும் வழங்கி வந்துள்ளன. சைன பாரதம், சைன இராமாயணம் என்ற கதைகள் பாண்டவ புராணம் போன்ற சைன நூல்களில் உள்ளன. இதுதவிர நாட்டுப்புறம் சார்ந்து தன்னிச்சையாக வளர்ச்சி பெற்ற பல கதைகள் பல பாரதப் பிரதிகளில் கலந் துள்ளன. மற்றொரு குறிப்பிடத்தக்க செய்தி: தாழ்த்தப்பட்ட சாதிகளைச் சேர்ந்தவர்களும் இடைநிலைச் சாதிகளைச் சேர்ந்த வர்களும் பாரதக் கதாபாத்திரங்களான தர்மன், பீமன், அர்ச்சுனன், சகாதேவன் போன்ற பெயர்களைத் தங்களுக்குப் பெருவாரியாகச் சூட்டிக்கொள்வதை இன்றும் காண்கிறோம். ஆனால், இந்தப் பெயர்களைப் பார்ப்பனர்கள் எவரும் தங்களுக்கோ, தங்கள் பிள்ளைகளுக்கோ சூட்டிக்கொள்வதில்லை என்பதையும் கவனிக்க வேண்டும். ஆனால் அதில் வரும் முக்கியப் பாத்திரமும் வைணவர்களின் தெய்வமுமான கிருட்டிணன் பெயரை எல்லாப் பார்ப்பனர்களும் சூட்டிக் கொள்கின்றனர்.

இதுவன்றியும் வைதீகப் பாரதக் கதைகளுக்கும் அவைதீகப் பாரதக் கதைகளுக்கும் கதை நிகழ்ச்சிகளில் பல இடங்களில் மாறுபாடுகள் உள்ளன. வட இந்தியப் பாரத ஏடுகளுக்கும் தென்னிந்திய ஏடுகளுக்கும் அதேபோன்ற கதை மாறுபாடுகள் பல இடங்களில் உள்ளன என்பதைச் சுக்தங்கர் தன்னுடைய பாரதப் பதிப்பில் குறிப்பிடுகின்றார். நாட்டுப்புறத்தில் வழங்கும் ஏணியேற்றம், அல்லி அரசாணி மாலை, பவளக்கொடி மாலை, பாண்டவர் வனவாசம், புலந்திரன் தூது போன்ற நூல்களும் வியாச பாரதக் கதையிலிருந்து பல பகுதிகள் வேறாக அமைந்தவைதான் – சைன பாரதக் கதையில் கர்ணன் உள்பட பஞ்சபாண்டவர்கள் அனைவரும் பாண்டு மன்னனுக்குப் பிறந்தவர்கள் என்றுதான் உள்ளது. சூரியனுக்குப் பிறந்தவன், வாயுவுக்குப் பிறந்தவன், வருணனுக்குப் பிறந்தவன் போன்ற வியாச பாரதப் பிறப்பு அதில் கூறப்படவில்லை. துச்சாதனன் பாஞ்சாலியின் துகில் உரிதலின்போது கிருஷ்ணன் அவளது நீட்டிப்பதாக உள்ள பகுதி என்பது பாஞ்சாலியின் ஒழுக்கச் சிறப்பால்தான் அது நிகழ்ந்தது என்று குறிப்பிடுகின்றது. இந்த இடத்தில் கிருட்டிணனுடைய பங்கு எதுவும் சைன பாரதத்தில் இல்லை.

பல இந்திய மொழிகள் இராமாயண, பாரதக் கதைகளின் வழியாகத்தான் தங்களுடைய மொழியின் முதல் இலக்கியத்தைப் பெற்றுள்ளன. இதற்கு மாறான மொழிகள் தமிழும் கன்னடமும் தான். தமிழ்மொழியின் பாரதக் கதைகள் இரண்டாயிரம் ஆண்டுகளாகப் பயிலப்பட்டு வந்தாலும் பாரதக் கதையை முழுமையாகச் சொல்லும் நூல் 18ஆம் நூற்றாண்டில் தோன்றிய நல்லாப்பிள்ளை பாரதம் மட்டும்தான் என்பது குறிப்பிடத் தக்கது. கி.பி. 1888இல் அச்சு வாகனம் ஏறிய இந்நூலின் பதிப்பாசிரியர் சிதம்பரம் சாமிநாதையர் இதனை வியாச பாரதத்தின் மொழி பெயர்ப்பு என்று கூறுகிறார். ஆனால் 2007இன் பதிப்பாசிரியர் இரா. சீனிவாசன் அதை மறுத்து வடமொழியில் வழங்கும் பாரதக் கதையை உள்வாங்கிக்கொண்டு இயற்றப்பட்ட ஒரு புதிய நூல் என்றே கூற வேண்டும் என்று மொழிகின்றார். இந்தக் கருத்தை உறுதி செய்வதற்கு நல்லாப் பிள்ளை பாரதம் வடமொழி பாரதத்திலிருந்தும் வில்லிபுத்தூரார் பாரதத்திலிருந்தும் மாறுபாடாக இருக்கக்கூடிய பல பகுதி களில் சிலவற்றைச் சுட்டிக் காட்டுகின்றார். அவற்றுள் இரண்டு இடங்கள் குறிப்பிடத்தக்கன.

1. சபா பருவத்தில் துச்சாதனன் தொட்டதால் அவிழ்ந்த கூந்தலைப் போரில் துரியோதனனும் துச்சாதனனும் இறக்கும் வரை முடிக்கமாட்டேன் என்று திரெளபதி சபதம் செய்ததும், ஸ்திரீ பருவத்தில் அவள் கூந்தலை முடித்ததும் நல்லாப்பிள்ளை பாரதத்தில் உள்ளன. வியாச பாரதத்தில் இப்பகுதி இல்லை.

2. குருச்சேத்திரப் போரில் அரவான் களப்பலி இடுதல் வியாச பாரதத்தில் இல்லை. நல்லாப்பிள்ளை பாரதம், வில்லிபாரதத்தில்தான் உள்ளன.

வைதீக, அவைதீகப் பாரதக் கதைகளில் காணும் வேறுபாடு களைப் போன்ற வேறு சில வேறுபாடுகளை நல்லாப்பிள்ளை பாரதத்தின் பதிப்பாசிரியர் இரா. சீனிவாசன் சுட்டிக்காட்டுவது கவனிக்கத்தக்கது. பொதுவான நம்பிக்கையின்படி பாரதம் என்பது வைதீகத்தின் குரலாகத்தான் கருதப்படுகின்றது. ஆனால் அதில் வரும் பாத்திரங்களான சந்திர குலத்தில் தோன்றிய அரசர்கள் வேறு குலப் பெண்களை மணந்துள்ளனர். யயாதி – தேவயானை, சந்தனு – சத்தியவதி, விசயன் – உலூபி போன்றவர் களும் குலம் மாறி மணம் புரிந்தவர்களே. இப்படியான பல இடங்களைச் சுட்டும் அவர் வருண முறையில் பாரதம் அமைந்த தாகக் கூறமுடியாது என்கிறார். இதுவே பாரதக் கதையின் வெற்றியும் ஆகும். பொதுவாகப் பாரதக் கதையின் இலக்கிய

வடிவத்தில் மட்டும்தான் வருண முறை புகுந்துள்ளது. கதைப் பாடல், கூத்து முதலிய வடிவங்களில் வருண முறையை வலியுறுத் தும் நோக்கம் அறவே இல்லை என்கிறார்.

நல்லாப்பிள்ளை வாழ்ந்த அதே காலத்தில் வாழ்ந்து, பாரதக் கதையில் போருக்குப் பின்னர் தர்மன் நடத்துகின்ற அசுவமேத யாகப் பகுதியை 'சாந்தாதி அசுவமகம்' என்ற பெயரில் சையது முகம்மது அண்ணாவியார் என்ற இஸ்லாமியப் புலவர் 4103 பாடல்களில் பாடியுள்ளார். சிந்தாமணி, கம்பராமாயணம் போன்றவற்றில் வரும் பாடல்களுக்கு இணை யாக இப்புலவரின் இப்பாடல்கள் மிகச் சிறப்பாக உள்ளன. 'பாரத அம்மானை' என்ற பெயரில் இசைப்பாடல் வடிவில் இவர் எழுதியுள்ள பாரதக் கதையை, இவர் வாழ்ந்த ஊராகிய அதிராம்பட்டினத்தைச் சுற்றியுள்ள கிராமப் பகுதிகளைச் சேர்ந்த மக்கள் இன்றும் நினைவில் இருத்திப் பாடி வருகின்றனர் என்று கவிஞர் கா.மு. ஷெரீப் கூறுகின்றார் என்று தமிழ்ப் பல்கலைக்கழக வெளியீட்டில் குறிப்பு உள்ளது. இருபதாம் நூற்றாண்டின் நடுப்பகுதி வரையிலான காலத்தில் தமிழ் மக்கள் அனைவரும் ஒன்றாகக் கூடிக் களிக்கும் பொது அரங்கங்கள் என்பது கிடையா. இருபதாம் நூற்றாண்டின் தொடக்க காலங் களில் நிகழ்ந்த நாடகக் கொட்டகைகளில் தீண்டத்தகாதாருக்கு அனுமதி இல்லை என்று விளம்பரப்படுத்தி உள்ளது தமிழ்ச் சமூகம். இதுபோல சாதிகளாகப் பிளவுண்டு கிடந்த தமிழ்ச் சமூகத்தில் பாரத, இராமாயணக் கதைகள் என்பன பெரும்பாலும் கோவில்களில்தான் நடைபெற்று வந்தன. எனவே கடந்த காலங் களில் பெருவாரியாக உழைக்கும் மக்கள் கோவிலுக்குள் சென்று அத்தகைய கதைகளைக் கேட்டிருக்க முடியாது. ஆனாலும் தாழ்த்தப்பட்ட மக்கள் தங்களுக்கான அரங்கத்தை அவர்களே உருவாக்கிக் கொண்டனர். மற்ற சூத்திரசாதித் தமிழர்களும் தங்களுக்குள்ளாகவே இக்கதை சொல்லும் / படிக்கும் நிகழ்ச்சி களை அமைத்துக்கொண்டனர்.

இதன் விளைவாக கேட்போர் நிலைக்கு ஏற்ற பிரதிகள் உருவாயின. எனவே ஒரே பொருள் / கதை பற்றிக் கூறும் பிரதிகளில் அல்லது கதைப்பாடல், கூத்துகளில் பலவிதமான மாறுபாடுகள் இலக்கியப் பிரதிகளில் இல்லாத கதைகள், செய்திகள் போன்றவை உள்நுழைந்தன.

நல்லாப்பிள்ளை பாரதம் பாரதப் பிரசங்கிகளுக்கு ஏற்ற நூலாக இருந்ததால் பிரபல்யமானதாக இருந்தது என்று பதிப் பாசிரியர் சீனிவாசன் கூறுகிறார். சூத்திர சாதிப் பிரசங்கிகள் தான் இதைப் பெரிதும் பயன்படுத்தி இருப்பர். பார்ப்பனர்கள்

இதைக் கவனத்தில் கொள்ளாததினாலேயே வில்லிபாரதம் போன்று அதிகமான பதிப்புகள் வரவில்லை எனப் பேராசிரியர் அரசு கூறுவதைக் கவனிக்க வேண்டும். அதே வேளையில் இந்த நூல் பார்ப்பனியத்தைப் புறந்தள்ளிவிட்டது எனக் கொள்ள முடியாது. வைதீகத்தை ஏற்றுக் கொண்டாடிய சூத்திரத் தமிழர்கள் ஆக்கிய பிரதி என்று இதைக் கூறலாம். கதைப் பாடல்கள், கூத்துகள் போன்றவற்றைத் தாழ்த்தப்பட்ட மக்களுக்கான பிரதிகள் எனக் கூறலாம்.

13949 பாடல்கள் உள்ள நூல் நல்லாப்பிள்ளை பாரதம். இதன் முந்தைய பதிப்புகளில் பாடல்கள் சீர்பிரிக்கப்படாமல் ஏட்டுச் சுவடியில் உள்ளது போலப் பதிப்பிக்கப்பட்டது. பழந் தமிழ்க் கவிதைகளில் நீண்ட நாள் பயிற்சி உள்ளவர்களுக்கே அந்தப் பாடல்களைப் புரிந்துகொள்வதில் பெரும் தடுமாற்றம் ஏற்படும். பேராசிரியர் இரா. சீனிவாசன் அவ்வளவு பாடல் களையும் சீர்பிரித்து யாவரும் எளிதில் படிக்கும்வண்ணம் பதிப்பித்துள்ளார். பாரதக் கதையில் வருகின்ற எண்ணூற்றுக்கும் மேற்பட்ட பாத்திரங்களின் பெயர், உறவு முறைகள், செயல்கள் போன்றவற்றை வாசகர்கள் எளிதில் உணர்ந்து கொள்ளும் வண்ணம் சிறப்புப் பெயர் விளக்கம் *72* பக்கங்களில் தொகுத்துக் கொடுத்து இருப்பதுடன் *13* தலைப்புகளில் பாரதம் பற்றிய பல்வேறு தலைப்புச் செய்திகளை ஒரு நூல் அளவுக்குத் தொகுத்து இருக்கும் சிறப்பு வாசகர்களுக்குப் பெரிதும் பயன்தரக்கூடியது. நல்ல தாளில் சிறப்பாக அச்சிட்ட பார்க்கர் பதிப்பகத்தினைப் பாராட்டாமல் இருக்க முடியாது. படிப்பவர்களுக்குத் துன்பம் நேராமல் இவ்வளவு வேலைகளைச் செய்தவர்கள் இந்த நூலை இரண்டு பாகங்களாக அல்லது மூன்று பாகங்களாகப் பிரித்துப் போட்டிருந்தால் மிக உதவியாக இருந்திருக்கும். அத்துடன் இந்நூலில் *10254* பாடல்கள்வரைதான் உள்ளது. மீதிப் பாடல்கள் *3695*ஐயும் உடனே வெளியிட வேண்டும். அப்பொழுதுதான் முழுமையான பாரத நூல் தமிழ்மொழிக்கு அழகு சேர்ப்பதாக அமையும்.

குறிப்பு

கட்டுரையில் ‘பிரதி’ என்பது *Version* என்ற பொருளில் பயன்படுத்தப்பட்டுள்ளன.

12

தேசத்துரோகி யா(ர்)?

தந்தை பெரியார் வெள்ளைக்காரனுக்கு வால் பிடித்தவர். இந்திய நாடு சுதந்திரம் பெற்றதைத் துக்க தினமாகக் கொண்டாடியவர். ஆகவே இவர் ஒரு தேசத் துரோகி. தேசப்பற்றாளர் அல்லர் என்றெல்லாம் பலகால மாகப் பலரும் எழுதியும் பேசியும் வந்திருக்கின்றனர். நம் காலத்திலும் அவர் தேசவிடுதலையை விட சமூக விடுதலையை முன்னிறுத்தியவர் என்று அவர் சார்பாக பேசுவதாக சொல்லிக் கொண்டவர்களும்கூட அவர் சமூக விடுதலையை முன்னிறுத்தியதால் தேசவிடுதலையை புறம் தள்ளியதைப்போலப் பேசுகிறார்கள். இத்தகைய கூற்றுகளில் கடுகளவும் உண்மையில்லை என்பது பெரியாருடைய எழுத்துகளின் வழியாகவும் வரலாற்றுச் சான்றுகளின் வழியாகவும் தெளிவாகப் புலப்படுகின்றது.

முதலில் இந்திய நாட்டில் விடுதலைப் போர் என்பது நடைபெறவே இல்லை என்பதையும் விடுதலைப் போராட்டம்தான் நடைபெற்றது என்பதையும் நாம் புரிந்துகொள்ளவேண்டும். போர் என்பது ஆயுதம் தாங்கிய யுத்தம் ஆகும். போராட்டம் என்பது பேச்சுவார்த்தைக்கான தந்திரம் ஆகும். இங்கே தந்திரம்தான் செயல்பட்டதே தவிர யுத்தம் நடைபெறவேயில்லை.

மகாத்மா காந்தியே தன்னுடைய சத்தியாகிரகப் போராட்டத்தை ஆங்கிலேயர்களுக்கு எதிரானது என்று கூறவில்லை. கம்யூனிசம் இந்த நாட்டில் வேர் விட்டுவிடக் கூடாது என்பதற்காகத்தான் இந்தப் போராட்டம் நடத்தப் பட வேண்டும் என்றார். சென்னையில் 1919ஆம் வருடம் மார்ச் மாதம் 30ஆம் தேதி பேசுகிறார்: "போல்ஸ்விக் (அதாவது பொதுஉடைமை) இயக்கம் என்ற பேராபத்து நம் நாட்டைச் சூழாமல் தடுக்கக் கூடியது ஏதாவது

உண்டென்றால் அது சத்தியாக்கிரகந்தான் நவீன கால லோகாயத (மெட்டீரியல்) நாகரிகத்தின் விளைவாகத்தான் போல்ஸ்விஸம் தோன்றுகிறது. நவீன நாகரிகம் கண்மூடித்தனமாக ஜடத்தை வணங்குகிறது. இதனால் லௌகீக முன்னேற்றங்களையே இலட்சியமாகக் கொண்ட ஒரு கட்சி எழுந்துவிட்டது. வாழ்க்கையின் சூட்சுமத் தத்துவங்களையெல்லாம் அது அறுத்துக்கொண்டு விட்டது. நான் ஒரு தீர்க்கதரிசனம் கூறுகிறேன். ஜடத்துக்கு மேலே ஆத்மாவும் மிருகபலத்துக்கு மேலே சுதந்திரமும் அன்புமே இறுதியாக உயர்வுடையவை. இந்தத் தத்துவத்தை நாம் மறந்தோமானால் ஒரு காலத்தில் பெரிய புண்ணிய பூமியாக இருந்த இந்த நாட்டிலே சில வருசங்களுக்குள்ளே போல்ஸ்விஸம் நுழைந்து தலைவிரித்தாடும்."

'மகாத்மா காந்தி வாழ்க்கை லூயிஃபிஷர்'(தமிழ்)
பக். 253

இந்தியாவில் விடுதலைக்கான போராட்டம் என்பது அமெரிக்க மக்கள் ஜார்ஜ் வாஷிங்டன் தலைமையில் போர் புரிந்து பிரிட்டிஷ்காரர்களை விரட்டியதைப் போன்றோ கியூபாவின் விடுதலைப் போரில் பிடல் காஸ்ட்ரோவும் சேகுவேராவும் இணைந்து எதிரிகளை விரட்டியடித்ததைப் போன்றோ வியட்நாமில் கோசிமின் தலைமையில் எதிரிகளை அம்மக்கள் விரட்டி விரட்டி அடித்ததைப் போன்றோ நடைபெறவில்லை என்பதை நாம் கவனத்தில் கொள்ள வேண்டும். பின் எந்தவகையில் நடைபெற்றது என்ற ஐயம் உங்களுக்கு எழலாம்.

இந்தியாவைப் பொறுத்தவரை 1905இல் இருந்து 1912வரை ஒரு வகையான போராட்டக்கிளர்ச்சியும் 1919இல் காந்தி தலைமை ஏற்ற பின்னர் வேறொரு வகையான கிளர்ச்சி வடிவமும் ஆக இரண்டு விதமான கிளர்ச்சிகளை நாம் காண்கிறோம். 1912வரை நடந்த அந்தப் போராட்டத்திற்கும் காந்தி தலைமையேற்ற பின் நடந்த கிளர்ச்சிக்கும் ஒட்டும் இல்லை உறவும் இல்லை. முந்தைய போராட்டத்தின் நாயகர்களான வ.உ.சி. பாரதி சுரேந்திரநாத் ஆர்யா போன்றவர்கள் பின்னைய கிளர்ச்சி காலங்களில் ஓரங்கட்டப்பட்டோ அல்லது ஒதுங்கியோ நின்றதை நாம் கவனிக்க வேண்டும். பிற்காலங்களில் வ.உ.சி.யும் ஆரியாவும் ஈ.வெ.ரா பெரியார் உடனும் இணைந்து செயல்பட்டதையும் கவனத்தில் கொள்ளவேண்டும்.

காந்தியின் தலைமையிலான கிளர்ச்சியில் மூன்று கட்டங்கள் குறிப்பிடத்தக்கன. ஒன்று 1920 – 21இல் நடந்த சத்தியாக்கிரகம். இரண்டு 1930இல் நடந்த உப்பு சத்தியாகிரகம். மூன்று 1942இல் நடந்த ஆகஸ்ட் புரட்சி என்ற வெள்ளையனே வெளியேறு

இயக்கம் இந்த மூன்று இயக்கங்களில்தான் போராட்டங்கள் என்று சொல்லும்படி நடந்தவைகள் ஆகும். இருபத்திரண்டு ஆண்டுகளில் இந்தப் போராட்டங்கள் நடந்த ஒரு நான்கு ஐந்து ஆண்டுகள் தவிர மற்ற நாட்களில் காங்கிரஸ்காரர்கள் என்ன செய்துகொண்டு இருந்தார்கள் தெரியுமா? பெரியார் காங்கிரஸ் கட்சியில் இருக்கும்போதே சொல்கிறார். "கொஞ்ச நாளைக்கு முன்பு ஸ்ரீமான் நேரு அவர்கள் தங்கள் வாக்குத்தத்தத் திற்கு (வாக்குறுதிக்கு) விரோதமாய் இந்திய சட்டசபையினால் நியமிக்கப்பட்ட ஒரு கமிட்டியில் ஸ்தானம் ஒப்புக்கொண்டார் என்பதைப்பற்றி எழுதியிருந்தோம். இப்போது ஸ்ரீமான் பட்டேல் அவர்கள் இந்திய சட்டசபை அக்கிராசனாதிபதி உத்தியோகத்தை ஒப்புக்கொண்டார்கள். முன்சொல்லப்பட்ட கமிட்டி மெம்பர் உத்தியோகத்திற்குத் தின சம்பளம். இரண்டாவதான அக்கிரா சனாதிபதி உத்தியோகத்திற்கு மாதச் சம்பளம் அதுவும் மாதம் 4000, 5000 கிடைக்கக் கூடியது. வருசம் ஒன்றுக்கு 50 அல்லது 60ஆயிரம் கிடைக்கும் . மூன்று வருசத்திற்கு 150000 அல்லது 20000. ஓடு மீன் ஓடி உறுமீன் வருமளவும் வாடி இருக்குமாம் கொக்கு என்கிறபடி ஜனங்கள் இவர்கள் வாக்குத்தத்தத்தை மறுக்கிற வரையிலும் தக்க உத்தியோகம் கிடைக்கிற வரையிலும் காத்திருந்து சமயம் பார்த்து உத்தியோகத்தைப் பெற்றுக் கொள்ளு கிறார்கள். அதிலும் ஸ்ரீமான் படேலின் உத்தியோகம் எவ்வளவு மானக்கேடானது தமது மனசாட்சியையே விட்டுவிட்டு போய் விட வேண்டியது. உத்தியோகம் பெற்றதும் சுயராஜ்யக் கட்சியை ராஜினமாச் செய்யவேண்டியது. தாம் பம்பாய் கார்ப்பரேசன் பிரசிடென்டாய் இருந்த காலத்தில் பகிஸ்காரம் செய்த ஒரு கனவான் வீட்டுக்கு நாள் ஒன்றுக்கு பத்து தடவையானாலும் நடக்கத் தயார் என்கிறார். அதாவது கூப்பிட்டபோதெல்லாம் ஓடுவது. ராஜப் பிரதிநிதியுடனும் மற்றும் ஐரோப்பியருடனும் உத்தியோகஸ்தருடனும் ஒத்துழைக்கத் தயாராயிருக்கின்றேன் என்கிறார் ... மகாத்மாவும் ஸ்ரீமான் படேலுக்கு ஆசி கூறுகிறார்."

காந்தி வெள்ளையர்களிடம் கேட்டது முழுமையான சுதந்திரத்தை அன்று. இன்றைய நிலையில் நடுவண் அரசாங்கத் திடம் மாநில சுய ஆட்சி கேட்டது போன்ற டொமினியன் அந்தஸ்துதான் கேட்டார். வெள்ளையர்கள் அதற்கு பயிற்சி அளிப்பது போன்று இரட்டை ஆட்சி முறையைக் கொண்டு வந்தனர். அந்த முறைப்படி நடைபெற்ற சட்டமன்றத் தேர்தல் களில் கலந்துகொண்டும் நகர்மன்ற உள்ளாட்சி அமைப்புகளில் பதவிகளை வகித்தும் 1942 வரை காங்கிரஸ்காரர்கள் சுயராஜ்ய கட்சி என்று பெயர் வைத்துக்கொண்டு பதவி சுகங்களை அனுபவித்து வந்தனர். இவர்கள் சில நேரங்களில் சிறைக்குச் சென்றதுகூட தங்களது அந்தஸ்தை உயர்த்திக்கொள்ள மட்டும்

தான். நேரு சிறையில் இருந்தபோது பேட்மிட்டன் ஆடிக்கொண்டு சுகமாக இருந்தார் என்ற செய்திகளும் முற்றிலும் புனைவான தில்லை. இது காங்கிரஸ்காரர்களுக்கு நன்றாகப் புரிந்த செய்தி தான். இல்லாவிட்டால் நாமக்கல் கவிஞர் கத்தியின்றி இரத்த மின்றி யுத்தம் ஒன்று வருகிறது என்று பாடியிருப்பாரா? 1942 ஆகஸ்ட் புரட்சிக் காலத்தில்தான் வெள்ளையனே வெளியேறு என்றார்கள். அப்படியென்றால் அதற்கு முன்பு வரை வெள்ளையனே உள்ளேயிரு என்பதுதான் பொருள். இதைத்தான் காந்தி டொமினியன் அந்தஸ்து என்றார். சரி, இப்படியான கட்சியில் பெரியார் ஏன் இருந்தார்? என்ற நியாயமான கேள்வி உங்களுக்கு எழும்.

1926இல் அவர் கூறியதில் இருந்தே காண்போம். "மகாத்மா காந்தி அவர்கள் ஒத்துழையாமை இயக்கத்தைத் தோற்றுவித்த போது நானும் ஸ்ரீமான்கள் கலியாணசுந்தர முதலியார் டாக்டர் வரதராசலு நாயுடு எஸ். இராமநாதன் தண்டபாணி பிள்ளை முதலியவர்களும் அதில் ஈடுபட்டோம். நம்முடைய குறைகளை நிவர்த்தி செய்வதே அந்த இயக்கத்தின் தத்துவமாக இருந்தது. கிராமங்களிலுள்ள ஏழைமக்கள் சாப்பாட்டுக்குக்கூட வகையின்றி கஸ்டப்படுவதைக் கண்ட மகாத்மா கைராட்டையில் நூல் நூற்க வேண்டுமென்று போதனை செய்தார். தீண்டாமையை ஒழிக்க வேண்டுமென்ற தத்துவத்தில் மனிதனுக்கு மனிதன் உயர்ந்தவன் தாழ்ந்தவன் என்ற வித்தியாசம் அடிபட்டுப் போகிறது. நாங்கள் இன்னும் ஒத்துழையாமையிலேயே இருக்கின் றோம். நம் நாட்டுப் பார்ப்பனர்கள் ஒத்துழையாமை இயக்கம் மனிதனுக்கு மனிதன் சமத்துவத்திற்காகப் போராடுவதை உணர்ந் ததும் அதை நிறுத்தப் பாடுபட்டார்கள். அதற்காக இங்கும் அங்கும் பல ஆட்களைப் பிடித்து சூழ்ச்சியான வேலைகள் செய்து மகாத்மாவை காங்கிரசிலிருந்து பிரிந்து போகும்படி செய்து விட்டனர். காங்கிரசானது மனிதனுக்கு மனிதன் சமம் என்பதையும் தீண்டாமை விலக்கையும் கதர் உற்பத்தி செய்வதை யும் முற்றும் விட்டுவிட்டு இப்போது சட்டசபைக்குச் செல்ல ஆட்களை நிறுத்தி வேலை செய்கின்றது. யார் யார் பார்ப்பனரல்லாதோரின் நன்மைக்காகப் பாடுபடுகின்றார் களோ அவர்களையெல்லாம் கார்பொரேசனை விட்டும் சட்டசபையை விட்டும் விரட்டியடித்துவிட்டு அந்த ஸ்தானங் களில் பார்ப்பனர்களை நுழைய வைக்கப் பகீரதப் பிரயத்தனம் செய்கின்றனர் அல்லாமலும் காங்கிரஸ்காரர் கார்பொரேசனுக் குச் சென்றால் வரி குறையுமென்றும் சுயராஜ்யம் வருமென்று சொல்கிறார்கள் யாருக்கு வரும் என்று நினைக்கிறீர்கள். பார்ப்பனர்களுக்கே. பார்ப்பனரல்லாதார்களுக்கோ தீங்கே விளையும்"

காந்தியின் நிர்மாணத் திட்டங்களில் நம்பிக்கை கொண்டு பெரியார் காங்கிரசில் சேர்ந்து உழைத்தார். காலப்போக்கில் காங்கிரஸ் என்பது மக்களின் விடுதலைக்காகப் பாடுபடுவதை ஒதுக்கிவிட்டு பார்ப்பனர்கள், உயர்சாதி இந்துக்கள், பணக்காரர்கள் இவர்களின் நலனுக்காக ஒரு போலியான தேசியத்தைக் கட்டமைத்து ஆங்கில அரசாங்கத்தின்மீது விசுவாசத்தையும் காட்டியது. இதனைப் புரிந்துகொண்டு பெரியார் பேசுகிறார். "இப்படி இராச விசுவாசத் தீர்மானத்தில் ஒருவருக்கொருவர் போட்டி போட்டுக்கொண்டு தங்களை ஆதரிப்பதைக் கண்ட வெள்ளைக்காரன் ஆளுக்கு ஏதோ இரண்டு கொடுக்க ஆரம்பித்தான். மற்றவர்களுக்கே வாய்ப்பில்லாமல் தாங்களே ஏகபோகமாக அனுபவித்து வந்த பதவி உத்தியோகம் மற்ற சலுகைகள் வசதிகள் வரவரக் குறைந்துகொண்டே வருகின்றன என்பதை இந்த பார்ப்பனர்கள் அறிந்துகொண்டுதான் இந்தக் கட்டத்தில் சலித்துப்போய் இராசவிரோதத் தீர்மானம் போட ஆரம்பித்தனர்.

இன்றைய தேசியம் இப்படித்தான் உற்பத்தியானது நானும் இந்தத் தேசியத்தில் மயங்கி ஏதோ முட்டாள்தனமாக ஜஸ்டிஸ் கட்சியை ஒழிக்க காங்கிரஸ் கட்சிக்கு உழைத்தேன். பிறகுதான் உணர்ந்தேன். அதன்மூலம் நமது இனத்துக்குப் பெரிய துரோகம் இழைத்துவிட்டோம் என்று."

பெரியார் விடுதலை என்பதை சுயமரியாதை என்பதுடன் இணைத்தே பார்த்தார். இந்தியா போன்ற ஒரு நாட்டில் மேல் கீழ், தீண்டப்படுபவர் தீண்டப்படாதவர் என்று மக்கள் சமத்துவம் இல்லாமல் பிளவுண்ட வாழ்க்கை வாழ்ந்து வருகின்றனர். எனவே அடிநிலையில் உள்ள மக்களைப் பொறுத்தவரை ஆங்கிலேயர்களின் ஆதிக்கம் அகற்றப்பட்டாலும் பார்ப்பன, உயர்சாதி சூத்திரர்கள் ஆதிக்கம் என்பது நிலைத்து இருக்கின்றது. உலகின் மற்ற நாடுகளில் இத்தகைய நிலைமையைக் காண முடியாது. ஆதிக்கத்தில் உள்ளவர்களை அகற்றிவிட்டால் அனைவரும் சுதந்திரமனிதர்கள் ஆகிவிடுவார்கள். இந்தியாவிலோ வெள்ளையன் அகன்றாலும் அகற்றப்பட்டாலும் பார்ப்பன உயர்சாதி சூத்திரர்களின் ஆதிக்கம் நிலைபெற்றே உள்ளது. ஆங்கிலேயர்கள் இந்தியர்கள் அனைவரையும் தங்கள் அடிமைகள் தான் என்று பொதுவாக பார்த்து எல்லோரிடமும் ஒரேவிதமான கண்ணோட்டத்தையே கொண்டு இருந்தனர். அடிநிலை மக்களின் புரிதலை மேம்படுத்தாத நிலையில் ஆங்கிலேயர்கள் வெளியே செல்வதால் மட்டும் இந்திய மக்களுக்கு சுதந்திரம் கிடைத்ததாக ஆகிவிடாது என்று சரியாகவே கருதினார் தந்தை பெரியார். எனவே அடிநிலை மக்களை மேம்படுத்தும் நிர்மாணத் திட்டங்களை முன்வைத்து காந்தி செயல்பட

ஆரம்பித்தபோது, தன்னையும் காந்தியுடனும் காங்கிரசுடனும் இணைத்துக் கொள்வது தன்னுடைய கொள்கையை நடைமுறைப் படுத்துவதற்கான வாய்ப்பாகக் கருதினார். ஆனால் அந்த எண்ணம் பார்ப்பனர்களாலும் உயர்சாதியினராலும் தகர்க்கப் பட்டபோது பெரியார் இனியும் காங்கிரசில் இருப்பது அர்த்தம் இல்லாத வேலை என்று சரியாகவே கணித்தார். அவர் கூறுகிறார்:

1. தனது முக்கிய திட்டங்களாகிய இந்து முஸ்லீம் ஒற்றுமை மதுவிலக்கு தீண்டாமை முதலிய காரியங்களையும் காங்கிரஸ் திட்டத்திலிருந்து அப்புறப்படுத்திவிட்டு . . .

2. ராஜிய விசயத்தில் மற்ற கட்சிகளுக்கும் காங்கிரசுக்கும் வித்தியாசமிருந்ததெல்லாம் ஒத்துழையாமை திட்டந் தான் . . .

3. இந்த நிலைமையில் இந்தியாவிலுள்ள ராஜிய ஸ்தாபனங் கள் சகலமும் காங்கிரஸ் உட்பட ஒரே கொள்கையைத் தான் கொண்டதாயிருக்கிறது. ஆகையால் தேச முன்னேற்றத்திற்குக் காங்கிரஸ் மகாசபையொன்றுதான் உள்ளது என்று சொல்வது இனி பொருளற்ற வார்த்தை யாகும். எனவே பொதுமக்கள் காங்கிரஸில் சேர விரும்பி னால் நாம் தேச பக்தர்களாக மாட்டோமென்று பயப்பட வேண்டியதும் ஜஸ்டிஸ் கட்சியிலிருந்தால் காங்கிரஸில் இருப்பவர்களைவிட தாழ்ந்தவர்களாகிவிடுவோம் என்று பயப்படுவதும் அறியாமையேயாகும்.

4. இந்தியர் ஒவ்வொருவருக்கும் சுயமரியாதை அடைவதும் விடுதலை பெறுவதும் தனது முக்கிய நோக்கமாகக் கொள்ளவேண்டும். இந்நோக்கம் கொண்ட ஸ்தாபனம் எதுவோ அதெல்லாம் தேசிய காங்கிரஸ்தான் என்பதைத் தெரிவித்துக் கொள்கிறோம். குடியரசு பாகம் 1 (பக்.217, 218, 219, 220)

இத்தகைய தெளிவு பெரியாருக்கு ஏற்பட்டதனால் 13.06.1926 வரை பிராமணர்கள் அல்லாதவர்கள் என்று எழுதிவந்த பெரியார் 20.06.1926இல் அதாவது ஒரே வாரத்தில் பிராமணர் களை பார்ப்பனர்கள் அல்லாதவர்கள் என்றும் கூறத் தொடங்கி னார். பின்னர் வாழ்நாள் முழுமையும் பிராமணர் என்ற சொல்லை அவர் பயன்படுத்தவில்லை. அதேபோன்று பார்ப்பனர் கள் உயர்சாதிக்காரர்களின் ஆதிக்கத்திற்குப் பணிந்தும் வர்ணாசிர தர்மத்தை நியாயப்படுத்தியும் வந்த காந்தியை மகாத்மா காந்தி என்று அழைப்பது நியாயமற்றது என்று ஸ்ரீமான் என்றே அழைக்க ஆரம்பித்தார்.

தோழர்களே இப்பொழுது சொல்லுங்கள் பெரியார் தேசத்துரோகியா ?

குறிப்பு

இந்தக் கட்டுரை இடச் சுருக்கம் கருதி முக்கியப் புள்ளிகளை மட்டும் தொட்டுக்காட்டி எழுதப்பட்டுள்ளது. இதைப் பற்றிய ஏராளமான செய்திகள் தற்போது வெளிவந்துள்ள குடியரசு தொகுதிகளில் தேதிவாரியாகப் பதிவு செய்யப்பட்டுள்ளன. இது தவிர ஆனைமுத்து அவர்கள் தொகுத்த பெரியார் ஈ.வெ.ரா. சிந்தனைகள் நூலிலும் பதிவாகியுள்ளன. குடியரசு இதழ் தேதி வாரியாகத் தொகுக்கப்பட்டு உள்ளதானது பல புதிய வெளிச்சங்களுக்கு வழிகாட்டுகிறது.

1. குடியரசு – பாகம் 1, பக்.133
2. குடியரசு தொகுப்பு 3 – (இரண்டாம் பகுதி) பக்.92
3. பெரியார் ஈ.வெ.ரா. சிந்தனைகள் (முதல் தொகுதி) – பக். 364
4. குடியரசு – பாகம் 1 – பக்.217,218,219,220

ஆளுமைகள்

1

தமிழ் – தமிழர் – தந்தை பெரியார்
(தந்தை பெரியாரின் தீர்க்க தரிசனங்கள்)

காலத்தால் வெல்லமுடியாத தீர்க்க தரிசனங்களை பகுத்தறிவுப் பார்வையில் மக்களுக்கு வழங்கியவர் தந்தை பெரியார். அவர் மறைந்து 37 ஆண்டுகள் ஆனபிறகும் அவருடைய வழிகாட்டல் இன்றைய நிலையிலும் நம்முடைய சிந்தைக்கு ஒளியூட்டுகின்றது. அவரை முழுமையாகப் புரிந்துகொள்வது என்பது சமகாலச் சமூகத்தை நாம் விளங்கிக் கொண்டதாகும். ஆனால் இன்றைய அவசர உலகம், அவருடைய விரிவான கூற்றுகளை ஒரு மனிதன் பொறுமையாகப் புரிந்து கொள்வதற்குத் தடையாக உள்ளது. அந்தத் தடையை நீக்கித் தந்தை பெரியாரை முழுமையாகப் புரிந்துகொள்வதற்குத் துணையாக 'ஈ.வெ.ராமசாமி என்கின்ற நான்' என்னும் தலைப்பில் அவருடைய கருத்துகளைத் தேர்வு செய்து வழங்கி இருக்கின்றார் தோழர் பசு.கவுதமன். இரண்டே தொகுதிகளில் ஈ.வெ.ரா.வின் முழுமையான பரிமாணத்தைச் சிறப்பாகக் காட்டிவிடுகின்றார். தோழர் கவுதமன் பெரியாரின் கொள்கைகளை நேர்மையுடனும் தெளிவுடனும் கைக்கொண்ட ஐயா பசுபதி அவர்களின் புதல்வர் ஆவார். எனவே பெரியாருடைய கொள்கைகள் என்பன கவுதமனின் குருதியுடன் இரண்டறக் கலந்தது ஆகும். அதை வெளிப்படுத்துவதாக இந்த இரு தொகுதிகள் அமைந்துள்ளன.

இதற்காக தோழர் கவுதமனை நாம் அனைவரும் பாராட்ட வேண்டும்

('ஈ.வெ.ராமசாமி என்கின்ற நான்'
வெளியீடு: பாரதி புத்தகாலயம்)

பொ. வேல்சாமி

1. மனிதர்களுக்குத் தன்மானம் முக்கியமா? விடுதலை முக்கியமா?

நமது நாட்டில் சில வேஷக்காரர்கள் சுயராஜ்யம் என்கிற பதமும் சுதந்திரம் என்கிற பதமும் உரிமை என்கிற பதமும் வாழ்க்கையை உத்தேசித்து வாயளவில் பேசி, பொது ஜனங்களை ஏமாற்றி, நகத்தில் அழுக்குப்படாமல் காலங்கழிக்கப் பார்க்கின்றார்களேயல்லாமல், அதற்காகச் செய்ய வேண்டிய காரியங்களில் தங்களுக்குச் செய்ய யோக்கியதை இல்லாவிட்டாலும் வேறு யாராவது செய்தாலும் தங்களுக்கு யோக்கியதை குறைந்து போகுமேயென்கிற பயத்தால் அதற்கு வேண்டிய முட்டுக்கட்டைகளைப் போட்டு தாங்களே முன்னணியிலிருக்க வேண்டிய மாதிரியில் ராஜீயவாதிகளென்னும் பேரால் வாழ்ந்து வருகின்றார்கள். நமது நாட்டுக்கு முக்கியமாக வேண்டியது சுயராஜ்யமா? சுயமரியாதையா?

சுயராஜ்யம் எனது பிறப்புரிமை என்று சொல்லி ஜனங்களை ஏமாற்றிப் பிழைக்கின்ற அநேகர், சுயராஜ்யம் இன்னதென்பதைப் பற்றி ஒரு வார்த்தையாவது சொன்னவர்களல்ல. அதை ஜனங்கள் அறியாதிருக்கும்படி எவ்வளவோ சூழ்ச்சிகள் செய்து வருகின்றார்கள். மகாத்மா காந்தி அவர்கள் சுமார் ஐந்து வருசங்களுக்கு முன்பாக சென்னைக்கு வந்திருந்த சமயம் ஓர் கூட்டத்தில் பேசும்போது "என்னுடைய சுயமரியாதையைக் காப்பாற்றிக் கொள்ள யோக்கியதை இல்லாமல் இருக்குமானால் நான் சுயராஜ்யத்தை விரும்புவதில் அர்த்தமே இல்லை"யென்று சொல்லியிருக்கிறார். மனிதனுக்கு அவனுடைய சுயமரியாதை என்னும் தன்மானத்தைக் காப்பாற்றிக் கொள்ளுவதுதான் பிறப்புரிமையேயல்லாமல் அரசியலான ராஜீயமென்னும் சுயராஜ்யம் ஒருக்காலும் பிறப்புரிமை ஆகமாட்டாது. ராஜீய பாரமானது ஒரு தொண்டு.

வீதி கூட்டுவதும் விளக்கு போடுவதும் காவல் காப்பதும் எப்படி சேவையாயிருக்கின்றதோ, அதுபோலவே, ராஜீய பாரமென்பதும் ஒரு சேவைதான். தேசத்தில் அவனவனது வாழ்க்கைக்கும் அல்லது பொது நன்மைக்கும் எப்படி பல தொழில்கள் இருக்கின்றனவோ அதுபோல ராஜீய பாரமென்பதும் ஒரு தொழில்தான். இத்தொழிலை இன்னார்தான் செய்ய வேண்டுமென்றாவது, இன்னார்க்குத்தான் உரிமை என்றாவது 'கடவுள் என்பவரால்' யாருக்கும் பிரித்துக் கொடுக்கவே இல்லை. மனிதராகப் பிறந்தவர்கள் எல்லோரும் ஊமை, கூன், குருடு, செவிடு உட்பட இதற்கு அருகர்கள்தான். ஆதலால் இவ்வுரிமையை எல்லோரும் சமமாய் அடைய வேண்டியதுதான். ஆனபோதிலும் மனித ஜென்மத்திற்கு இக்கேவல ஆட்சி

பிறப்புரிமை என்று சொல்ல முடியாது. மனிதனுக்கு உண்மையான பிறப்புரிமை என்று சொல்வது அவனது சுயமரியாதையும் பரோபகாரமென்பதுமேதான்.

சுயமரியாதை இல்லாத ஒரு மனிதனுக்கு சுயராஜ்யம் அவசியமே இல்லாததாகும். சுயராஜ்யம் இல்லாத எந்த மனிதனுக்கும்கூட சுயமரியாதை என்பது அவசியமானதே யாகும். சுயமரியாதை அற்றவனைப் பிணமென்றுதான் சொல்ல வேண்டும். அப்படிப் பார்க்கின்றபோது நமது தேசத்தில் சுய மரியாதை அற்று பூச்சி புழுக்கள் போலும், நாய்கள் பன்றிகள் போலும், பிசாசுகள் அரக்கர்கள் போலும் வாழும் ஜனங்கள் கோடிக்கணக்காய் இருக்கின்றனர். லட்சக்கணக்காய் தினம் பிறக்கின்றனர். இச்சமூகத்திற்கு சுயராஜ்யம் எதற்கு?

குடியரசு பாகம் 2, பக். 50 - 51 (ஆண்டு 24.01.1926)

2. தேர்தல்முறையை நீங்கள் வெறுப்பது ஏன்;?

இன்றைய ஓட்டர்களின் எண்ணிக்கை 100க்கு 10தான் ஆகும். அதாவது படித்தவர், பணக்காரர்கள். இந்த ஓட்டர்களால் மட்டும் தேர்ந்தெடுக்கப்படும் சட்டசபை உறுப்பினர்கள், மந்திரிகள். இவ்வாறிருக்கையில், வரப்போகும் தேர்தலில் வயது வந்தவர்க்கெல்லாம் ஓட்டு அளிக்கப்பட்டிருக்கிறது. அதாவது திருடன், காலாடித்தனம் செய்பவன், எதற்கும் அருகதையற்றவன், பாமரர் ஆகிய அனைவருக்கும் ஓட்டு இவர்கள் எப்பேர்ப்பட்டவர்களைத் தேர்ந்தெடுப்பார்கள் என்பதைச் சற்று நடுநிலையிலிருந்து யோசித்தால், நான் ஏன் அரசியல் வேலை முக்கியமல்ல என்று கூறுகிறேன் என்பது விளங்கும்.

எனவே திராவிட இயக்கத்தினராகிய எங்களது முதல் வேலையாக மக்களிடையேயுள்ள மடமையை, அறிவின்மையை ஒழித்து அவர்களை அறிவுள்ள மக்களாக்குவதற்காகப் பாடு பட்டுக்கொண்டிருக்கிறோம். அதன் பின்னரே மக்கள் தங்களின் தேவைகளை அறிந்து, அதற்கேற்ற ஆட்சியாளரையும் தேர்ந் தெடுக்க முடியும் என்பதே எனது கருத்தாகும். இந்நிலை ஏற்படாதவரை அரசியல் வேலையென்பது ஒரு சுயநலக் கூட்டத்தாரின் சொந்த நலனுக்கு உகந்ததாகவே முடியும் என்பது உறுதி. இதன் காரணமாகத்தான் நான் மக்களிடையே முதன்முதலில் சமுதாய விழிப்பை, வளர்ச்சியை உண்டாக்கப் பாடுபட்டு வருவதின் கருத்துமாகும்.

'ஈ.வெ.ராமசாமி என்கின்ற நான்' பாகம் 1,
பக். 645; (ஆண்டு 1949)

3. ஒருவர் சட்டசபைக்குச் சென்று மக்களுக்குத் தொண்டாற்ற முடியுமா?

சட்டசபைக்குப் போய் மாதம் 150 அல்லது 200 ரூபாய் சம்பளம், படி, பார்லிமெண்டானால் 500 ரூபாய் படி மற்றபடி இலவசமாக இந்தியா பூராவும் சுற்றிப் பார்க்க ரயிலில் இலவச டிக்கட் பெறவேண்டும் என்பதில்தான் பலருக்குக் கவலை. இன்றைய தினம் பொதுவாழ்வு என்றால், எப்படியாவது சட்டசபைக்குப் போகவேண்டும் என்கிற ஒரே லட்சியந்தான். மனிதன் வாழ்வு பணம் சேர்த்தல், பெருமை தேடுதல் முதலிய காரியங்களுக்குப் படிக்கட்டு போலத்தான் இருக்கிறது சட்டசபை. இந்த சட்டசபைப் பைத்தியம் கள்ளுக்கடை, தாசிவீடு போன்றது. அந்தக் கவலை வந்தால் சூதாடி போன்ற உணர்ச்சி ஏற்பட்டு எப்படிப்பட்டவனையும் கெடுத்து ஒழுக்கமற்ற காரியம் செய்யத் தூண்டுகிறது. சட்டசபை எண்ணம் தோன்றும்போதே பொய், பித்தலாட்டம், வஞ்சகம், துரோகம் ஆகிய இனங்களில் தேர்ச்சி பெற ஆசைப்படுகிறார்கள்.

'ஈ.வெ.ரா. என்கின்ற நான்' பாகம் II,
பக்.838 (ஆண்டு 1956)

மேகவியாதி பிடித்த பெண்ணை உடையினாலும் அணி யினாலும் கண்டுபிடிக்க முடியாது. அதுபோல் தேர்தலில் நிற்பவர்களை அவர்களது பேச்சினால், எழுத்தினால் கண்டு பிடிக்க முடியாது. அவர்களின் நடத்தையால், பக்கத்தில் உள்ள வைத்தியர்கள் வைத்தியசாலைகள், அவர்களது நண்பர்கள் யார், எதிரிகள் யார் என்பனவற்றில்தான் கண்டுபிடிக்க முடியும். தண்ணீரில் விழுந்து தவிப்பவன் எப்படி ஒரு புல் மிதக்கின்ற தானாலும் அதைப்பிடித்துக் கரை ஏறலாமென்று ஆசைப்படு வானோ அதுபோல் சட்டசபை ஆசையில் மிதக்கிறவர்கள் எப்படிப்பட்ட அற்ப, இழிவான அயோக்கியத்தனமான காரியத் தையும் செய்து வெற்றிபெறப் பார்ப்பார்கள். பிறகு நீங்களும் அவர்களும் யார்; யாரோ

ஈ.வெ.ரா. என்கின்ற நான் பாகம் II,
பக்.841 (ஆண்டு 1956)

4. அந்தக் காலத்தில் வாக்காளர்களைக் கவரும் வழி என்னவாக இருந்தது?

மார்க்கெட் நிலவரம் (சித்திரபுத்திரன்)

சட்டசபை

ஓட்டு ஒன்றுக்கு	ரூ. 5
ஒரு கிராமத்தின் மொத்த ஓட்டுகளுக்கு மணியக்காரருக்கு	ரூ. 100
கணக்குப்பிள்ளைக்கு	ரூ. 50
பள்ளிக்கூட உபாத்தியாயருக்கு	ரூ. 25
கிராமாந்தரங்களில் செல்வாக்குள்ள குடித்தனக்காரருக்கு	ரூ. 5000முதல் 15000வரை கடன்
முனிசிபல் சேர்மேன்களுக்கு	ரூ. 1000முதல் ரூ. 1500வரை கடன்
வைஸ் சேர்மேன்களுக்கு	ரூ. 250 முதல் ரூ. 500

போலீஸ் ஆபிசர்கள் நிலவரம்

பஜாரில் இன்னும் புதுசரக்கு வராததால் வாங்குவாரில்லை.

முனிசிபல் ஓட்டர்களுக்கு இவ்வாரம் ஓட்டு ஒன்றுக்கு	ரூ. 5 முதல் ரூ. 15வரை
சேர்மேன்களுக்கு	ரூ. 150
வைஸ் சேர்மேன்களுக்கு	ரூ. 250
20 ஓட்டு 30 ஓட்டுள்ள தொகுதிகளில் ஓட்டு ஒன்றுக்கு	ரூ. 150முதல் ரூ. 250வரை

போலிங் ஆபீசர்கள் விசயம் கேழ்ப்போருக்கு மாத்திரம் தெரிவிக்கப்படும்.

பஜார் நோக்கம் இன்னமும் துகை உயரும் போல் இருக்கிறது.

குடி அரசு3, பக். 322 (ஆண்டு 1926)

5. உலகின் பழமையான மொழிகளில் தமிழும் ஒன்றாகையால் பழந்தமிழர் பற்றி பெருமை கொள்வது சரியா?

பழந்தமிழன் யார்? அவன் கொள்கை என்ன? அதற்கு ஆதாரம் என்ன? அதற்கு இன்று அவசியம் என்ன? என்பன

போன்ற கேள்விகளுக்குப் பதில் சொல்ல இன்று ஆளைக் காணோம். வீணாக அந்தப் பெயரின் பேரில் பிழைக்கவோ, பெருமைப்படவோ, மக்களைச் சுரண்டவோ, தங்கள் எண்ணத் திற்குப் பயன்படுத்திக்கொள்ளவோ அது பயன்படுத்தப்படுகிறது. பழந்தமிழன் யாராயிருந்தால் எனக்கு என்ன? உங்களுக்குத் தான் என்ன காரியம் ஆகும்? அவன் கொள்கையோ, மதமோ, கடவுளோ, நடப்போ, சக்தியோ எதுவாய் இருந்தாலும் இங்கு, இன்று நமக்கு அதனால் என்ன இலாபம் என்பதுதான் என் கேள்வி. பழந்தமிழர் நிலைமையைப் பற்றிப் பேசுபவர்கள் பகுத்தறிவுவாதிகளானால், பகுத்தறிவுக்கு மதிப்புக் கொடுக்கும் அறிவாளிகளானால், நடுநிலைமைக்காரர்களானால் அவர்களை ஒன்று கேட்கிறேன். அதாவது, காட்டுமிராண்டி வாழ்க்கைக் கால மனிதனைவிட கல்லாயுதக்கால வாழ்க்கை மனிதன் சிறந்தவன் அல்லவா என்பதும்: அது போலவே 4000, 5000 வருஷ காலத்திற்கு முன் இருந்த மனிதனைவிட இன்று 20வது நூற்றாண்டில் வாழும் மனிதன் சிறிதாவது மேலான அனுபவ மும் அனுபவம் பெற சவுகரியமும், ஆராய்ந்து பார்க்கும் வசதியும் உடையவனா அல்லவா என்பதோடு அந்தக் காலத்தில் வாழ்ந்த வாழ்வைவிட, எண்ணிய எண்ணத்தைவிட வேறான வாழ்வும், வேறான எண்ணங்கள் கொள்ள வேண்டியவனாய் இருக்கின்றானா இல்லையா என்பதுமே ஆகும்.

இன்று வாழும் மனிதனுடைய எந்தக் காரியத்திற்குப் பழந்தமிழனுடைய வாழ்க்கைக் குறிப்பும் நினைவுக் குறிப்பும் நமக்கு வேண்டியிருக்கிறது என்று உங்களை வணக்கமாகக் கேட்கிறேன்.

வீணாகப் பழந்தமிழர் கொள்கை என்பதும், பழந்தமிழர் வாழ்க்கை நிலை என்பதும் அன்னியனை ஏய்க்கவோ, அறியாமை யில் மூழ்கவோதான் பயன்படக்கூடியதாக ஆகிவிட்டன. இனி நம்முடைய எந்தச் சீர்திருத்தத்திற்கும் அந்தப் பேச்சு வராமல் பார்த்துக்கொள்ள வேண்டியது பகுத்தறிவுவாதியின் கடமையாகி விட்டது.

பழந்தமிழன் வந்து போதிக்கத் தகுந்த நிலையில் இன்று நமது மனித சமூகம் இல்லை. பழந்தமிழன் கொள்கை எதுவும் இன்று எந்த மனித சமூகத்திற்கும் அவசியம் இல்லை. மனிதன் காலத்தோடு, மாறுதலோடு செல்ல வேண்டியவனே ஒழிய வேறில்லை. வேண்டுமானால் மடையர்களைத் தட்டி எழுப்ப ஒரு ஆயுதமாக அதைக் கொள்ளலாம். ஆனால், சாதுமக்களை ஏமாற்ற அதைப் பயன்படுத்தவிடக் கூடாது என்பதோடு, அவ்வளவு மடையர்களாகவும் நாம் இல்லை. இன்று நம் பண்டிதர் பலருக்குப் பகுத்தறிவு இல்லாமல் போனதற்குக்

காரணமே பழந்தமிழர் வாழ்க்கை, பழங்கொள்கை என்பன போன்ற பழமையேயாகும். பழந்தமிழர் பேச்சைப்பேசி இனி ஆகவேண்டிய காரியம் எதுவுமில்லை. ஆதலால், பொதுமக்கள் பழந்தமிழர் கொள்கைப் பேச்சுப் பித்தலாட்டத்திற்கு இடங் கொடாமல் பார்த்துக்கொள்ள வேண்டியது முக்கிய கடமை யாகும். அன்றியும் பழந்தமிழர் கொள்கை என்பது விவகாரத்திற்கு இடமாய்விட்டது.

'ஈ.வெ.ரா. என்கின்ற நான்' பாகம் I,
பக்.430 - 431 (ஆண்டு 1943)

6. உங்கள் காலத்தில் வாழ்ந்த தமிழ்ப் புலவர்கள் பற்றி ஏதேனும் கூற முடியுமா?

நம் நாட்டில் தேவதாசி என்ற முறை இருந்தபோது அந்த இனத்தைச் சேர்ந்த ஒருவன் எங்கம்மா உங்களைக் கைப்பிடி யாய்ப் பிடித்துக் கூட்டிக்கொண்டு வரச்சொன்னார்கள் என்பான்.

மற்றொருவன் எங்க அக்காள் உங்களைப் பிடியாய்ப் பிடித்துக் கூட்டிவரச் சொன்னாள்: இதோ கடிதம் கொடுத் தனுப்பியிருக்கிறாள் என்பான்.

மற்றொருவன் என் மகள், நீங்கள் வரவில்லை என்று மூன்று நாட்களாகச் சாப்பிடவேயில்லை: படுத்த படுக்கையில் கிடக்கிறாள்: நீங்கள் வந்தால்தான் சோறு தின்பேன் என்று பட்டினி கிடக்கிறாள்: இந்தாங்கோ அவள் கொடுத்தனுப்பிய கடிதம் என்று கடிதம் கொடுத்துக் கெஞ்சுவான்.

இந்தப்படியான காரியம் சர்வ சாதாரணமாக இருந்தது அக்காலத்தில். ஆனால் அதைச் சொன்னாலே இக்காலத்தில் அந்தப்படி நடந்தவர் எல்லோரும் வெட்கப்படுவார்கள்: கோபித்துக்கொள்வார்கள். அக்காலத்தில் அத்தேவதாசிகளின் தம்பியும், மகனும், அப்பனும் நடந்துகொண்டது போலவேதான் இன்றைய தமிழறிஞர்களும், புலவர்களும் மேதாவிகளும் நடந்து கொள்கிறார்கள். அப்படி நடந்து கொள்வதிலுங்கூட ஒரு சிறிதுகூட வெட்கப்படுவதில்லை: அதிலுள்ள இழிவுகளைப் பற்றி இலட்சியம் செய்வதேயில்லை.

'ஈ.வெ.ரா. என்கின்ற நான்' பாகம் II,
பக்.1246 (ஆண்டு 1972)

தமிழ்மொழிக் களஞ்சியங்களான 'மாணிக்கவாசகர் காலம்' எழுதிய காலஞ்சென்ற மறைமலை அடிகள், பெரியபுராணத் திற்குப் புது உரை எழுதிய திரு. வி. கலியாணசுந்தரம் முதலியார்

வாழ்வில் முக்கியத்துவத்தில் என்ன தரத்தில் இருந்து சென்றார்கள்? சைவத்தை நிலைநிறுத்திய மூடநம்பிக்கைக் களஞ்சியங்களாகத்தானே முடிவெய்தினார்கள்.

காலம்செல்லாத இன்றைய தமிழ்க் களஞ்சியங்கள் தெ. பொ. மீனாட்சிசுந்தரனார், டாக்டர்கள் சிதம்பரநாதன் செட்டியார், மு. வரதராசனார், இராஜமாணிக்கனார் மற்றும் ஒரு டஜன் உருப்படிகளின் இன்றைய நிலை என்ன? அவர்களால் அவர்கள் ஓர் அளவுக்கு நன்றாய்ப் பிழைக்கிறார்கள் என்பதைத் தவிர நாட்டிற்கோ, மனித சமுதாயத்திற்கோ என்ன பயன்?

ஈ.வெ.ரா. என்கின்ற நான்
பாகம் II பக்.1095 (ஆண்டு 1967)

7. தமிழ் இலக்கியக் கல்வி பற்றிய உங்கள் கருத்து என்ன?

இந்தச் சிலப்பதிகாரம் எப்படி அமைந்திருக்கிறது என்றால் ஆபாச மூடநம்பிக்கை, ஆரியக் கருத்துகளை உட்கருவாகக் கொண்டு நல்ல தமிழ் அமைப்பு உடையதாகக் கொண்டு தேவடியாளுக்குச் சமமாக – அதாவது, தேவடியாள் எப்படிப் பார்ப்பதற்கு அலங்காரமாய் இருப்பாளோ, ஆனால் உள்ளே போய்ப் பார்த்தால் உள்ளமெல்லாம் வஞ்சகம் நிறைந்தும், உடலெல்லாம் நோய்கொண்டும், வளையல் அணியால் மக்களை ஏய்த்துப் பிழைத்துக் கொண்டிருப்பதாகக் காணப்படுகின்றாளோ அதுபோலத்தான் – இந்தச் சிலப்பதிகாரம் ஆகும். பாரத, இராமாயணம் போல் அது ஒரு நாவல்; சித்திரக்கதை. அதுவும் குறிப்பிட்ட கொள்கை இல்லாமல் எழுதின கதைகள்.

ஆரியம் தலைதூக்கி நம் அரசர்கள் ஆரியத்திற்கு அடிமைகளாய், தாசர்களாய் இருந்த காலத்தில் – பகுத்தறிவும், இன உணர்ச்சியும் இல்லாமல் சித்திரித்த கதையாகும். அது மூட நம்பிக்கைக் களஞ்சியம்: ஆரியக் கோட்டைக்கு அரண்: இப்படிப் பட்டதைத் 'தமிழ்ப் பண்புக்கு' என்று பிரச்சாரம் செய்தால் இது மானமுடைமை ஆகுமா? ஆதி முதல் அந்தம் வரை – எப்படிப் பார்ப்பானை, பார்ப்பனியத்தைப் புகுத்தி அமுல்படுத்த வேண்டும்: எப்படி எப்படி நாம் நடக்க வேண்டும் என்பதைக் காட்டுகிறது.

நான் ஒன்றும் பயந்துகொண்டு பேசுகிறேன் என்றோ, பொய் பேசுகிறேன் என்றோ நினைக்க வேண்டாம். அந்தக் கதைகளில் உள்ள கருத்தை அப்படியே எடுத்துக் காட்டுகிறேன். ஆகவே கவனமாகக் கேளுங்கள்.

அகலிகை, சீதை, துரோபதை, தாரை எல்லாம் கற்புக்கரசிகளாய் இருக்கும்போது, கண்ணகி கற்புக்கு மாத்திரம் முட்டாள்

தனம் வேண்டுமா? மற்றும் இந்த அம்மாளுக்குக் கோபம் வந்ததும் தன் மார்பைத் திருகி எறிகிறாள். இது என்ன புத்தி? மார்பைக் கையால் திருகினால் அது வந்துவிடுமா? இந்தப்படி நடந்த சங்கதியும் அனுபவமும் சிலப்பதிகாரம் தவிர வேறு எதிலும் எங்கும் காணக் கிடைக்கவில்லை. அந்தப்படி திருகிப் பிடுங்கின மார்பு (முலை) வீசி எறிந்தால் அது நெருப்புப் பற்றிக் கொள்ளுமா? அதில் பாஸ்பரஸ் இருக்குமா? இந்த மூடநம்பிக்கைக் கற்பனையானது என்ன பயனைக் கொடுக்கிறது. இதனால் கண்ணகிக்கு வீரம் இருந்ததாகக் கூற முடியாது.

அக்கினி பகவானுக்கு, கண்ணகி, பார்ப்பனர்களைத் தவிர மற்றவர்களைச் சுடு! என்று கட்டளை இட்டாளாம். அதுபோல், பார்ப்பனர்களைத் தவிர மற்றவர்கள் சாம்பலானார்களாம்: மதுரை நகரம் சாம்பலாயிற்றாம். இதுதான் கண்ணகி கற்பின் பெருமையா? அக்கினி பகவானுக்குப் புத்தி வேண்டாமா? ஒரு பெண் பிள்ளை முட்டாள்தனமாக உளறினால் நிரபராதி களைச் சுடலாமா? ஒரு பட்டணத்தைக் கொளுத்தலாமா என்கின்ற அறிவு வேண்டாமா? பார்ப்பனர்களை எதற்காக மீதம் விடவேண்டும்? ஆகவே வருணாசிரம தர்ம மனுநூல், இராமாயணம், பாரதம், இதற்கும் என்ன வித்தியாசம்?

ஈ.வெ.ரா. என்கின்ற நான்
பாகம் II பக்.696 - 697 (ஆண்டு 1951)

8. அந்தக் காலத்தில் தாங்கள் வரவேற்ற பத்திரிகைகளைப்பற்றிச் சொல்லுங்கள்?

‘தனித்தமிழ்க் கட்டுரைகள்.’

இப்பெயர் கொண்ட புத்தகமொன்று வரப்பெற்றோம். இஃது பல்லாவரம், வித்யோத்யா மகளிர் கல்லூரியின் தமிழாசிரியர் ஸ்ரீமதி நாகை நீலாம்பிகை அம்மையாரால் எழுதப்பட்டது. தமிழ் பாஷையின் வளர்ச்சி தினம் தினம் குறைந்துகொண்டு வரும் இக்காலத்தில் வடமொழி கலவாது, தனித் தமிழில் கட்டுரைகள் வரையப்பட்டு அதுவும் ஓர் புத்தக ரூபமாக வெளி வந்திருப்பது தமிழுலகுக்கு ஓர் நல்விருந்தென்றே கூறுவோம், இத்தகைய புத்தகங்களே தமிழ் வளர்ச்சிக்கு உற்ற சாதனங்களாகும். நமக்கு அனுப்பப்பட்டுள்ள இப்புத்தகத்தின் கண் வடமொழிச் சொற்கள் எங்கணும் கண்டோமில்லை. அதன் அருமை பெருமையை நன்கு விளக்குவான் வேண்டி “தமிழில் வடமொழி கலத்தல் ஆகாது” என்னும் கட்டுரையை இதனடியில் பிரசுரித்திருக்கின்றோம். இப்புத்தகத்தின் விலை ஒரு ரூபா நான்கணாவாகும். இத்தகைய பல புத்தகங்களை

வெளியிடுமாறு கடவுள் அநுக்கிரகம் இச்சகோதரிக்குக் கிடைக்குமாக.

குடி அரசு2 பக்.66 - (31.1.1926)

நாகரிகத்தில் சிறந்து விளங்கும் நாடுகளில் பத்திரிக்கைகள் தலை சிறந்து நிற்கும். மேனாடுகளை நோக்க நமது நாட்டில் பத்திரிகைகளின் தொகையும் செல்வாக்கும் குறைவுதான். பல அறிஞர்களின் உள்ளக் கருத்துக்களை ஒருங்கு திரட்டி உணர்த்த லால் மக்கள் அறிவை பண்படுத்துதலில் பத்திரிகைகள் 'அரசியல் கிளர்ச்சியில்' பாய்ந்து செல்லும் வேகத்தில் சமூக சீர்திருத்த விசயத்தில் அசிரத்தை காட்ட வேண்டிய நிலையில் இருக்கின் றன. கல்வி, சமயம், தத்துவம், சமத்துவ உணர்ச்சி ஆகிய விசயங்களில் எல்லோருக்கும் பயன்படத்தக்க ஒரு ஸ்திரமான திருத்தம் ஏற்பட்டால்தான் நமது சமூகத்தை பிணித்திருக்கும் குருட்டு நம்பிக்கைகள் ஒழியும். இத்துறையில் நல்லது செய்ய வல்லன மாத வெளியீடுகளேயாகும். ஏனெனில் அறிஞர்கள் சாவதானமாக ஆராய்ந்து கண்ட முடிவுகளே அவற்றில் வெளிவர இயலும். தமிழ்நாட்டில் அத்தகைய திங்கள் இதழ்கள் வெளியீடு களிற் சிறந்தது நமது 'செந்தமிழ்ச் செல்வி' எனத் துணிந்து கூறலாம். இதில் பெரும்பாலும் ஆங்கிலத்திலும் தமிழிலும் வல்லவர்களான பேரறிஞர்களின் ஆராய்ச்சி உரைகளே வெளி வருகின்றன. பார்ப்பனியத்தின் மாயப் புரட்டுகள் வெளியாக்கப் படுகின்றன. தமிழர் நாகரீகம் தெள்ளத்தெளிய விளக்கப்படுகிறது. பண்டைய இலக்கிய இலக்கண ஆராய்ச்சிகளும் புதிய மேனாட்டுச் சாஸ்திர முறைகளும் ஆராய்ச்சி வல்லுநரால் பொருத்தமாய் எழுதப்படுகின்றன. மதுரைத் தமிழ்ச் சங்கத் தினின்றும் மாதம் தோறும் வெளியாகும் 'செந்தமிழ்' வெளியீடு பார்ப்பன கோஷ்டியிலகப்பட்டுப் பார்ப்பனமயமாகிக்கொண் டிருக்கிறது. அதைத் தோற்றுவித்த ஸ்ரீமான் பாண்டித்துரைத் தேவரவர்களின் உத்தேசம் அடியோடு புறக்கணிக்கப்படுகிறது. பார்ப்பனரல்லாதார் பொருள் ஏராளமாயிருந்தும் சேதுபதி மகாராஜா தலைவராயிருந்தும் தமிழ்ச் சங்கத்தையும் அதைச் சார்ந்த கலாசாலையையும் 'செந்தமிழ்' மாத சஞ்சிகையையும் பார்ப்பனராதிக்கத்தில் ஒப்படைக்கப்பட்டிருப்பது பரிதாபிக்கத் தக்கது. இக்குறைகளைக் கண்டே பல தமிழாபிமானிகள் தென் இந்திய சைவ சித்தாந்த நூற்பதிப்புக் கழகத்துக்கு புதுக்கோட்டை மகாராஜா, ராமநாதபுரம் மகாராஜா, ஏனைய ஜமீன்தார்கள், நாட்டுக்கோட்டை நகரத்தார், பிரபுக்கள் முதலியோருடைய நன்கொடைகளும் ஆதரவும் இல்லையாயினும் அது தோன்றிய குறுகிய காலத்துள் நாவலர் பதிப்பு, சங்கப் பதிப்பு ஆகியவை களையும் தோற்கடிக்கத்தக்க நிலைமையில் பல பழைய புதிய

நூல்களை அது வெளியேற்றியிருக்கிறது. ஒரு சிறு பிழையுங்காண முடியாது. பெரும்பாலும் புத்தக கட்டடங்களும் நவீன முறையில் கண்கவர் வனப்பினவாயிருக்கும். நாம் தலைப்பிற் குறித்த 'செந்தமிழ்ச் செல்வி'யும் இக்கழகத்தினின்றும் வெளிவருவதுதான். உயர்திருவாளர்கள் கா. சுப்பிரமணியபிள்ளையவர்கள், எம்.ஏ., எம்.எல்., பா.வே. மாணிக்க நாயக்கர் போன்ற இரு மொழிப் புலவர்களின் பேராதரவு பெற்ற நமது 'செந்தமிழ்ச் செல்வியின்' மாட்சியை விளக்கவும் வேண்டுமோ? தமிழ் மக்களின் முன்னேற்றங் கருதி உழைக்கும் சென்னை பச்சையப்பன் கல்லூரி தமிழ்ப் பேராசிரியர் மணி. திருநாவுக்கரசு முதலியாரவர்களே நமது செல்வியின் ஆசிரியராவார்கள். வடமொழிக் கலப்பில்லாத 'தனிச் செந்தமிழ் நடை' படிக்கப் படிக்க இனிக்கும். ஒவ்வொரு தமிழ் மகனும் தமிழ் மகளும் அன்புடன் வரவேற்று ஆதரிப்பாராக.

குடி அரசு3 பக்.314 - 315 (10.10.1926)

தஞ்சாவூர் 'கரந்தை தமிழ்ச்சங்க'த்தினின்றும் 'தமிழ்ப்பொழில்' என்னும் பெயரிய ஒரு திங்கள் வெளியீடு தமிழறிஞர் திருவாளர் ஆர். வேங்கடாசலம் பிள்ளையவர்களை ஆசிரியராகக் கொண்டு ஓராண்டு வெளிப் போந்து நற்பயன் அளித்தமை நேயர்களுணர்ந் திருக்கலாம். நிற்க, 'தமிழ்ப் பொழிலி'ன் முன்னேற்றங் கருதி உழைக்க ஆங்கிலமும் தமிழும் கற்று வல்ல அறிஞராகிய திருவாளர்கள் நீ. கந்தசாமிப் பிள்ளையவர்கள், எம்.ஆர்.ஏ.எஸ்., அரசர்மடம் பள்ளிக்கூட தமிழாசிரியர் சாமி சிதம்பர உடையாரவர்கள் ஆகிய இருவரும் முன் வந்துள்ளார்கள். இவருள் முன்னவர் உதவி ஆசிரியர், பின்னவர் உடனின்று துணை செய்தலேயன்றி வெளியிடங்கட்குச் சென்று பொழிற்கு அன்பர்களைத் திரட்டும் உதவியாளர் ஆவார். திருவாளர் உடையாரவர்கள் தாம் எய்தி வந்த ஊதியத்தினையும் விட்டு விட்டுத் (தமது சுருங்கிய செலவுகளை மட்டும் பெற்றுக்கொண்டு) தொண்டு செய்ய முன்வந்திருப்பது மிகப் பாராட்டற்பாலது. செந்தமிழ்ச் செல்வர்கள், ஊதியம் கருதாது தமிழ்த் தொண் டொன்றே கருதித் தனித் தீந்தமிழில் வெளிவரும் பொழிலைப் புரந்து தமிழ்த்தாயைப் போற்றி வருமாறு வேண்டுகிறோம்.

குடி அரசு3 பக்.330 (24.10.1926)

9. திருக்குறளை மட்டும் நீங்கள் போற்றுவது ஏன்?

நான் சொல்லுவது அதில் இருக்கிறது என்ற அளவில்தான் நான் குறளை ஆதரிக்கிறேன்.

> குடிசெய்வார்க்கு இல்லை பருவம் மடிசெய்து
> மானம் கருதக் கெடும்

என்று கூறுகிறார். அதாவது, ஒரு மனிதன் தன் இனத்தவருக்கு ஏதாவது நன்மை செய்ய வேண்டும் என்று நினைத்தானானால் அதாவது பொதுநலத்துக்குப் பாடுபட வேண்டும் என்று முன் வந்தால் அவன் அந்தக் காரியத்துக்கு ஏற்ற நல்ல காலம் வரட்டும் என்று எண்ணிக் காத்திருக்கக் கூடாது. இரண்டாவதாக, நாம் இந்தக் காரியத்தில் இறங்குகிறோமே: இதனால் இன்னின்ன கஷ்டங்கள் வருமே! நமக்குப் பலவிதத்திலும் அவமானம் ஏற்படுமே – மானம் போய்விடுமே என்று கவலைப் படக் கூடாது. அந்தப்படியாகவெல்லாம் பார்த்துக்கொண்டிருந்தால் பொதுவாழ்வில் நாம் செய்யப்புகும் காரியமே கெட்டுவிடும் என்று மிகப் புரட்சிகரமாகக் கூறுகிறார்.

ஏன் புரட்சிகரமாகச் சொல்லுகிறார் என்று கூறுகிறேன் என்றால் மற்றொரு இடத்தில் 'காலம் பார்த்துச் செய்தால் ஞாலமும் கைகூடும்' என்று கூறுகிறார். இன்னொரு இடத்திலே 'மயிர் நீப்பின் உயிர் வாழாக் கவரிமான்' போன்று மானம் நீங்குமானால் மனிதன் இறந்துவிட வேண்டும் என்று கூறுகிறார்.

மானமிழந்தால் மரணத்தைத் தழுவ வேண்டும் என்று வள்ளுவர் கூறுவது ஏன் என்றால் மனிதனுடைய தனி வாழ்வில் அவனது சொந்த வாழ்வில் அவனுக்கு அவமானம் நேரிடின் உயிர்விட வேண்டும். உயிரைவிட மானத்தைப் பெரிதென மதித்து நடக்க வேண்டும் என்பதற்காகச் சொல்லுகிறார்.

இந்தக் குறள் பொது வாழ்வு பற்றியதாகும். பொதுவாழ்வில் எந்த மக்களின் நல்வாழ்வுக்காக – முன்னேற்றத்திற்காகப் பாடுபடுகின்றானோ, அந்த மக்களாலேயே வெறுக்கப்படலாம். பல தொல்லைகளுக்கும் ஆளாக நேரிடலாம். ஆனால், தாம் படுகின்ற பாடுகள் – அடைகின்ற அல்லல்கள் நன்மைக்காகத்தான் என்று கருதி வேலை செய்தால்தான் அவன் எண்ணிய காரியம் ஈடேறுமேயொழிய மானத்தைப் பார்த்துக்கொண்டிருந்தால் காரியம் கைகூடி வராது என்று கூறுகிறார்.

இந்தப் படியாக வள்ளுவர் மக்களுக்கு நல்வாழ்வின் வழியையும் நல்லொழுக்கத்தையும் கூறுகிறார்.

இன்றைய தினம் திராவிடர்களுக்கு ஒரு நூல் குறள்தான். மற்ற வேறு எந்த நூலும் பகவத்கீதை, இராமாயணம், பாரதம், பாகவதம், பெரியபுராணம் முதலியவையும் அவை போன்ற நூல்களும் திராவிடரின் ஒழுக்கத்திற்கோ மான வாழ்வுக்கோ ஏற்றபடி எழுதப்பட்ட நூல்கள் அல்ல. அவைகளெல்லாம் ஆரியர்கள் தங்களின் உயர்வுக்காக தங்களின் மேல்சாதித்

பொய்யும் வழுவும்

தன்மையை நிலைநிறுத்தி அதனால் இலாபம் அடைவதற்காக ஏற்பட்ட வருணாசிரம தர்மத்தை வலியுறுத்தி எழுதி வைத்துக் கொண்டவையல்லாமல் பொதுவாக மனிதர்கள் உலக மக்களின் நலனுக்கு ஏற்றமுறையில் எதையுங் கூறவில்லை.

'ஈ.வெ.ரா. என்கின்ற நான்' பாகம் II,
பக். 683, 686, 687 (ஆண்டு 1950)

10. உங்களுடைய சமுதாயத் திட்டம் என்ன?

இனி என் சமுதாயத் திட்டந் தானாகட்டும் வர்ணாசிரம தர்மமுறை ஒழிய வேண்டுமென்பதும், பார்ப்பன சமுதாயத்துக்கு எந்தத் துறையிலும் அவர்கள் எண்ணிக்கைக்கு மேற்பட்ட பங்கும், எண்ணிக்கைக்கு மேற்பட்ட உரிமையும், சராசரி வாழ்க்கை முறைக்கு மேற்பட்ட தன்மையும் இருக்கும்படியான எவ்வித நடப்பும் வசதியும் சலுகையும் இருக்கக்கூடாது என்பதும் தானே?

சமுதாயத்தில் தாழ்த்தப்பட்டு, பிற்படுத்தப்பட்டு இருக்கும் திராவிட மக்களுக்கு தனிச்சலுகை கொடுத்து கூடியவரையில் சம சமுதாயமாக்ககப்பட வேண்டுமென்பதுதானே?

சமயத்துறையில் புராணக் கடவுள்கள் பிரச்சாரமும் விக்கிரகாராதனையும் அனுமதிக்கக்கூடாது என்பதோடு கோவில், மடம், வர்ணமுறை, தர்மம் என்பவைகள் பேரால் பணம் இருப்பு இருப்பதோ, சேர்ப்பதோ, செலவு செய்வதோ கூடாது என்பதும்,

தர்மம் என்பதெல்லாம் மக்கள் வாழ்வில் உயர்வு தாழ்வும், வாழ்க்கைத் தேவையில் பெருமித உயர்வு தாழ்வும் இல்லாமல் நித்திய ஜீவனத்தைப் பொறுத்தவரையிலாவது அடிமை உணர்ச்சி தேவையில்லாத ஆண்மை வாழ்வு வாழ வகை செய்ய வேண்டு மென்பதும்தானே ஒழிய மற்றபடி அந்தத் துறையில் என்ன கெடுதி ஏற்பட நான் ஆசைப்படுகிறேன்.

கல்வியில் தானாகட்டும், 100க்கு 90 திராவிட மக்கள் கைநாட்டு தற்குறிகளாய் இருக்க, இதைச் சரிப்படுத்தாமல் (ஹைஸ்கூல், உயர்தரப் பள்ளியும் காலேஜ் கல்லூரிகளும் பல்கலைக்கழகங்களும் என்னும் பேரால்) பாட்டாளி மக்களின் உழைப்பை வரியாக வாங்கி கோடிக்கணக்கான ரூபாய்களை செலவு செய்யக் கூடாது என்பதைத் தவிர கல்விக்கு நான் எந்த விதத்தில் என்ன கெடுதி செய்கிறேன்?

ஈ.வெ.ரா. என்கின்ற நான் பாகம் I,
பக். 53, 54 (ஆண்டு 1948)

10. இஸ்லாம் மதத்தை விமர்சித்துக்கொண்டே மக்களை இஸ்லாத்தில் சேருங்கள் என்று நீங்கள் கூறுவது நியாயமா?

ஏன் கிறிஸ்துவ மதத்தைத் தழுவக்கூடாது? ஆரிய சமாஜத்தைத் தழுவக்கூடாது? கிறிஸ்து மதக் கொள்கைகள் புத்தகத்தில் எப்படி இருக்கின்றன என்பதைப் பற்றி நான் சொல்ல வரவில்லை. நேரிடையில் பறை கிறிஸ்தவன், பார்ப்பாரக் கிறிஸ்தவன், வேளாளக் கிறிஸ்தவன், நாயுடு கிறிஸ்தவன், கைக்கோளக் கிறிஸ்தவன், நாடார் கிறிஸ்தவன் என்பதாகத் தமிழ்நாடு முழுவதும் உள்ளனர்.

இஸ்லாம் மார்க்கத்தில் இவ்வித வேறுபாடுகள் இருக்கின்றனவா? கிறிஸ்தவ சகோதரர்கள் கோபிக்கக்கூடாது: வேண்டுமானால் வெட்கப்படுங்கள் என்று வணக்கமாய்த் தெரிவித்துக்கொள்கிறேன்.

ஆரிய சமாஜம் என்பதும் ஒரு வேசம்தான். உதாரணமாக, வைக்கம் சத்தியாக்கிரகத்தில் ஆரிய சமாஜத் தீயர்களையும் கிறிஸ்தவப் புலையர்களையும் தெருவில் நடக்க விடவில்லை. இஸ்லாமானவன் தாராளமாய் விடப்பட்டான். பாலக்காட்டிலும் அப்படியே நடந்தது. ஒரு நாள் பாலக்காட்டில் செருமான் என்கின்ற இழிவுபடுத்தப்பட்ட சாதியாயிருந்த தீண்டப்படாதவன் ஒருவன், இஸ்லாம் ஆகி தடுக்கப்பட்ட தெருவழியாகப் போனான், அப்போது அவனை சவுளிக்கடைப் பார்ப்பனரும், வெற்றிலைக்கடை நாயரும் தெருவுக்கு வந்து நின்று பார்த்தார்கள். உடனே அங்கு இருந்த மாப்பிள்ளை (இஸ்லாம்) எந்தடா! பன்னிக் கூத்தச்சி மகனே, அவனே நோக்குன்னு! என்று கேட்டான், அதாவது என்னடா பன்றித் தேவடியாள் மகனே, அவனைப் பார்க்கிறாய் என்று கேட்டான். செருமானாயிருந்த முஸ்லிம் சிரித்துக்கொண்டே போனான், பார்ப்பனரும் நாயரும் தலைகுனிந்து கொண்டார்கள். இது உண்மையில் நடந்த சம்பவம்.

ஆகவே இஸ்லாம் மார்க்கம் செய்கின்ற நன்மை இந்து மார்க்கம் செய்வதைவிட அதிகம் இல்லையா?

'ஈ.வெ.ரா. என்கின்ற நான்' பாகம் I,
பக்.247 (ஆண்டு 1931)

11. ஊடகங்களினால் பெயர்பெறும் மனிதர்கள்மீது மக்கள் நம்பிக்கை வைப்பது சாஜீயா?

விசயகர்த்தா முக்கியத்தினால்தான் இந்தக் கேள்வி பிறந்தது என்று அறிந்தேன். விசயகர்த்தாவைக் குறித்துதான் விசயம் நல்லது கெட்டது என்பதைத் தீர்மானித்துக் கொள்ள

வேண்டுமென்று நமது ஜனங்கள் வாழ்ந்து வருகிறார்கள். இத்தகைய மனப்பான்மைதான் நம்மையும் நமது நாட்டையும் தற்கால கதிக்குக் கொண்டுவந்துவிட்டது. நான் யாராயிருந்தா லென்ன? சொன்னதெல்லாம் சரியென்று தோன்றினால் அந்தக் குறைகளை நிவர்த்திக்கப் பாடுபடுங்கள், இல்லையேல் இன்னமும் பாடுபட்டுக் கொண்டிருங்கள். சரியில்லையென்று தோன்றினால் ஏதோ பயித்தியக்காரன் உளறுகிறான் என்று தள்ளிவிடுங்கள். என்னுடைய வீரப்பிரதாப வியாக்கியானம் போதும்.

'ஈ.வெ.ரா. என்கின்ற நான்' பாகம் I,
பக். 50 (ஆண்டு 1925)

12. இராஜாஜியைப் பற்றிய உங்கள் கருத்து என்ன?

அவர் என்னைப்பற்றி 'அதிசயமான யோக்கியர்' என்று கருதிப் பேசி இருக்கிறார். நானும் அவரைப்பற்றி 'என் ஆயுள் உள்ளவரையிலும் அவரைத் தலைவராகக் கொண்டு நடப்பது' என்றும் முடிவு பண்ணிக்கொண்டு பேசி இருக்கிறேன். ஜனங்களும் பெரிதும் அவரை அப்படிக் கருதினார்கள். சர்.பி. தியாகராசச் செட்டியாரே, 'பார்ப்பனர் எல்லோரும் இராஜகோபாலாச்சாரியார் போல் இருந்தால் பார்ப்பனர் அல்லாதார் இயக்கமே தேவையில்லை' என்று பேசியிருக்கிறார். அவர் வேஷத்திற்காக அப்படி நடக்கவில்லை: நானும் உண்மை யாகவேதான் நடந்துகொண்டேன்.

பிறகு எங்களுக்கு உண்மையாகவே சாதி அபிமானம் ஏற்பட்டு விட்டது. அவர், பார்ப்பனர் நன்மையையே எல்லாக் காரியத்திலும் பேச்சிலும் கருத்தாய்க் கொண்டார். நானும் பார்ப்பனரல்லாதார் நன்மையையே கருத்தாய்க் கொண்டு நடந்து வந்தேன். இந்த எங்கள் இருவரின் கருத்துகள்தான் நம் நாட்டின் அரசியல், சமுதாய இயல் தத்துவமாக, தொண்டாக, கட்சியாக, மக்கள் கடமையாக நடந்து வருகின்றன. இதில் நியாயம், மறுக்கக்கூடாத தன்மை நம்மிடமிருப்பதால் இராஜாஜி ஓர் அடாவடிப் போக்கில் நடந்துகொள்கிறார். இந்த நடப்புக்குத் தான் இராஜாஜி சகலத்தையும் பரித்தியாகம் செய்ய வேண்டியவ ராகிவிட்டார். எப்படி என்றால் நாடகத்தில் ஒரு விபச்சாரி (தாசி) பதிவிரதை வேடம் போட்டால் ஒரு குடும்பப் பெண் எப்படி நடந்து கொள்வாளோ அதுபோல் தனது இலட்சியத்தில் நடந்துகொள்கிறார். இதில் அவருக்கு வெட்கமோ, அவமானமோ, பழிக்கு ஆளாக வேண்டிய தன்மையோ ஏற்பட அவசியமே இல்லை. என்ன செய்தாவது நம்மை ஒழிக்க வேண்டியதுதான் அவரது தலையாய கடமை.

ஆகவே இராஜாஜிக்கு என்னதான் 'புகழ்' இருந்தாலும் அவரைப் பெரியவர் என்று நாம் கருதினால் – பிறர் கருத இடங்கொடுத்தால் நமக்கு அழிவு நெருங்கிவிடும்.

ஈ.வெ.ரா. என்கின்ற நான் பாகம் II
பக்.1251   (ஆண்டு 1972)

13. வல்லபாய் படேல் யோக்கியமானவரா?

ஸ்ரீமான் படேல் அவர்கள் இந்திய சட்டசபை அக்கிராசனாதிபதி உத்தியோகத்தை ஒப்புக்கொண்டார்கள். முன் சொல்லப்பட்ட கமிட்டி மெம்பர் உத்தியோகத்திற்குத் தினச் சம்பளம். இரண்டாவதான அக்கிராசனாதிபதி உத்தியோகத்திற்கு மாதச் சம்பளம். அதுவும் மாதம் 4000, 5000 கிடைக்கக்கூடியது. வருசம் ஒன்றுக்கு 50 அல்லது 60 ஆயிரம் ரூபாய் கிடைக்கும். மூன்று வருசத்திற்கு 1,50,000 அல்லது 2,00,000. "ஓடு மீன் ஓடி உருமீன் வருமளவும் வாடி இருக்குமாம் கொக்கு" என்கிறபடி ஜனங்கள் இவர்கள் வாக்குத்தத்தத்தை மறுக்கிறவரையிலும் தக்க உத்தியோகம் கிடைக்கிற வரையிலும் காத்திருந்து சமயம் பார்த்து உத்தியோகத்தைப் பெற்றுக் கொள்ளுகிறார்கள். அதிலும் ஸ்ரீமான் படேலின் உத்தியோகம் எவ்வளவு மானக்கேடானது? தமது மனசாட்சியையே விட்டுவிட்டுப் போய்விடவேண்டியது. உத்தியோகம் பெற்றதும் சுயராஜ்யக் கட்சியை ராஜினாமாச் செய்ய வேண்டியது. தாம் பம்பாய் கார்ப்பரேசன் பிரசிடெண்டாய் இருந்த காலத்தில் பஹிஷ்காரம் செய்த ஒரு கனவான் வீட்டுக்கு நாள் ஒன்றுக்குப் பத்து தடவை யானாலும் நடக்கத்தயார் என்கிறார். அதாவது கூப்பிட்ட போதெல்லாம் ஓடுவது: ராஜப் பிரதிநிதியுடனும் மற்றும் ஐரோப்பியருடனும் உத்தியோகஸ்தருடனும் ஒத்துழைக்கத் தயாராயிருக்கிறேன் என்கிறார்.

தமக்கு உத்தியோகம் சம்பாதித்துக் கொடுத்த சுயராஜ்யக் கட்சியார் தம்மை உடனே விடுதலை செய்துவிடவேண்டு மென்கிறார். அவர்களும் அவ்வாறே விடுதலை செய்தாகி விட்டதென்கின்றார்கள். இவ்வித நடவடிக்கைகளை பத்திரிகைகள் சிலாகிக்கின்றன.

மகாத்மாவும் ஸ்ரீமான் படேலுக்கு ஆசி கூறுகிறார்.

குடி அரசு1 பக்.133 (ஆண்டு 1925)

14. உங்களைப் போல் சிந்திக்க முடியுமா?

சாதாரணமாக சிந்திக்கத் துவங்கி விட்டோமானால், எந்தச் சங்கதியையும் ஆராய்ந்து பார்க்க வேண்டும் என்கிற

பழக்கத்துக்கு வந்துவிட்டோமானால் – அப்புறம் தானாக எல்லாச் சங்கதிகளின் குறைகளையும் போக்கிக்கொள்ள முடியும். என்னைப் பற்றியே எடுத்துக் கொண்டால் – நான் சிறுவயதிலேயே 10, 11 வயதிலேயே வியாபாரத்துக்கு வந்து விட்டேன். இயற்கையிலேயே, சிறு வயதிலிருந்து நான் கொஞ்சம் துடுக்காயும், எந்தச் சங்கதியையும் – ஏன், எப்படி என்று கேட்டுக் கொண்டே இருப்பவனுமாய் இருந்ததோடு வியாபாரத் துறையில் வேறு அனுபவங்களும், உண்மைகளும் தெரிய வந்தன. சாதாரணமாகச் சொல்லுவார்கள். 'பையன் மந்தமாய் இருந்தால் அவனை வியாபாரத்தில் போட்டால் புத்திசாலியாகி விடுவான்: இல்லா விட்டால் சுங்கக் கேட்டில் போட்டால் திருந்திவிடுவான்' என்று. ஏன் என்றால், இவைகளில் பலதரப்பட்ட மனிதர் களுடன் அவன் பழகவும், அவர்களிடம் அவரவர்களுக்குத் தகுந்த மாதிரியான காரியம் செய்து கொள்ளவும் சமாளித்துக் கொள்ளவும் வேண்டும்.

அப்படியிருக்கிறபோது, அவனுக்குத் தானாக அறிவு வந்து விடும் என்கிற கருத்தில் சொல்லுவார்கள். இன்னும் தேவடியாள் வீட்டுப் பிள்ளைகள் புத்திசாலிகளாக இருப்பதற்குக் காரணம் என்னவென்றால் அவர்களும் பலரகமான மனிதர்களிடம் பழகவும், காரியம் சாதித்துக்கொள்ளவும் வேண்டியிருப்பதனால் இயற்கையாகவே அறிவு வந்துவிடுகிறது.

எதற்குச் சொல்லுகிறேன் – இதைச் சிந்தித்தால் பாவம், இந்தக் காரியத்தை ஆராய்ந்தால் பாவம் என்று சொல்லிச் சொல்லி நம்மைப் பயமுறுத்தி விட்ட காரணத்தினால் இப்போது எந்தச் சங்கதியையும் நம்மால் ஆராய முடியாமல் போய்விட்டது. கொஞ்சம் துணிச்சலாக இந்தப் பக்கம் திரும்பி விட்டோமானால் அப்புறம் வேகமாக வளர்ச்சி காண முடியும்.

'ஈ.வெ.ரா. என்கின்ற நான்' பாகம் II, பக்.771 (ஆண்டு 1954)

அம்ருதா, ஜூன் 2010

2

சைமன் காசிச்செட்டி

(முதல்முதலாகத் தமிழ்ப் புலவர் வரலாற்றை எழுதியவர்)

தமிழகத்தில் 1812ஆம் ஆண்டு நிறுவப்பட்ட சென்னைக் கல்விச் சங்கம் என்பது தமிழ்நாட்டில் ஆங்கில மும் தமிழும் அறிந்த ஒரு புதிய தலைமுறையை உருவாக் கியது. இதே காலகட்டத்தில் இலங்கையின் யாழ்ப்பாணப் பகுதியில் ஐரோப்பிய நாடுகளைச் சார்ந்த பல்வேறு கிறிஸ்தவ நிறுவனங்கள் நிறைய பள்ளிகளையும் கல்லூரி களையும் நிறுவி, ஆங்கிலமும் தமிழும் கிறிஸ்துவ மதத் தத்துவங்களும் அறிந்த மாணவர்களைப் பல்லாயிரக் கணக்கில் உருவாக்கத் தொடங்கின. இந்தப் பின்புலத் திலிருந்து வெளிவந்த மாணவர்களில் பலருக்குத் தமிழ் மொழியின் பழமையையும் தமிழ்ப்புலவர்களின் வரலாற் றையும் ஐரோப்பியப் புலவர்களின் வரலாறு போன்று உலகத்தினருக்கு வெளிப்படுத்த வேண்டும் என்ற எண்ணம் ஏற்பட்டது. சைமன் காசிச்செட்டி என்ற பல்துறை அறிஞர் 1859இல் 'தமிழ் புளூராக்' ('The Tamil Plutarch'— இந்நூல் New Delhi, Asian Educational services வெளியீடாகத் தற்போதும் விற்பனையில் உள்ளது.) என்ற பெயரில் ஆங்கிலத்தில் தமிழ்ப் புலவர்களைப் பற்றியும் அவர்களின் வரலாற்றைக் குறித்தும் ஒரு நூல் எழுதினார். புராண மயமாகச் சொல்லப்பட்டு வந்த தமிழ்ப் புலவர்களின் கதைகளை ஒரு வரலாற்று நூலாக்கும் முதல் முயற்சி இதுதான். கி.பி. 45இல் ஏதென்ஸ் நகரைச் சார்ந்த புளூராக் என்ற அறிஞர் கிரேக்க நாட்டுப் புலவர்களைப் பற்றி எழுதிய வரலாற்று நூல்தான் உலகில் தோன்றிய

முதல் இலக்கிய வரலாறாகக் கருதப்படுகிறது. பிற்காலத்தில் ஐரோப்பிய மொழிகளின் இலக்கிய வரலாறுகளுக்கெல்லாம் மூலமாக அமைந்து பெயர் பெற்றவரான புளூராக்கைத் தமிழ்ப் புலவர்களின் வரலாற்றைக் கூறும் நூலுக்குப் பெயராக இட்டு மகிழ்ந்தார் சைமன் காசிச்செட்டி.

சைமன் காசிச்செட்டி 1807ஆம் ஆண்டு மார்ச் மாதம் 21ஆம் தேதி ஈழவளநாட்டில் கற்பிட்டி என்னும் ஊரில் கவிரியேல் காசிச் செட்டியின் புதல்வராகப் பிறந்தார். கற்பிட்டி வடமேல் மாகாணத்தில் உள்ளது. புத்தளம் நீதிமன்றத்தில் மொழிபெயர்ப் பாளராகப் பணிபுரியத் தொடங்கிய காசிச் செட்டியவர்கள் 1828ஆம் ஆண்டு முதலாகப் புத்தளம் மணியகாரராகவும் 1833ஆம் ஆண்டு முதல் புத்தளம் மாவட்டத்தின் முதலியாராகவும் கடமை செய்தார். 1838ஆம் ஆண்டு முதல் 1845ஆம் ஆண்டுவரை இலங்கைச் சட்ட நிருபண சபை அங்கத்தினராகத் திகழ்ந்தார். பின்பு 1848ஆம் ஆண்டு முதலாகத் தற்காலிக நீதிபதியாகவும் 1852ஆம் ஆண்டு முதல் நிரந்தர நீதிபதியாகவும் விளங்கினார். 1860ஆம் ஆண்டு நவம்பர் மாதம் 5ஆம் தேதி மரணமடைந்தார். அரசியலில் ஈடுபட்டுப் பல பணிகளில் உழைத்தபோதும் காசிச் செட்டியவர்கள் தமது மொழிக்கும் நாட்டிற்கும் தம் எழுத்துகள் மூலம் சிறப்புத் தேடித் தருவதை நோக்கமாகக் கொண்டிருந் தார். அவருடைய தமிழ்த் தொண்டை அவர் வாழ்ந்த காலத்துத் தமிழறிஞர்கள் போற்றியுள்ளனர். பழந்தமிழ் நூல்களைப் பற்றி யும் அதன் ஆசிரியர்கள் குறித்தும் அறிவியல்பூர்வமான தகவல் களைத் தரவேண்டும் என்பதே தமது விருப்பம் என்று புளூராக் நூலின் முகவுரையில் குறிப்பிடுகின்றார். ஆனால் அத்தகைய ஆய்வுக்குத் தேவையான நாட்டு வரலாறுகளோ புலவர்களின் வாழ்க்கைக் குறிப்புகளோ தமிழ்மொழியில் இல்லை. எனவே புராணமயமான செய்திகள் செவிவழிச் செய்திகள் போன்றவற்றை எடுத்துக்கொண்டு அவற்றிலுள்ள மிகையான புனைவுகளை நீக்கிவிட்டு தான் இந்த வரலாற்றை உருவாக்கியதாகக் கூறுகின் றார். எனவே தான் எழுதிய வரலாறு குறைபாடுகள் நிறைந்ததாக இருக்கும் என்று எழுதுகிறார். ஆயினும் வருங்காலத் தலைமுறை யினர் எதிர்காலத்தில் கிடைக்கும் தகவல்களைக்கொண்டு சரியான வரலாற்றை உருவாக்க இந்நூல் துணைபுரியும் என்று நம்பிக்கை தெரிவிக்கின்றார்.

ஆசியா ஆய்வுகள் என்னும் பத்திரிகை திருவள்ளுவர் காலம் கி.பி. 8ஆம் நூற்றாண்டு என்று கூறியது. இதனைக் காசிசெட்டி மறுக்கிறார். சிவவாக்கியர் திருமழிசையாழ்வார் வாழ்ந்த காலம் 8ஆம் நூற்றாண்டு என்றார். சிவவாக்கியர் பாடலில் முகம்மதியரைப் பற்றிய குறிப்பு வருவதால் தமிழ்நாட்

டில் முகம்மதியர் படையெடுப்புக்குப் பிந்திய காலத்தவராகத் தான் சிவவாக்கியர் வாழ்ந்திருக்க முடியும் என்று கருத்துரைக் கிறார். முண்டலபுருடரின் காலத்தைப் பற்றிக் கூறுமிடத்து தமது நிகண்டின் ஒன்பதாம் தொகுதியில் கிருஷ்ணதேவ ராயரைப் பாராட்டுவதால் கி.பி. 1508 முதல் 1530 வரை ஆட்சி புரிந்த ராயரின் காலமே மண்டல புருடரின் காலம் என்கிறார். இதேபோன்று ஞானவெட்டியான் என்ற நூலைத் திருவள்ளுவர் எழுதினார் என்று கூறுவதும் அல்லி அரசாணிமாலை புகழேந்திப்புலவர் எழுதியது என்று கூறுவதும் அவ்விரு பெரும் புலவர்களை இழிவுபடுத்தியதாகும் என்று கருத்துரைக்கிறார். 1848ஆம் ஆண்டில் தமிழ்நூற் பட்டியல் என்னும் கட்டுரையில் சிலப்பதிகாரம், சிந்தாமணி, வீரசோழியம், மாறனலங்காரம், சீறாப்புராணம் போன்ற நூல்களைப் பற்றி இவருக்கு எந்தச் செய்தியும் தெரிந்திருக்கவில்லை. 1876ஆம் ஆண்டு சிலப்பதிகாரம் புகார்க் காண்டத்தை உரையுடன் வெளியிட்ட தி.ஈ. இராகவாச் சாரியார் சேரமான் பெருமாணாயனார் இயற்றிய சிலப்பதிகாரம் என்று அச்சிட்டார். 1929இல் தொல்காப்பியம் சொல்லதிகாரம் தெய்வச்சிலையார் உரையைப் பேராசிரியர் உரை என்று அச்சிட்டுவிட்டுப் பின்னர் திருத்தி அமைத்து வெளியிட்டனர். 1920இல் உ.வே.சா. பரிபாடல் நூலைப் பதிப்பித்தபோது அதன் உரையாசிரியர் யாரென்று அறியாமல் இருந்தார். ரா. ராகவையங்கார்தான் பரிபாடலின் உரையாசிரியர் பரிமேலழகர் என்பதை நிறுவுகிறார். அதனை உ.வே.சா.வும் ஏற்றுக்கொள்கிறார். இத்தகைய வரலாற்றையெல்லாம் நோக்கும்போது காசிச்செட்டி அவர்களுக்கு மேற்கூறிய நூல் களின் ஆசிரியர்கள் பெயர் தெரியாமலிருந்தது வியப்பானதல்ல.

வரலாறு, சமூகவியல், மானிடவியல், மொழியியல் போன்ற துறைகளிலும் புலமையாளராகத் திகழ்ந்தார். கற்பிட்டியில் கண்டெடுத்த நாணயங்கள் பண்டைக்காலம் தொட்டு ஒல்லாந்தர் காலம் வரையிலுள்ள வரலாறு, ரேணர் எழுதிய இலங்கை வரலாறு பற்றிய நூலின் மொழிபெயர்ப்பு போன்ற கட்டுரை களும் நூலும் அவருடைய வரலாற்று ஆர்வத்தைக் காட்டுகின்றன. முக்குவர் வரலாறு, இலங்கை இசுலாமியரின் *(moors)* பழக்க வழக்கங்கள், சிலோன் கெஸட்டியர் போன்ற நூல்கள் இவ ருடைய சமூகவியல் அறிவை வெளிக்காட்டுவன. மாலத்தீவு மொழிக்கும் சிங்கள மொழிக்கும் இடையேயுள்ள ஒற்றுமையைக் காட்டும் சொற்பட்டியல், ஜாவா மொழிக்கும் வடமொழிக்கும் இடையேயுள்ள ஒற்றுமை, மலையகராதி (1840) என்னும் அகராதி ஆகியன இவருடைய மொழியியல் அறிவை விளக்குகின்றன. இத்தகைய வலுவான அறிவியல் துறைகளின் துணையுடன்

இவர் ஆக்கித்தந்த தமிழ்ப்புலவர் வரலாறான புளூராக் பிற்காலத்தில் அறிவியல்பூர்வமாகத் தமிழ் ஆய்ந்த அறிஞர்களுக்கெல்லாம் ஒளிவிளக்காக இருந்தது என்று சொன்னால் அது மிகையாகாது.

கட்டுரைக்கு உதவிய நூல்கள்

1. Simon Casie Chitty, The Tamil Plutarch, 1982, New Delhi, Asian Educational Services, Second Revised Edition.
2. பொ. பூலோகசிங்கம், தமிழ் இலக்கியத்தில் ஈழத்தறிஞரின் பெருமுயற்சிகள், 1970, யாழ்ப்பாணம் கலைவாணி புத்தக நிலையம்.

3

மளிகைக்கடை மகாவித்துவான் கோ. வடிவேலு செட்டியார்

(1863-1936)

தமிழ் வரலாற்றில் சைவ சித்தாந்த நூல்கள் தனக்கென ஒரு தனி இடத்தைப் பிடித்துக்கொண்டு வளர்ந்தது போலவே 'அத்வைதம்' (சங்கர வேதாந்தம்) பேசும் நூல்களும் பெருமளவில் எழுதப்பட்டுள்ளன. 'தத்துவராயர்' திரட்டிய சிவப்பிரகாசப் பெருந்திரட்டில், தமிழில் அத்வைதம் பேசும் நூல்கள் ஏராளமாக இருப்பதாக தெ.பொ.மீ. கூறுகின்றார். இந்தியாவில் வழங்கும் மொழிகளிலேயே தமிழ் மொழியில்தான் முதல்முதலாக பகவத்கீதை மொழிபெயர்க்கப்பட்டது. பட்டர் என்பவர் மொழிபெயர்த்த அந்த நூலுக்குப் பரமார்த்த தரிசனம் என்று பெயர். இத்தகைய அத்வைத நூல்கள் தத்துவச் செறிவு மிக்க மொழியில் மட்டும்தான் இருக்கும் என்று நாம் நம்புவதற்கு மாறாக அஞ்ஞவதைப் பரணி, மோகவதைப் பரணி என்று இலக்கிய நடையிலும் தச்சன் பாட்டு, பள்ளி மெய்ஞானக்கொம்மி, ஞானக் குறவஞ்சி என்று பாமர மக்களுக்கும் புரியும்படி நாட்டுப்புற மொழியிலும் எழுதப்பட்டுள்ளன. கைவல்ய நவநீதம், ரிபு கீதை, பிரபோத சந்திரோதயம் போன்ற புகழ்பெற்ற நூல்களுடன் அத்வைதத்தை முதல்முதலில் பயிலத் தொடங்கும் மாணவர்களுக்கான 'நானா சீவ வாதக் கட்டளை' போன்ற எளிய நூல்களும் தமிழ் மொழியில் உள்ளன என்பது குறிப்பிடத்தக்கது. இத்தகைய அத்வைதப் பாரம்பரியத்தை மாணவர்களுக்கு போதித்து வந்த பல பெரும் புலவர்கள் இருபதாம் நூற்றாண்டின் ஆரம்ப காலங்களில் புகழுடன் விளங்கி வந்தனர். மறைமலை அடிகளின் ஆசிரியர் சூளை

சோமசுந்தர நாயகர் போன்று புகழ்பெற்ற மற்றுமொரு பேராசிரியர் கோ. வடிவேலு செட்டியார். இவர் அத்வைத வேதாந்தம் மட்டுமல்லாது தமிழ் இலக்கண, இலக்கியத்திலும் தர்க்கத்திலும் பெரும் புலமை பெற்றவராக விளங்கியதால் ‘மகாவித்துவான்’ என்று அறிஞர்களால் அன்புடன் அழைக்கப்பட்டார்.

1863ஆம் ஆண்டு சென்னை கோமளேசுவரன்பேட்டை வெங்கடாசல ஆச்சாரி தெருவில் மளிகைக் கடை வைத்திருந்த சுப்பராயச் செட்டியாரின் மகனாகப் பிறந்தார். இவருடைய அன்னை தனகோட்டி அம்மையார். அக்கால வழக்கப்படி இவருடைய ஐந்தாம் வயதில் திண்ணைப் பள்ளிக்கூட மாணவராகச் சேர்ந்து பத்தாம் வயதுவரை கல்வி கற்றார். பின்னர் இவருடைய இருபதாம் வயதுவரையிலும் அதே தெருவிலிருந்த சிறிய மளிகைக் கடையில் தம்முடைய தந்தையாருக்குத் துணையாக வியாபாரத்தைக் கவனித்து வந்தார். இருபதாம் வயதில் இவருக்குத் திருமணம் நடந்தது. இருபத்தாறாம் வயதுவரை வியாபாரம் செய்துகொண்டே தம்முடைய குடும்பத்தைக் கவனித்து வந்தார்.

இவருடைய இருபத்தாறாம் வயதில் அந்தக் கடைக்கு ஒரு புதிய வாடிக்கையாளர் வந்தார். இராமானுச நாயக்கர் என்ற அவர் தாம் ஏற்றிருந்த ஆசிரியப் பணியிலிருந்து ஓய்வு பெற்று அந்தத் தெருவில் குடியேறினார். தமிழில் பெரும் புலவராகிய அவர் கடைக்கு வரும்போதெல்லாம் தமிழ்மொழியில் சுவைமிகுந்த பாடல்களைச் செட்டியாரிடம் சொல்லி மகிழ்ந்து வந்தார். அப்பாடல்களைக் கேட்டுச் சுவைத்து வந்த செட்டியாருக்குத் தமிழ் இலக்கியத்தின்மீது பெரும் காதல் ஏற்பட்டது. இராமானுச நாயக்கர் சுருட்டு பிடிப்பதில் பெரு விருப்பமுடையவர். அவர் வரும் வேளைகளில் செட்டியார் அவருக்கு விலை உயர்ந்த சுருட்டுகளைக் கொடுத்து அதை அவர் ஆர அமரப் புகைக்கும்படி செய்வார். பின்னர் தமிழ்மழை பொழியத் தொடங்கும். இலக்கணம், இலக்கியம், புராணங்கள் என்று அன்றைய நிலையில் புகழ் பெற்றிருந்த எல்லா வகையான நூல்களும் நாயக்கரின் சொற்பொழிவில் வந்து செட்டியாரின் அறிவை நிறைத்தது. இந்தக் கல்வியை செட்டியார் ஏழு ஆண்டுகள் பெற்றார்.

தமிழ்க் கல்வியின் மீதான விருப்பம் செட்டியாரிடத்தில் வணிகத்தின் மீதான விருப்பத்தைக் குறைக்கத் தொடங்கியது. இதன் விளைவாக உடன் பிறந்தவர்கள் உட்பட குடும்ப உறுப்பினர்கள் அவரைக் கண்டித்தும் தடைகள் பல உண்டு பண்ணியும் அவர் உள்ளத்தை வியாபாரத் துறையில் இழுத்து

நிறுத்தப் படாதபாடுபட்டனர். ஆனால் அவர்கள் தோல்வி அடைந்தனர்.

கடைக்குத் தேவையான சரக்குகளைக் கொள்முதல் செய்ய கொத்தவால் சாவடிக்கு வாரம் இருமுறை செல்வார். அப்பொழுது இராமானந்த யோகிகள் என்னும் மகாவித்துவான் இராமசாமி நாயுடு, அப்பன் செட்டியார், மயிலை சண்முகம் பிள்ளை போன்றவர்களிடம் தொடர்பு கொண்டு தமிழ் இலக்கண இலக்கியங்களில் தமக்கு ஏற்பட்ட ஐயங்களைப் பெருமளவில் நீக்கிக் கொண்டு வந்தார். இதுவும் குடும்பத்தினரிடையே கசப்பை உண்டுபண்ணியது. இவர் கொள்முதலுக்குச் செல்லும்போது சிவப்புநிற வேட்டியுடன்தான் செல்வார். உறவினர்களும் இவர் வியாபார வேலையாகச் செல்கிறார் என்று திருப்தி கொள்வர். ஆனால் கொள்முதலுக்கு எடுத்துச் செல்லும் சாக்குப் பையில் வெள்ளை வேட்டியையும் தேவையான புத்தகத்தையும் மறைத்து எடுத்துச் செல்வார். கூவம் ஆற்றைக் கடந்தவுடன் வெள்ளை வேட்டியை உடுத்திக் கொண்டு மேற்கூறப்பட்ட பெரும்புலவர் களிடம் பாடம் கேட்பார். பின்னர் சரக்கைக் கொள்முதல் செய்துகொண்டு கடைக்குத் திரும்புவார்.

தமிழ்மீது ஆறாத பற்றுக்கொண்ட செட்டியாருக்கு உறவு களும் வியாபாரமும் தீராத துன்பத்தைத் தந்தன. இந்த நேரத்தில் ரிப்பன் அச்சக உரிமையாளராகவும் வேதாந்த சாத்திரத்தில் பெரும் புலவராகவும் விளங்கிய சை.ரத்தினச் செட்டியார் அவர்களுடைய தொடர்பு இவருக்கு ஏற்பட்டது. இவருக்கு வேதாந்தம் பயிற்றுவிப்பதில் குருவாக விளங்கிய அவர் குடும்பச் சூழ்நிலையால் செட்டியாருடைய கல்விக்கு இடையூறு ஏற் படுவதை அறிந்து 1896இல் தங்கசாலைத் தெருவில் தொடங்கப் பட்ட இந்து தியாலஜிகல் உயர்நிலைப் பள்ளியில் தலைமைத் தமிழாசிரியர் பதவியை இவருக்கு வாங்கித் தந்தார். அப்போது இவருக்கு வயது 33. இந்த நிகழ்ச்சி செட்டியார் அவர்களின் வாழ்க்கைப் பாதையை முற்றிலும் மாற்றி அமைத்துவிட்டது.

பள்ளியில் மாணவர்களுக்குப் பாடம் நடத்துவதுடன் மற்ற நேரங்களில் தன்னை நாடி வருகின்ற ஆர்வலர்களுக்குத் தமிழும் தத்துவமும் போதித்து வந்தார். அத்தகையவர்களுள் தெ.பொ. மீனாட்சி சுந்தரனார், மொ.அ.துரை அரங்கனார், மு. வரதராசனார் போன்றவர்கள் குறிப்பிடத்தக்கவர்கள். செட்டியார் அவர்களிடம் பாடம் கேட்பதில் பெருவிருப்பம் கொண்ட தெ.பொ.மீனாட்சிசுந்தரம் அவர்கள் தம் ஆசிரியருக்குப் பிடித்தமான காப்பியும் ஜாங்கிரியும் எடுத்துச் செல்வார். ஒருமணி நேரத்திற்கு ஒருமுறை காப்பியும் ஜாங்கிரியும் அருந்தி

விட்டால் செட்டியார் அவர்கள் பெருத்த உற்சாகத்துடன் நாலைந்து மணிநேரம் பாடம் சொல்வார். செட்டியாருக்கும் தெ.பொ.மீ.க்கும் இடையே அமைந்த உறவு இராமகிருஷ்ணருக்கும் விவேகானந்தருக்கும் உள்ள உறவைப் போன்றதாகும் என்று துரை அரங்கனார் குறிப்பிடுகின்றார்.

சுமார் நாற்பத்தைந்து நூல்கள்வரை இவர் எழுதியுள்ளார். அதில் குறிப்பிடத்தக்கவை. 1. திருக்குறள் பரிமேலழகர் உரைக்கான விளக்கம் 2. கைவல்ய நவநீதம் மூலம், மூலத்துக்கு இயைந்த வசன வினாவிடை, விரிவுரை மேற்கோளுடன் 3. ஸ்ரீபகவத்கீதை மூலத்துக்கு இயைந்த வசனமும் விரித்தியுரையுடன் 4. சர்வ தரிசன சங்கிரகம். இந்தியத் தத்துவத்தைப் பற்றி நூல்கள் எழுதியுள்ள அறிஞர்கள் அனைவரும் தவறாது குறிப்பிடுகின்ற நூல் சர்வ தரிசன சங்கிரகம். இந்தியத் தத்துவ தரிசனங்களைப் பதினாறு தலைப்புகளில் பகுத்து விளக்கியுள்ள இந்த வடமொழி நூலை இராமச்சந்திர சாஸ்திரியார் என்பவரைக் கொண்டு மொழிபெயர்த்து நல்ல முன்னுரையுடனும் குறிப்பிடத்தக்க குறிப்புகளுடனும் 1910இல் வெளியிட்டார். வேதத்துக்கு உரை வகுத்த சாயனருடன் பிறந்த வித்யாரண்யர் இந்நூலின் ஆசிரியர் ஆவார். இதேபோன்று திருக்குறள் பரிமேலழகர் உரையிலுள்ள இலக்கண நுட்பங்களையும் தத்துவக் குறிப்புகளையும் தெளிவாக விளக்கி இவரால் எழுதப்பட்ட குறிப்புகள் அறிஞர்களால் இன்றும் பாராட்டப்படுகின்றன. இந்தத் திருக்குறள் நூலில் எல்லாக் குறள்களுக்கும் ஆங்கில மொழிபெயர்ப்பு கொடுக்கப்பட்டுள்ளது செட்டியாரின் நண்பர் ஒருவர் இந்த மொழிபெயர்ப்பைச் செய்துகொடுத்து தன் பெயரை வெளியிட வேண்டாம் என்று சொன்னதாகச் செட்டியர் முன்னுரையில் குறிப்பிடுகின்றார். ஆனால் அந்த மொழிபெயர்ப்புப் பகுதிகளில் பெரும்பாலானவை துரு (drew) பாதிரியாருடைய மொழிபெயர்ப்பு ஆகும் என்பது குறிப்பிடத்தக்கது. சரியான வாய்ப்புகள் கிடைக்கும்பட்சத்தில் எத்தனை இடையூறுகள் ஏற்பட்ட போதும் துறைசார்ந்த ஆர்வம் கொண்ட ஒருவர் அறிஞராக மலர்ச்சிபெற முடியும் என்பதற்கு வடிவேலு செட்டியாரின் வாழ்க்கை சிறந்த எடுத்துக்காட்டாக விளங்குகிறது.

4

தொல்காப்பிய ஆசான் யாழ்ப்பாணம் சி. கணேசையர்

தமிழின் தலைசிறந்த நூல் என்று நாம் கொண்டாடும் தொல்காப்பியம் 19ஆம் நூற்றாண்டில் தமிழ்த் தாத்தா உ.வே.சா. போன்றவர்களே அறியாத நூலாக இருந்தது. அந்தக் காலத்தில் தமிழ்நாடு முழுமையிலும் தொல்காப்பியத்தைப் பாடம் சொல்கிற ஆசிரியர் வரதப்ப முதலியார் என்ற ஒருவர் மட்டும் இருந்ததாக சி.வை. தாமோதரம் பிள்ளை போன்றோர் எழுதியுள்ளனர்.

1847இல் மழவை மகாலிங்கையரால் தொடக்கம் பெற்ற தொல்காப்பியப் பதிப்புப் பணி 1935இல் கப்பலோட்டிய தமிழன் வ.உ. சிதம்பரம்பிள்ளையால் தொல்காப்பியம் – இளம்பூரணர் உரை – மெய்ப்பாட்டியல் உவமையியல் செய்யுளியல் மரபியல் போன்றவை வெளியிடப்பட்டவுடன் நிறைவடைந்தது. 1930களின் பின்னர் பல்கலைக்கழகங்களிலும் கல்லூரிகளிலும் தொல்காப்பியம் பாடமாக வைக்கப்பட்டது. அந்தக் காலத்தில் இதனைப் பாடம் சொல்வதற்கு ஆசிரியர்கள் பெருமளவில் இடர்ப்பட்டனர். இதற்குத் தொல்காப்பியச் சூத்திரங்களை முறைப்படுத்த வேண்டும். உரையாசிரியர்கள் குறிப்பிடும் கருத்துகளைத் தெளிவுபடுத்தும் விளக்கங்கள் வேண்டும். தமிழ்நாட்டில் பி.சா. சுப்பிரமணிய சாஸ்திரி எழுத்ததிகாரத்துக்கும் சொல்லதிகாரத்துக்கும் விளக்கக் குறிப்புகளை எழுதினார். வையாபுரிப்பிள்ளை போன்றவர்கள் மூல பாடத்தில் பல நல்ல திருத்தங்களைச் செய்துள்ளனர். அதேநேரத்தில் யாழ்ப்பாணத்தில் இருந்து சி. கணேசையர் என்பவர் எழுத்ததிகாரம் நச்சினார்க்கினியர் உரை பொருளதிகாரம் நச்சினார்க்கினியர் உரை பேராசிரியர் உரைகளுக்கு விளக்கக் குறிப்புகளை எழுதினார். அதே

நேரத்தில் சுவடிகளுக்கு இடையேயான பாட வேறுபாடுகளையும் நுட்பமாக ஆராய்ந்து சரியானவற்றைக் குறிப்பிட்டுக் கொடுத்தார். இன்றுவரை இந்த விளக்கங்களை விஞ்சக்கூடிய எதனையும் யாரும் தரவில்லை என்பது குறிப்பிடத்தக்கது.

யாழ்ப்பாணத்துக்கு அருகேயுள்ள புன்னாலைக்கட்டுவன் என்ற கிராமத்தில் 1878ஆம் ஆண்டு மார்ச் 26ஆம் தேதி பிறந்தார் கணேசையர். இவருடைய தந்தை சின்னையர். தாய் சின்னம்மாள். இவரது பெரிய தந்தை கதிர்காம ஐயர். புன்னாலைக்கட்டுவனில் நடத்திவந்த பள்ளியில் 8ஆம் வகுப்பு வரை படித்தார். அத்துடன் ஆறுமுகநாவலரின் சகோதரி மகனாகிய பெரும் புலவர் பொன்னம்பலம்பிள்ளை, சுன்னாகம் குமாரசாமிப்புலவர், கணேசையர் உறவினரும் சைவ சித்தாந்தத்தில் பெரும் புலமையாளருமாகிய காசிவாசி செந்திநாத ஐயர் வடமொழி அறிஞர் பிச்சுவையர் போன்றவர்களிடம் கல்வி பயின்றார்.

தமது 21ஆவது வயதில் இருந்து விவேகானந்த வித்தியா சாலை, நாவலரின் சைவப் பிரகாச வித்தியாசாலை போன்ற வற்றில் ஆசிரியராகப் பணி செய்தார். இவருடைய 32ஆவது வயதில் அன்னலட்சுமி எனும் அம்மையாரை மணந்தார் திருமணத்துக்குப் பின்னர் மணிமேகலை நூல் குறிப்பிடும் மணிபல்லவத் தீவு என்று கருதப்படுகின்ற நைனார் தீவில் ஆசிரியப் பணி புரிந்தார்.

15ஆம் நூற்றாண்டில் இலங்கை அரச வம்சத்தைச் சேர்ந்த அரசகேசரி என்பவர் காளிதாசனுடைய ரகுவம்சம் நூலை 2444 பாடல்களில் மொழிபெயர்த்தார். அந்த நூலின் 1506 பாடல்களுக்கு கணேசையர் உரை எழுதியுள்ளார். ஈழ நாட்டுத் தமிழ்ப் புலவர்கள் சரித்திரம் போன்ற பல நூல்களை எழுதியிருப்பினும் கி.பி. 1868, 1885, 1891ஆம் ஆண்டுகளில் சி.வை. தாமோதரம்பிள்ளையால் முதன்முதலாக வெளியிடப் பட்ட தொல்காப்பியம் மூன்று அதிகாரங்களுக்கும் கணேசையர் செய்த திருத்தங்களும் விளக்கக் குறிப்புகளும் மிகவும் சிறப்பான பணியாகும்.

மதுரைத் தமிழ்ச் சங்கத்துச் செந்தமிழ் பத்திரிகையில் 1905ஆம் ஆண்டிலிருந்து இவர் எழுதிய கம்பராமாயணத்தில் பாட வேறுபாடுகள் என்ற கட்டுரை தொடராக வெளிவந்தது. இது இன்றும் பழந்தமிழ் நூல்களுக்கான செம்மையான பாடங் களை ஆய்வு செய்யும் அறிஞர்களுக்கு வழிகாட்டியாகக் கருதத் தக்க சிறப்புடையதாகும்.

1937இல் கணேசையர் தொல்காப்பியக் குறிப்பை வெளியிடுவதற்கு முன்பே சி.வை.தாமோதரம்பிள்ளை, ரா. ராகவையங்கார், கா. நமச்சிவாய முதலியார் வ.உ.சி.யுடன் இணைந்து வையாபுரிப் பிள்ளை, திரிசிரிபுரம் கனகசபைப்பிள்ளையுடன் இணைந்து மன்னார்குடி சோமசுந்தரம்பிள்ளை முதலிய பல்வேறு அறிஞர் கள் தொல்காப்பியம் மூலபாடத்தைச் சிறுசிறு குறிப்புகளுடன் பதிப்பித்து வெளியிட்டிருந்தனர். இத்தகைய அறிஞர்களின் உழைப்பிற்குப் பின்பும் தொல்காப்பியமும் அதன் உரைகளும் மேலும் திருத்தப்பட வேண்டும் என்ற நிலையிலேயே இருந்தன. இந்நிலையில் ஈழகேசரி பத்திரிகையின் அதிபரான நா. பொன்னையாபிள்ளை நினைவைப் போற்றும்படியான ஒரு செயலைச் செய்ய வேண்டுமென்று விரும்பினார். அதற்கு சி.வை. தாமோதரம்பிள்ளை வெளியிட்ட தொல்காப்பியத்தைத் தற்காலத்துக்கு ஏற்ற வகையில் செம்மையான பதிப்பாகவும் தேவையான விளக்கங்களுடனும் வெளியிடுவது சிறந்ததாகும் எனக் கருதினார். இந்தப் பணியை சிறப்பாகச் செய்யக்கூடிய அறிஞர் கணேசையரே என்று கருதி இப்பணியைச் செய்து தருமாறு அவரிடம் வேண்டினார். தனக்கு அளிக்கப்பட்ட பணியை வெகு சிறப்புடன் செய்து முடித்தார் கணேசையர்.

தொல்காப்பியப் பொருளதிகாரம் பேராசிரியர் உரையை ஆராய்ச்சி செய்யும்போது இன்னும் பல திருத்தங்களைச் செய்ய வேண்டிய நிலையில் இலங்கை முழுவதிலும் இதற்கான திருத்த மான பிரதிகள் கிடைக்கவில்லை. எனவே கணேசையர் தமிழ்நாட் டுக்கு வந்து மதுரையில் டி.கே. இராமானுச ஐயங்கார் உதவியுடன் மதுரைத் தமிழ்ச் சங்கப் பிரதிகளை பார்த்துத் தம்முடைய குறிப்புகளைத் திருத்தம் செய்து கொண்டார்.

கடும் உழைப்புடன் தன் நுண்மையான அறிவைப் பயன் படுத்தி தொல்காப்பிய மூலத்திலும் உரையிலும் கணேசையர் பல திருத்தங்களைச் செய்தார். எடுத்துக்காட்டாக, பேராசிரியர் உரை எழுதிய தொல்காப்பியப் பொருளதிகார நூற்பாக்கள் *300, 302, 307, 313, 369, 419, 448, 490, 491* போன்றவற்றில் அறிவியல்பூர்வமான பல திருத்தங்களைச் செய்துள்ளார்.

வாழ்நாள் முழுவதும் அயராது உழைத்த கணேசையர் உடல்நலக் குறைவு காரணமாக 1958ஆம் ஆண்டு நவம்பர் மாதம் 8ஆம் தேதி இவ்வுலக வாழ்வை நீத்தார். என்றாலும் தொல்காப்பியத்தின் மூன்று அதிகாரங்களுக்கு அவர் எழுதிய விளக்கக் குறிப்புகளும் திருத்தங்களும் இன்றளவும் தமிழறிஞர் களால் போற்றப்படுகிறது. தொல்காப்பியம் உள்ள வரை கணேசையரின் சீரிய தமிழ்த்தொண்டும் நிலைத்து நிற்கும் என்பது உறுதி.

5

பாவலர் பாலசுந்தரம் : விலகிய மனோநிலை

(18.01.1924 – 01.08.2007)

1969 – 1973ஆம் ஆண்டுகளில் காலகட்டத்தில் நான் கரந்தைப் புலவர் கல்லூரியில் படித்தேன். அப்பொழுது மாணவர்களிடையே நன்றாகப் பாடம் நடத்தக்கூடியவர் என்று பெயர்பெற்று இருந்தவர் 'பாவலர் பாலசுந்தரம்'. நன்னூல், தொல்காப்பியம், யாப்பருங்கலக்காரிகை, சிலப்பதிகாரம், தமிழகக் கல்வெட்டுகள் என்று பல நூல்களை அவர் எங்களுக்குப் பாடம் நடத்தினார். இவருடைய வகுப்புகள் ஆழத்துடனும் சுவையுடனும் இருக்கும். ஆகவே வழக்கமாக வகுப்புகளைப் புறக்கணிக்கும் மாணவர்கள்கூட இவர் வகுப்பு எடுத்தால் நகரவேமாட்டார்கள். அன்றைய காலகட்டத்திலேயே தொண்ணூறு விழுக்காடு மாணவர்கள் விடைத்தாள் திருத்தும் ஆசிரியர்களைத் தேடி அணுகி லஞ்சமாகப் பணம் கொடுத்துத் தேர்வில் வெற்றி பெறுவது வழக்கமாக இருந்தது. அத்தகையோருக்குச் சிறிதும் இடம்கொடாத பண்புடையவர் இவர்.

என்னுடைய கல்லூரி வாழ்க்கை முடிந்த பின்பும் பேராசிரியர் அவர்களைத் தொடர்ந்து சந்தித்து வந்தேன். பாவலர், பணியில் இருந்து ஓய்வுபெற்ற பின்பு தொல்காப்பியத்தை முழுமையாக ஆய்வு செய்யத் தொடங்கினார். இதன் விளைவாக உருவான அவருடைய கருத்துகளைத் தன்னைக் காண வருபவர் அனைவரிடமும் சொல்லிக் கொண்டிருப்பார். அத்தகைய கண்டுபிடிப்புகளில் பல என்னைப் பெரும் அதிர்வுகளுக்கு ஆளாக்கின. நன்னூலாருக்கு இலக்கணம் தெரியாது, சேனாவரை

யருக்கு தமிழ் புரியாது, நச்சினார்க்கினியர், சிவஞான முனிவர் போன்றவர்கள் தமிழ் இலக்கணத்தின் நுட்பங்களைப் புரிந்து கொண்டவர்களாக இருந்தும் பெரியவர்கள் சொன்னதை மறுதலிக்கக்கூடாது என்று அஞ்சிச் சமாதானங்கள் கூறி அமைதி பெற்றனர் என்றெல்லாம் அவர் கூறுவார்.

பவணந்தியாருக்குத் தமிழ் தெரியாது என்கிறீர்களே ஆனால் அவர் எழுதிய நன்னூல் கடந்த எண்ணூறு ஆண்டுகளாகத் தமிழர்களால் படிக்கப்பட்டும் படிப்பிக்கப்பட்டும் வருகிறதே? பிழையான ஒரு நூல் எண்ணூறு ஆண்டுகளாக உயிருடன் இருப்பதன் காரணம் என்ன? இன்றும் அதைப் படித்துக்கொண்டு வருபவர்கள் எல்லாம் மடையர்களா? நீங்கள்கூட அத்தகைய மனிதர்களிடம்தானே நன்னூலையும் தொல்காப்பியத்தையும் படித்தீர்கள்? உங்களுக்கு மட்டும் இது எப்படிப் புரிந்தது? என்றெல்லாம் கேட்பேன்.

அவர் சொன்ன பதில் இது. தொல்காப்பியத்துடன் தமிழ் இலக்கணக் கல்வி முடிவடைந்துவிட்டது. பின்பு வந்த ஆயிரத்து ஐந்நூறு ஆண்டுக்காலத்தில் வடமொழியான சமஸ்கிருத இலக்கணம்தான் தமிழ் இலக்கணத்தின் அடிப்படை என்ற கருத்து உருவாகி வலுப்பெற்று நிலைபெற்றுவிட்டது. பழந்தமிழ் இலக்கணப் புலவர்கள் இலக்கணத்துக்கு அடிப்படையாக வழக்குமொழியையும் செய்யுள் மொழியையும் சமமாக எடுத்து ஆராய்ந்தார்கள். எழுதப்பட்ட இலக்கணத்தைவிடப் பேச்சு மொழியை இலக்கணத்துக்கு அடிப்படையாகக் கொள்ளாவிட்டால் இலக்கணநூல் என்பது செத்த மொழிக்கு எழுதப்பட்ட இலக்கணம் ஆகிவிடும். உயிரோட்டமுள்ள வாழும் மொழிக்கு இலக்கணம் இல்லாமலே போய்விடும். இந்த அவலம் தமிழ் இலக்கண வரலாற்றில் நிகழ்ந்தது.

எழுத்து மொழிக்கான இலக்கணங்கள்தான் தமிழில் பயிலப் பட்டும் எழுதப்பட்டும் வந்தன. இது மனிதர்கள் பேசாத சமஸ்கிருத மொழி இலக்கணத்திற்குப் பொருத்தமாக இருந்தது. பேச்சு மொழியாக இருந்த தமிழுக்கு அந்நியமாகிப் போனது. இந்த அந்நியமான எழுத்து மொழி இலக்கணத்தைத்தான் நன்னூலும் தொல்காப்பிய உரையாசிரியர்களும் எழுதியும் பயிற்றியும் வந்தனர். அதனால் நன்னூல் இன்றுவரை பயிலப் பட்டு வருகின்றது. இதனால்தான் தமிழ்மொழி என்பது எழுத்தில் ஒருவகையாகவும் பேச்சில் வேறு வகையாகவும் மாறிவிட்டது என்று விளக்கினார்.

தமிழ் இலக்கண அறிஞரான தி.வே. கோபாலய்யர் ‘பாவல ரேறு இங்ஙனம் இந்நூலில் உள்ள குறைபாடுகளை எடுத்து விளக்கிய பின்னரே நன்னூல் அமைப்பிலும் இவ்வளவு குறைகள்

உள்ளனவா என்று நாம் வியக்கிறோம். இவர் குறிப்பிடும் பல குறைகளில் சில வழுவமைதியாகக் கொள்ளப்படலாம். பல குறைகளுக்கு அமைதி காண்டல் எளிதன்று' என்று கூறுகிறார். (மடை மாறிய தமிழிலக்கண நூல்கள் – முன்னுரை) எடுத்துக்காட்டாக 'வேற்றுமையின் இலக்கணத்தைக் கூறவந்த தொல்காப்பியர் ஒரு பெயர்ப்பொருள் செயல்படத் தொடங்கும் நிலைகளில் அந்தப் பெயர்ப்பொருள் அடையும் வேறுபாடுகளை விளக்கிக் காட்டுவதாக அமைக்கிறார். செயல்படுவதாகிய வினையே வேற்றுமைக்குக் காரணமாக இருப்பதால் தொடர்மொழி இலக்கணத்தில்தான் அது விளங்கும். ஆகையால் தொடர்மொழியைக் கூறும் இயல்களில் அதனை வைத்து விளக்குவார்.

எழுத்து வடிவில் உள்ள மொழிதான் இயல்பானது என்று கருதிய பவணந்தியார் தமிழ்மொழியின் இந்த நுட்பத்தை உணராது பெயர்ச் சொற்களில் ஏற்படும் மாற்றத்தை வேற்றுமை என்கிறார். அவ்வேற்றுமைக்கு அடிப்படையானது ஐ, ஆல், கு போன்ற வேற்றுமை உருபுகளே என்று கருதியதனால் இதனைப் பெயர்ச்சொல்லுக்கு உரிய இலக்கணப் பகுதியாகப் பெயரியலில் கூறுகிறார். உருபுகளே வேற்றுமை செய்யும் என்பது வடமொழியாகிய சமஸ்கிருதத்தில் உள்ள கொள்கையாகும். இந்தக் கருத்து சரியானால் முதல் வேற்றுமைக்கும் எட்டாம் வேற்றுமைக்கும் உருபே கிடையாதே, அவை எப்படி வேற்றுமையாகும்! என்ற கேள்வியைப் பாவலர் எழுப்பிப் பவணந்தியாருக்குத் தமிழ்மொழியின் நுட்பம் தெரியாததை விளக்குகிறார். இதுபோன்ற பல்வேறு நுட்பமான விளக்கங்களைப் பாவலர் தன்னுடைய 'தொல்காப்பிய உரை' நூலிலும், 'நன்னூல் திறனாய்வுரை', 'தமிழ் இலக்கண நுண்மைகள்', 'மடைமாறிய இலக்கண நூல்கள்' போன்றவற்றிலும் விளக்கி உரைக்கின்றார்.

சொந்த ஊரான தஞ்சையில் எட்டாம் வகுப்புவரை படித்துவிட்டுத் தனது தந்தையாருடைய கல் பட்டறையில் வேலை செய்துவந்த பாவலருக்கு அவர் தந்தையின் நண்பர் ஒருவர் பக்கத்தில் உள்ள கரந்தைப் புலவர் கல்லூரியில் தமிழ் படிக்கலாம் என்று அறிவுரை கூறினார். அந்தக் காலத்தில் எஸ்.எஸ்.எல்.சி. முடிக்காமலேயே நுழைவுத் தேர்வு எழுதிப் புலவர் வகுப்பில் சேரலாம் என்பதனால் நுழைவுத்தேர்வு எழுதி வித்துவான் வகுப்பில் சேர்ந்தார். சேர்ந்து நான்கு ஆண்டுகள் பயின்று முதல் வகுப்பில் தேறினார். அப்பொழுது அவருடைய வகுப்புத் தோழராகவும் நண்பராகவும் இருந்தவர் இடதுசாரிக் கவிஞரான தமிழொளி என்பது குறிப்பிடத்தக்கது.

இத்தகைய தோழமையுடைய நண்பர்களின் தொடர்பினால் நவீன உலக இலக்கியங்களான டால்ஸ்டாய், தாஸ்தா

யெவ்ஸ்கி, கார்க்கி போன்றவர்களின் படைப்புகளைப் படிக்கும் பழக்கம் ஏற்பட்டது. இத்தகைய நூல்களை அவருடைய வீட்டில் நான் பார்த்திருக்கிறேன். இதன் விளைவாகப் பாரம்பரியமான புலவர்களின் மனோநிலையில் இருந்து விலகியவரானார். எதனையும் ஏன் எதற்கு என்று கேள்வி எழுப்பி ஆராய்ச்சி செய்யும் மனோபாவம் படைத்தவராக இருந்தார்.

பள்ளியக்கரம் நீ. கந்தசாமிப்பிள்ளை, கரந்தைக் கவியரசு வெங்கடாசலம்பிள்ளை, க. வெள்ளைவாரணர் போன்ற பழந் தமிழ்ப் புலவர்களிடம் இவருக்குப் பழக்கம் இருந்தது. இருந்தாலும் நன்னூலார், சேனாவரையர், நச்சினார்க்கினியர் போன்ற மாபெரும் புலவர்களிடம் இருந்த பிழைகளை இவர் சுட்டிக் காட்டத் தயங்கவில்லை. வெறுமனே சுட்டிக்காட்டாது சரியானவற்றைத் தம் ஆராய்ச்சியின் மூலம் நிறுவியதுதான் தொல்காப்பியம் மூன்று அதிகாரங்களுக்குமான உரை விளக்கம் என்பது குறிப்பிடத்தக்கது. வடமொழி மரபிலிருந்து தமிழ் மரபு என்பது எவ்வாறு வேறுபட்டுள்ளது என்பதை ஏராளமான தமிழ்ச் சொற்களைக் கொண்டு இவர் விளக்கிக் காட்டுவார். "மொட்டும் மலரும் – சொற்பொருள் விளக்கம்" I, II, III ஆகிய மூன்று நூல்களில் மூவாயிரம் சொற்களுக்கான இந்த விளக்கங் களை விரிவாக எழுதுகிறார்.

இலக்கணக் கலைச்சொல் விளக்க அகராதி என்ற வரிசையில் இவர் எழுதியுள்ள 1. எழுத்திலக்கணக் கலைச் சொற்பொருள் விளக்க அகராதி 2. சொல்லிலக்கணக் கலைச் சொற்பொருள் விளக்க அகராதி 3. யாப்பிலக்கணக் கலைச் சொற்பொருள் விளக்க அகராதி 4. அகப்பொருள் இலக்கணக் கலைச் சொல், கிளவித் துறை விளக்க அகராதி 5. புறப்பொருள் இலக்கணக் கலைச் சொல் துறை விளக்க அகராதி 6. மொழியாக்க நெறி மரபிலக்கணம் ஆகிய நூல்கள் தமிழ் மொழியில் உள்ள சொற்களின் தனித்துவமான பண்புகளை விளக்கும் தன்மை யுடையனவாகும்.

பொதுவாகத் தமிழ் இலக்கணத்தைப் படிப்பவர்கள் எழுத்திலக்கணங்களைப் பற்றி விளக்கும் எழுத்ததிகாரத்தை முக்கியமானதாகக் கருதுவது இல்லை. சொல்லிலக்கணத்தைக் கூறும் சொல்லதிகாரத்தைத்தான் இலக்கணமாக மதிப்பார்கள். இது வடமொழி மரபையே தமிழ்மரபாகக் கருதிக் கொண்டத னால் வந்த நிலை ஆகும். இதன் விளைவாகத் தொல்காப்பியச் சொல்லதிகாரத்துக்கு அறுவருக்கும் மேற்பட்டோர் உரை எழுதியிருக்க எழுத்துக்கும் பொருளுக்கும் இருவர், மூவர்தான் உரையெழுதியுள்ளனர். எழுத்திலக்கணப் பகுதிகளின் முக்கியத்

துவத்தை நமக்கு மிகத் தெளிவாக விளக்கும் வகையில் பாவலர் தொல்காப்பிய எழுத்ததிகாரத்துக்கு உரை எழுதியுள்ளார்.

மெய் எழுத்துகளைப் பற்றிய அவருடைய விளக்கம் என்பது தமிழர்கள் எழுத்துகளைப் பற்றி எப்படி நுண்மையான கருத்து களைக் கொண்டிருந்தனர் என்பதைச் சிறப்பாக விளக்குகின்றது. நூன்மரபு என்பதற்கு நுவலும் மரபு என்று இவர்தரும் விளக்கம் அறிவியல்ரீதியாக உள்ளது. எழுத்ததிகாரம் 16ஆவது நூற்பா வான "எகர ஒகரத் தியற்கையு மற்றே" என்பதை இவர் "இகர உகரத் தியற்கையு மற்றே" என்று மாற்றி அமைத்துத் தொல்காப்பியத்தில் முன்பு இருந்த பாடம் பிழையானது என்று கூறுவதை இலக்கணப் புலவர் கோபாலய்யர் வியந்து பாராட்டு கின்றார். இதே போன்று தொல்காப்பியச் சொல்லதிகாரத் துக்கு இவர் எழுதியுள்ள உரை இரண்டாயிரம் ஆண்டுகளுக்குப் பின்னர் தொல்காப்பியத்தைச் சரியாகப் படித்து விளக்குவ தாக உள்ளது என்று கோபாலய்யர் கூறுவதை நாமும் படித்தால் உண்மையென்று ஒப்புக் கொள்வோம். சரியாகச் சொல்வ தானால் தொல்காப்பியரே மீண்டும் பிறந்துவந்து தன்னுடைய நூலைத் தான் கொண்டுள்ள நியாயங்களுடன் தமிழ் மொழியின் அமைப்பையும் செம்மையாக இணைத்து விளக்குவது போன்று இவருடைய உரை அமைந்துள்ளது எனலாம்.

பெரும் புலவர்களாக இருந்தவர்கள்கூடத் தலைமுறை தலைமுறையாகத் தமிழ் இலக்கணத்தையும் தொல்காப்பியத்தை யும் வடமொழிப் பார்வையின் ஊடாகத் தவறாக வாசித்து வந்தனர். நவீன காலமாகிய 20ஆம் நூற்றாண்டில் வாழ்ந்த தனித்தமிழில் ஆர்வம் கொண்ட தமிழ் அறிஞர்களும் இந்தச் சிந்தனைப் போக்கில் இருந்து வெளிவரவில்லை. வையாபுரிப் பிள்ளை, தெ.பொ. மீனாட்சிசுந்தரனார் போன்ற நவீனத் தமிழ் அறிஞர்களும் இதனைப் புரிந்துகொண்டிருந்தனர் என்று சொல்ல முடியாது. ஆங்கிலத்தின் வாடையே அறியாது தமிழ் ஒன்று மட்டுமே கற்றிருந்த பாவலர் பாலசுந்தரம் தன்னுடைய சுய சிந்தனையின் விளைவாகவும் கடின உழைப்பின் மூலமாகவும் தமிழ் இலக்கணத்தின் சரியான தன்மையைத் தொல்காப்பியத் தின் ஊடாக விளக்கிய ஒரே மனிதர் என்று துணிந்து கூறலாம்.

இருப்பினும் அவருடைய உரைநடை என்பது பழந்தமிழ் உரையாசிரியர்களின் நடையை அப்படியே பின்பற்றி இருந்ததால் இளம் தலைமுறையினருக்குச் சரியாகப் போய்ச் சேரவில்லை. குறிப்பிட்டதுறையில் பெரும் சிந்தனையாளர் களாக இருப்பவர்கள் சாதாரண உலகம் பற்றிய பார்வையில் ஏமாளிகளாக இருப்பார்கள் என்று வரலாறு கூறுகிறது. பாவலர் பாலசுந்தரம் அவர்களும் இந்த விதிக்கு உட்பட்டவராகத்தான்

இருந்தார். தன்னுடைய பிடிவாத குணத்தால் இறுதிக்கால வாழ்வில் நிம்மதியற்று மன உளைச்சலுடன் இருந்தார். அவர் அரும்பாடுபட்டு சிறுகச்சிறுகச் சேர்த்த பணத்தில் ஒரு லட்ச ரூபாயை இன்று கல்வியை வணிகமாக்கி விற்பனை செய்து வரும் ஒரு நிறுவனத்திற்கு நன்கொடையாக அளித்துவிட்டார். உலகியல் தெரியாமல் இருக்கும் இப்படியான மனிதர்கள்தான் சமூகத்திற்குப் பெரும்பங்களிப்பைச் செய்கின்றனர் என்பதற்குப் பாவலரும் ஒரு சான்று.

6

உ.வே.சா. : ஒரு சனாதனியின் நவீனத்துவம்

உ.வே. சாமிநாதையர் தம் காலத்தில் வாழ்ந்த புலவர்களின் போக்கிலிருந்து பெரிதும் வேறுபட்டவராகப் பல்வேறு தருணங்களில் அறியப்படுகிறார். அத்தகைய தருணங்கள் அவருடைய தனிப்பட்ட ஆளுமையைப் புரிந்துகொள்ள உதவியாக இருக்கும். உ.வே.சாமிநாதையருக்கு அவர் குடும்பத்தார் இட்ட பெயர் வேங்கடராமன் என்பதாகும். மகாவித்வான் மீனாட்சிசுந்தரம் பிள்ளையிடம் உ.வே.சா. மாணவராகச் சேர்ந்தபோது 'வேங்கடராமன்' என்னும் வைணவப் பெயரைச் சொல்லி அழைக்க அவர் மனம் இடம் தரவில்லை. ஆகவே அவரது இளமைப் பெயராகிய 'சாமிநாதன்' என்பதையே அவர் பெயராக மாற்றினார் மீனாட்சிசுந்தரம்பிள்ளை. ஒரு சூத்திரப் புலவர் இட்ட பெயரை ஆசாரமான பார்ப்பனக் குடும்பத்தினர் எவ்வித மறுப்புமின்றி ஏற்றுக் கொண்டனர். தங்களுடைய ஆசாரத்தைக் காட்டிலும் தங்கள் மகனின் தமிழ்க் கல்வி மேன்மையுடையது என்னும் கருத்தை அவர்கள் ஒத்துக்கொண்டது தான் இதற்குக் காரணமாக இருக்க முடியும்.

பெயர் மாற்றத்தில் ஆசிரியரின் கருத்தை ஏற்றுக் கொண்ட உ.வே.சா.வும் அவரது குடும்பத்தினரும் மீனாட்சி சுந்தரம் பிள்ளையின் மீது பெருமதிப்பு வைத்திருந்தனர். அவருடைய பெருமை குறைவுபடக்கூடாது என்பதில் உ.வே.சா. எப்போதும் கவனமாக இருந்துள்ளார். சேலம் இராமசாமி முதலியாரை உ.வே.சா. முதலில் சந்தித்தபோது, தன் ஆசிரியரின் பெருமை விளங்கும்படி தான் கற்ற ஏராளமான நூற்பெயர்களை அவரிடம் கூறினார். அவற்றைக் கேட்டும் வியப்படையாத இராமசாமி

முதலியார் சங்க நூல்கள், காப்பியங்கள் ஆகியவற்றின் பெயர்களைக்கூறி, இவற்றைக் கற்றிருக்கிறீர்களா என்று கேட்டார். அந்நூல்களின் பெயர்களைக் கேள்விப்பட்டும் இராத உ.வே.சா., தம் ஆசிரியரின் பெருமை குறைந்துவிடும் என்று கருதித் தெரிந்ததுபோலப் பாவனை எதுவும் செய்யவில்லை.

தமிழ் நூல் பரப்பு கடல் போன்றது; அதில் தன்னுடைய ஆசிரியர் அறியாத பகுதிகளும் ஏராளம் இருக்கக்கூடும் என்னும் உணர்வைப் பெற்றவர் உ.வே.சா. அந்த உணர்வாலேயே *சீவக சிந்தாமணியைப்* பற்றியும் அதன் ஏட்டுச் சுவடிகள் குறித்தும் அந்நூல் செம்பதிப்பாக அச்சில் உடனடியாக வரவேண்டிய தேவை பற்றியும் ஓர் ஆய்வாளருக்குரிய கண்ணோட்டத்துடன் 1881ஆம் ஆண்டிலேயே, அதாவது தம் 26ஆம் வயதிலேயே, அவர் புரிந்துகொண்டார். சைவம் தொடர்பான தமிழ் நூல்களைத் தவிர, ஜைனம், பௌத்தம் சார்ந்த தமிழ் நூல்களை உயர்வான நூல்களாகச் சிறிதும் கருதாத சைவப் பற்றுக்கொண்ட ஆசிரியர், சைவ மடத்தின் ஆதீனகர்த்தர் ஆகியோரோடு நெருங்கிப் பழகிய உ.வே.சா.வுக்கு இத்தகைய ஆய்வுச் சிந்தனை இருந்தது என்பதே பிற்காலத்தில் அவர் தமிழ்த் தாத்தா ஆக்கப்பட்டதற்கான காரணம் ஆகும்.

சீவக சிந்தாமணியை அச்சிட்டு வெளியிடும் பணியில் அவர் ஈடுபட்டபோது அதிலுள்ள பல பகுதிகளுக்குப் போதுமான விளக்கம் கிடைக்கவில்லை. அப்பகுதிகளைப் புரிந்துகொள்ளத் தனக்கு மாற்றான மதத்தவரான சமணர்களைத்தான் அணுக வேண்டும் என்னும் நிலை இருந்தது. சமணம் தொடர்பான நுட்பமான பொருள்களை அறிவதற்குச் சமணர்களை அணுகுவதைத் தவிர வேறு வழியில்லை என்பதைப் புரிந்துகொண்டு செயல்பட்டார். உ.வே.சா. கும்பகோணத்தில் சமணர்கள் குடியிருந்த பகுதிக்குச் சென்றும் அவர்களை நண்பர்களாக்கிக்கொண்டும் தமது ஐயங்களைத் தீர்த்துக்கொண்டார். *சீவக சிந்தாமணி* போதுமான தகவல்களோடு பதிப்பிக்கப்பட்டமைக்கு ஐயரின் இந்த அணுகுமுறை உதவியது. அவருக்கு முன்னும் பின்னும் பதிப்பில் ஈடுபட்ட பலர் சைவ மடம், சைவம் சார்ந்த மதக் கண்ணோட்டத்தில் பிற மத நூல்களைப் பதிப்பிக்க முயலவில்லை. *சீவக சிந்தாமணியை* ஐயர் பதிப்பித்த பின்னர் பரசமய நூல் ஒன்றைப் பதிப்பித்துவிட்டார் என்று பலர் கடுமையாக எதிர்த்தனர்; கண்டனங்களை வெளியிட்டனர். ஆனால் ஐயரின் மனோபாவம் மதம் சார்ந்ததாக அமையவில்லை. எந்த மத நூலாக இருப்பினும் அது தமிழ் நூல் பரப்பில் சிறப்புடைய ஒன்று; அதனைத் தாம் வெளியிட்டிருக்கிறோம் என்னும் பொதுமைத்தன்மை கொண்ட பார்வை அவரிடம் செயல்பட்டது.

பல இடங்களில் தேடியும் கிடைக்காத நூல்களைப் பற்றிய வருத்தம் ஐயருக்கு இருந்தது என்பதை என் சரித்திரத்தில் அவர் எழுதியுள்ள பின்வரும் பகுதி உணர்த்தும்: "*சீவக சிந்தாமணி யோடு சேர்த்து ஐம்பெருங்காப்பியங்களென்று வழங்குபவை சிலப்பதிகாரம், மணிமேகலை, வளையாபதி, குண்டலகேசி என்பன. இவற்றுள் சிலப்பதிகாரம், மணிமேகலை என்னும் இரண்டு நூல்களின் ஏட்டுப் பிரதிகள் என்னிடம் இருந்தன. வளையாபதி, குண்டலகேசி என்னும் இரண்டும் கிடைக்க வில்லை.* **பிள்ளையவர்கள் இருந்த காலத்தில் திருவாவடுதுறை மடத்துப் புத்தகச் சாலையில் வளையாபதி ஏட்டுச் சுவடியை நான் பார்த்திருக்கிறேன்.** அந்தக் காலத்தில் அத்தகைய பழைய நூல்களில் எனக்குப் பற்று உண்டாகவில்லை. அதனால் அந் நூலை எடுத்துப் படிக்கவோ பாடம் கேட்கவோ சந்தர்ப்பம் நேரவில்லை. பழைய நூல்களை ஆராயவேண்டுமென்ற மன நிலை என்பால் உண்டான பிறகு தேடிப் பார்த்தபோது அந்தச் சுவடி மடத்துப் புஸ்தகசாலையில் கிடைக்கவில்லை. தமிழ்நாடு முழுவதும் தேடியும் பெற்றிலேன். எவ்வளவோ நூல்கள் அழிந் தொழிந்து போயினவென்று தெரிந்து அவற்றிற்காக வருத்த மடைவது என் இயல்பு. 'கண்ணினால் பார்த்த சுவடி கைக் கெட்டாமற் போயிற்றே!' என்ற துயரமே மிக அதிகமாக வருத்தியது. 'கண்ணிலான் பெற்றிழந்தானென வுழந்தான் கடுந் துயரம்' என்று கம்பர் குறிக்கும் துயரத்திற்குத் தான் அதனை ஒப்பிட வேண்டும்." *(என் சரித்திரம் மூன்றாம் பதிப்பு, ப. 626)*

அந்தக் காலகட்டத்தில் சைவ மடங்களைச் சார்ந்திருந்த புலவர்களும் அதில் பயின்றவர்களும் மதம் சார்ந்து குறுகிய பார்வை கொண்டவர்களாகவே இருந்தனர். திருவாவடுதுறை ஆதீனத்தைச் சேர்ந்த சுவாமிநாத தேசிகர் *இலக்கணக்கொத்து* என்னும் நூலை இயற்றியுள்ளார். அதில் சைவ நூல்களைத் தவிர பிற நூல்களைப் பயில்வோர் தம் வாழ்நாளை வீணாகக் கழிப்பவர்கள் என்று கூறுகிறார். *சிலப்பதிகாரம், சிந்தாமணி, மணிமேகலை* முதலிய நூல்கள் சிறப்பில்லாதவை என்றும் *பத்துப்பாட்டு, எட்டுத்தொகை, பதினெண் கீழ்க்கணக்கு, இராமன் கதை (கம்ப ராமாயணம்) நளன் கதை (நளவெண்பா, நைடதம்), அரிச்சந்திரன் கதை* முதலிய இலக்கியங்களையும் *நன்னூல், சின்னூல், அகப்பொருள், காரிகை, அலங்காரம்* முதலிய இலக்கணங்களையும் பயில்வோர் பாற்கடலில் பிறந்து வாழ்ந்தாலும் அந்தப் பாலை விரும்பாது அழுக்குகளை விரும்பும் மீன்களைப் போன்றவர்கள் என்றும் கூறுகிறார். *தேவாரம், திருவாசகம், சிவஞான போதம், சிவஞான சித்தியார்* போன்ற நூல்களையே அவர், பால் என்று குறிப்பிடுகின்றார். உ.வே. சாமிநாதையரின் ஆசிரியரான மீனாட்சிசுந்தரம் பிள்ளை

பொ. வேல்சாமி

தாம் எழுதிய சிறந்த நூலான *குசேலோபாக்கியானம்* என்பதைத் தம் பெயரில் வெளியிட்டுக்கொள்ளாமல் தேவராசப் பிள்ளை பெயரில் வெளியிட்டார். சைவ மடம் சார்ந்து இயங்கும் தாம், வைணவ நூலொன்றை எழுதியதால் சைவப் பற்றுக் கொண்ட பிறரது கேள்விகளை எதிர்கொள்ள வேண்டும் என்பதனாலேயே அதை வேறொருவர் பெயரில் வெளியிட்டார் எனலாம்.

இத்தகைய சைவம் சார்ந்த பின்னணியிலிருந்து வந்தவ ரான உ.வே.சா., 1898இல் *மணிமேகலையைப்* பதிப்பித்தார். சைவர்களால் புறக்கணிக்கப்பட்டும் கால ஓட்டத்தால் பௌத்த மரபுகள் மறக்கப்பட்டும் விட்ட சூழ்நிலையில் *மணிமேகலையை* அவர் அச்சிட முயன்றார். அதில் பல சிக்கல்கள் அவருக்கு ஏற்பட்டன. 'சமண நூலாகிய *சிந்தாமணியை* வெளியிட்ட போது தெரியாத செய்திகளை விளக்கச் சமண சமயத்தைச் சேர்ந்த நண்பர்கள் கிடைத்தார்கள். 'புத்த மதமே இந்தியாவில் இல்லையே, புத்த மதம் தொடர்பான செய்திகளை எங்கே தேடுவது' என்னும் குழப்பம் அவருக்கு ஏற்பட்டது. தமிழ் நூல்களில் புத்தமதம் தொடர்பான விஷயங்கள் வருமிடங் களைத் தேடித் தொகுத்தார். நீலகேசியில் பௌத்த மதக் கண்டனமாக வரும் இடங்களிலிருந்தும் வீரசோழியத்திலிருந்தும் சில செய்திகளை அறிந்துகொண்டார். சிவஞான சித்தியார் பரபக்கம் உள்ளிட்ட சைவ நூல்களில் வரும் பௌத்த மதக் கண்டனங்களிலிருந்தும் செய்திகளைத் தொகுத்தார். ஆனால் அவை போதுமானவையாக இல்லை.

மானியர் வில்லியம்ஸ், மாக்ஸ் முல்லர், ஓல்டன்பர்க், ரைஸ் டேவில் முதலியோர் ஆங்கிலத்தில் எழுதிய புத்தகங் களை ரங்காச்சாரியார் என்பவர் மூலம் படித்து அறிந்தார். ஆங்கில வாசிப்பு அவருக்கு இல்லை எனினும் ஆங்கில நூல்கள் பலவற்றை விலைக்கு வருவித்துக் கொடுத்து ரங்காச்சாரியா ரைப் படிக்கச் சொல்லிக் கேட்டுப் பௌத்தம் தொடர்பான செய்திகளை ஐயர் அறிந்தார். அதன் பின்னரே *மணிமேகலை* யைச் சிறப்பான பதிப்பாக வெளியிட்டார்.

சைவ சமயத்தைச் சேர்ந்தவர்களே அறிஞர்களாகவும் அவர்கள் எழுதிய நூல்களே தமிழ் நூல்களாகவும் கருதப்பட்ட காலம் அது. சைவர்கள் நூல் இயற்றுவது இயல்பான விஷயம் என்பதாகவும் மற்ற சமயத்தவர்கள் எங்கோ வெளியிலிருந்து வந்து தமிழுக்குச் சில பணிகளைச் செய்வதாகவும் அக்காலத்தில் கருதப்பட்டது. அதுவும் சைவத்திற்கு எதிராக மற்ற மதத்தவர்கள் செயல்பட்டார்கள் என்னும் கருத்தும் இருந்தது. சைவர்கள் தமிழர்கள் தமிழில் எழுதுவது இயல்பு என்னும் கருத்து வலு

வாகப் பரப்பப்பட்டிருந்தது. அதனால்தான் சமணர்கள் தமிழுக்குச் செய்த தொண்டு, பௌத்தர்கள் தமிழுக்குச் செய்த தொண்டு என மற்ற மதத்தவர்களின் செயல்கள் அயலவர்கள் செய்த தொண்டாகக் காட்டப்பட்டன.

இத்தகைய சூழலில் *சிந்தாமணியையும் மணிமேகலையை*யும் அந்தந்த மதங்களின் கருத்து விளக்கங்களோடு உ.வே.சா. வெளியிட்டார் என்பது சாதாரணமான விஷயம் அல்ல. மதம் கடந்த தமிழ் என்னும் பொதுப் பார்வை கொண்ட ஒருவரால் மட்டுமே இத்தகைய செயலில் ஈடுபட்டிருக்க முடியும். பல்வேறு எதிர்ப்புகள், கண்டனங்கள் ஆகியவற்றுக்கிடையே *மணிமேகலையை* ஐயர் பதிப்பித்தபோது 'புத்த சரித்திரம், பௌத்த தர்மம், பௌத்த சங்கம்' என்னும் தலைப்பில் விளக்கமாக ஒரு பகுதி எழுதினார். அது பின்னர் தனி நூலாகவும் வெளிவந்தது. பௌத்த மதம் பற்றித் தமிழில் வெளிவந்த இந்த நூலுக்கு முன்னர் வேறெந்த இந்திய மொழியிலும் பௌத்தம் குறித்த நூல் வந்ததில்லை. அவ்வகையில் இதுவே முதல் நூலாக விளங்குகிறது.

பதிப்புரை, ஆராய்ச்சியுரை ஆகியவற்றைச் செம்மையாக உருவாக்குவதற்காக நண்பர்கள் மூலம் ஆங்கில நூல்களை உ.வே.சா. நாடிச் சென்றார். அத்தகைய தேடல்கள் நூல் பதிப்பில் மேலை நாடுகள் பெற்றிருந்த வளர்ச்சியை, நுணுக்கங்களைப் புரிந்துகொள்ள உதவியிருக்கக்கூடும். அவருடைய நூல்களில் உள்ள விரிவான பதிப்பு முகவுரைகளும் பல்வேறு வகையான அகராதிகளும் பலதரப்பட்ட அடிக்குறிப்புகளும் நவீன உலகத்தைப் புரிந்துகொண்டவராக அவரை நமக்கு இனம் காட்டுகின்றன. இத்தகைய தேடல்கள், குறிப்பிட்ட புலமை மரபிற்குள்தான் சாத்தியமாகும் என்பதினின்றும் விலகி, பொதுமக்கள் மத்தியிலிருந்தும் புலமைப் புரிதல்களுக்கான விளக்கங்களைப் பெற முடியும் என்னும் எண்ணத்தை ஐயரிடம் ஊக்குவித்தன. *சிந்தாமணிப்* பதிப்பில் ஏற்பட்ட சந்தேகங்களாகிய 'சம்வசரணம்' போன்ற சொற்றொடர் வரும் பகுதிகளைச் சமணரான குணபால செட்டியாரிடமும் சமண மதம் தொடர்பான சில விஷயங்களை அவருடைய மனைவியாரிடமும் தெரிந்துகொண்டதை இதற்கு உதாரணங்களாகக் கூறலாம். அந்த அம்மையார் இவரைப் பார்த்து 'இவர்கள் பவ்யஜீவன் போல் இருக்கிறது' என்று கூறுவதைச் '*சிந்தாமணி* ஆராய்ச்சிக்கு நீ தகுதியுடையவன் என்ற யோக்கியதா பத்திரத்தை அந்த ஜைன விதுஷி அளித்ததாகவே நான் எண்ணினேன்' என்று அவர் கூறுகிறார்.

மாபெரும் புலவர்களான மீனாட்சிசுந்தரம் பிள்ளை, தியாகராச செட்டியார் போன்றவர்களுடைய புலமை மரபில்

வந்து கல்லூரிப் பேராசிரியராகப் பணியாற்றிக் கொண்டிருந்த உ.வே.சா., சாதாரணப் பெண்மணி ஒருவர் கூறிய வார்த்தை களைப் பெரும் பேறாகக் கருதும் மனோபாவம் கொண்டிருந்தது கவனிக்கத்தக்கது. இடையன் எறிந்த மரம் ஊரைச் சுடுமோ என்னும் பாடலை அறிந்தது போன்ற பல விஷயங்களை அவர் இதுபோல் சாதாரண மக்களிடமிருந்தே அறிந்து கொண் டிருக்கிறார். இப்படி அறிய முடியும் என்பதை விளக்கி அவற்றைத் தனிக் கட்டுரைகளாக எழுதும் மனோபாவத்தை அந்தக் காலத் தில் இவரைத் தவிர யாரிடமும் காண முடியவில்லை. குறிப்பிட்ட துறையில் விளக்கம் பெறுவதற்கு அந்தத் துறைசார்ந்த புலமை மட்டும் போதாது என்பதையும் முழுச் சமூகத்தையும் விழித்துப் பார்த்தாலொழியத் தெளிவு பிறக்காது என்பதையும் புலமைக் குச் சமூகம் அயலிடமல்ல என்பதையும் இதிலிருந்து நாம் புரிந்து கொள்கிறோம்.

தம்முடைய வாசகர்கள் பழம்பெரும் புலவர்கள் மட்டு மல்ல, பாமரப் படிப்பாளிகளும்தான் என்பதை உ.வே.சா. புரிந்துகொண்டிருந்தார். அதன் விளைவாக அவரது உரை நடை, புலமை நடையிலிருந்து பத்திரிகை நடைக்கு மாறியது. *கண்டதும் கேட்டதும், பழையதும் புதியதும், சங்கத் தமிழும் பிற்காலத் தமிழும்* போன்ற நூல்களை வாசிப்பதற்கு எவ்விதப் புலமையும் தேவையில்லை. கதை கேட்கும் ஆர்வமே போதும். அந்தக் கதைகள், கேட்பவரைத் தமிழ்ப் புலமையின் பரிமாணத்தை உணரும் இடத்திற்குத் தாமே கொண்டு செல்லும். புலமையாளர் ஒருவர் பத்திரிகையாளராக உருவெடுப்பதை இங்கு காண்கின் றோம். "பழையதும் புதியதும்" என்பதைத் தனது மனோபாவ மாகக் கொண்ட ஒருவரால் மட்டுமே இத்தகைய செயல்களில் ஈடுபட முடியும்.

சனாதனத்தில் ஊறிய சமூகத்தில் பிறந்து, பிற்போக்குக் கலாச்சாரமாகிய ஆசார அனுஷ்டானங்களையே தன்னுடைய அன்றாட வாழ்வாகக் கொண்ட ஒரு வருணாசிரமவாதி, செம்மையான தமிழ்ப் புலமையின் ஊடாக நவீன உலகத்தைப் புரிந்துகொண்டு அவர் காலத்தில் வாழ்ந்த முற்போக்காளர்கள் என்று கருதப்பட்ட பல தமிழ்ப் புலவர்களை விடவும் பல தளங்களில் மேம்பட்டுத் தம்முடைய துறையில் சிகரத்தைத் தொட முடியும் என நிரூபித்தவர் உ.வே. சாமிநாதையர். குறிப்பிட்ட ஒரு துறையில் இயல்பான ஊக்கத்தோடும் ஆர்வத் தோடும் ஈடுபட்டுப் பணியாற்றும் ஒருவர், பிற்போக்குச் சிந்தனை களை உடையவராக இருப்பினும் தம் செயல்களில் சிறப்போடு விளங்க முடியும் என்பதற்கும் அத்தகைய செயல்பாடுகள் அந்தச் சமூகத்தின் பெருமையை உயர்த்தும் என்பதற்கும் உ.வே.சா.வின் வாழ்க்கை சான்றாக விளங்குகிறது.

7

கோபாலையர் : உண்மைத் தமிழறிஞர்

1974இல் தமிழ்க் கல்லூரியில் படிப்பு முடிந்து எல்லோரையும்போல் நானும் வேலைக்கு முயன்று கொண்டிருந்த காலம். செல்வாக்கு உள்ளவர்களும் அண்டிப் பிழைக்கத் தயங்காதவர்களும் ஆசிரியர்களாகப் பதவி பெற்றுக்கொண்டிருந்தனர். அந்நிலையில் சுயமரியாதையுடன் வயிறு பிழைக்க விழைந்த நான் தஞ்சாவூர் கீழ வாசல் சரபோஜி அங்காடியில் என் தந்தையார் நடத்திவந்த முட்டைக் கடையிலேயே என் வாழ்வை நடத்திக்கொள்ளும் பணியை மேற்கொண்டுவிட்டேன். அன்றாட வாழ்க்கைக்குப் பத்து இருபது என்று வருமானம் கிடைக்க ஆரம்பித்து, கடையில் வியாபாரம் நடப்பது காலையில் 2½ மணி நேரமும் மாலையில் 2½ மணி நேரமும்தான். மீதமிருக்கும் நேரத்தை எப்படிப் போக்குவது என்ற நிலை இருந்தது. வாசிப்பதில் ஆர்வம் சென்றது.

தமிழ்ப் புலவர் வகுப்பிற்கான பாடத் திட்டங்கள் என்பது தமிழ் மொழியின் தன்மையை ஓரளவில் புரிந்து கொள்ளும் நிலையில்தான் இருந்தது. தமிழ் மொழியில் புலமை நிறைவடைய வேண்டுமானால், மேலும் வெகு தூரம் பயணிக்க வேண்டும் என்பது புரிந்தது. அதற்குத் தமிழ் இலக்கண இலக்கியங்களை அவற்றின் உரைகளுடன் பயில வேண்டியது அவசியம். இவற்றை எம்முறையாகப் படிக்க வேண்டும் என்பதையும் புரிந்துகொள்ள வேண்டும். உ.வே.சா. போன்றவர்களின் வாழ்க்கையைப் படித்தபோது, தமிழ் இலக்கணத்தைப் புரிந்துகொள்ள வேண்டுமானால் "இலக்கணக் கொத்து", "பிரயோக விவேகம்", "தொல்காப்பியச் சூத்திர விருத்தி" போன்ற நூல்களைப் பயில வேண்டும் என்று குறிப்பிடப்பட்

டிருந்ததைப் பார்த்தவுடன் இந்நூல்களைத் தேடத் தொடங்கினேன். கல்லூரி வாழ்க்கையில் இந்நூல்களைக் கேள்விப் பட்டதுகூட இல்லை. ஒருவழியாகத் தேடியதில் 'ஆறுமுக நாவலர்' பதிப்பித்த இலக்கணக் கொத்தைப் படித்துவிட்டேன். ஆவலுடன் வாசிக்கத் தொடங்கினால் நூலின் முக்கால் பாகம் புரியவில்லை. பிரயோக விவேகம் நூலைப் பார்க்கவே முடியவில்லை. 'தொல்காப்பியச் சூத்திர விருத்தி' திருவாவடுதுறை வெளியீடு கிடைத்தது. அதில் பல்வேறு கூடுதல் குறிப்புகள் இருந்ததால் நூலின் பெரும்பகுதி நன்றாகப் புரிந்தது. இந்த நூலைப் புரிந்துகொள்ளுவதென்பது ஒரு வகையாகத் தொல்காப்பியத்தைப் புரிந்துகொள்வதுதான். மற்ற இரு நூல் களை எப்படிப் புரிந்துகொள்வது?

எனக்குத் தெரிந்த தமிழாசிரியர்கள், பேராசிரியர்கள் என்று யாரைக் கேட்டாலும் இந்த நூல்களைக் கேள்விப்பட்டது கூட இல்லை என்கிறார்கள். 34 வருடங்களுக்குப் பின்பு இன்று செம்மொழி அந்தஸ்து பெற்ற பின்னரும்கூட இந்த நிலையில் சிறிதுகூட மாற்றம் இல்லை என்பது குறிப்பிடத்தக்கது மட்டு மல்ல, தமிழனின் பெருமையும் அதுதான்.

இந்நிலையில் தஞ்சாவூர் சரஸ்வதி மஹால் நூல்நிலைய வெளியீடாக இந்த இரு நூல்களும் வெளியிடப்பட்ட தகவல் அறிந்தேன். ஆவலுடன் சென்று அந்நூல்களைப் பார்த்தேன். எனக்கு விளங்காமல் இருந்த பல இடங்கள் நன்றாக விளக்கப்பட் டிருந்தன. அந்த விளக்கங்களை எழுதியவர் "பண்டித வித்வான் தி.வே. கோபாலய்யர்." அந்தக் காலத்தில் ரூ. 15/– என்று விலை குறிப்பிடப்பட்டிருந்த நூல்களை வாங்கும் சக்தி எனக் கில்லை. சில மாதங்கள் முயன்று பணம் திரட்டி அந்த இரு நூல்களையும் வாங்கிவிட்டேன். வேகமாகப் படிக்கத் தொடங் கினேன். 'ஐந்தெழுத்தால் ஒரு பாடையென்று அறையவும் நாணுவர் அறிவுடையோரே' என்று சுவாமிநாத தேசிகர் என்ற சூத்திர வெள்ளாளப் புலவரால் தமிழ் இழிவுபடுத்தப்பட்டு, சமஸ்கிருதம் போற்றப் பட்டிருந்தாலும் அந்நூலில் உள்ள பல செய்திகள் தமிழ் இலக்கண நுட்பங்களைத் தொகுத்து விளக்குவதாக அமைந்திருந்தன. அந்நூலைத் தமிழ் இலக்கண நுட்பங்களைத் தொகுக்கும் ஒரு கலைக் களஞ்சியம்போல் கருதத் தோன்றியது. நூலில் மூன்றில் இரண்டு பகுதிகள் கோபாலய்யரின் விளக்கங்களால் நிறைந்திருந்தன. இதே போன்று இலக்கண விளக்கமும் பிரயோக விவேகமும் கோபாலையரால் விளக்கங்கள் அளிக்கப்பட்டு இருந்தன. பல ஆண்டுகள் இதற் காகப் பணிசெய்த இவருக்கு எவ்விதமான ஊதியமும் அவர் பெற்றுக்கொள்ளவில்லை என்பது குறிப்பிடத்தக்கது. இது அந்த

நூல்களைத் தமிழ் தெரிந்த எவரும் எளிதில் பயின்று, தமிழ் இலக்கண நுட்பங்களை அறிந்துகொள்வதற்குப் பெரும் வாய்ப்பினை அளித்தது.

கோபாலையரின் ஆராய்ச்சி விளக்கங்களுடன் வெளியிடப் பெற்ற மற்ற முக்கியமான இலக்கண நூல்கள் "வீரசோழியம், மாறன் அலங்காரம், இலக்கண அகராதி பதினாறு பாகங்கள்" ஆகும். என்னுடைய பேராசிரிய நண்பர்கள் சில நேரங்களில் என்னிடம் அனுப்பிவைக்கும் ஆய்வு மாணவர்களுக்கும் அவர்களுடன் சேர்ந்து வருகின்ற மற்ற பல மாணவர்களுக்கும் சுமார் அரைமணி நேரத்தில் வேண்டிய ஆய்வுத் தகவல்களைக் கொடுத்து அனுப்பி இருக்கின்றேன். அதற்கு எனக்கு உதவியாக இருந்த நூல்களில் பல கோபாலையர் நூல்கள்தாம். தொல்காப்பிய எழுத்ததிகாரத்திற்கும் சொல் லதிகாரத்திற்கும் உள்ள உரைகளை விளக்கத்துடன் இவரும் இவருடைய தம்பி தி.வே.கங்காதரனும் எழுதி அளித்த நூல்கள் (சுமார் 1500 பக்கங்களுக்கு மேல் உள்ளவை) இரண்டு சுமார் மூன்று வருடங்களாகத் தஞ்சாவூர் சரஸ்வதி மஹால் நூல் நிலைய வெளியீட்டுப் பகுதியில் உறங்கிக்கொண்டுள்ளன. தமிழ்நாட்டில் தொல்காப்பியத்தைப் புரிந்துகொண்டிருப்பவர்கள் கோபாலையர், பாவலர் ச.பாலசுந்தரம் போன்ற இரண்டொரு வர்தான் என்பது குறிப்பிடத்தக்கது. அதிலும் கோபாலையர் பதிப்பித்துள்ள நூல்களை அவரைத் தவிர வேறொருவர் செய் திருக்க முடியுமா என்றால் முடியாது என்றுதான் பதில் கூற வேண்டியிருக்கும்.

தமிழ் இலக்கியப் பரப்பின் பெரும்பகுதியைக் கணினி போன்று மனத்தில் பதியவைத்திருந்த கோபாலையர் தன் னுடைய இலக்கிய, இலக்கண ஆக்கங்களின் செழுமைக்கு அதனைச் செம்மையாகவே பயன்படுத்தினார். மாறன் அலங்காரம், இலக்கண விளக்க அணியியல் போன்ற நூல் களில் உள்ள முன்னுரைகளும் பிற்சேர்க்கைகளும் இதனை உறுதிப்படுத்தும் சான்றுகளாக உள்ளன. இந்தப் பகுதிகளைப் படிக்கும் ஒருவர் மற்ற தமிழ் அணியிலக்கணச் செய்தி களுடன் வடமொழி அணியிலக்கணம் பற்றிய பல்வேறு செய்தி களையும் ஒப்புமைகளுடன் புரிந்து தெளிவு பெறுவார்கள் என்பது திண்ணம். இதே போன்று இலக்கண விளக்கம் நூலில் உள்ள செய்யுளியல், பாட்டியல் போன்ற பகுதிகளும் பெருத்த விளக்கங்களுடன் தெளிவுபடுத்தப்பட்டுள்ளன.

தமிழ், ஆங்கிலம், இந்தி போன்ற மொழிகளுடன் சமஸ்கிருதத்தையும் ஓரளவு பயின்றிருந்த கோபாலையர்,

எஸ்.ஆர். பாலசுப்ரமணியத்தின் "சோழர் காலக் கலைப்பாணி" என்ற நூலைத் தமிழில் மொழிபெயர்த்தார். ஆலன் டேனியல் பெயரில் வந்துள்ள 'மணிமேகலை' ஆங்கில மொழிபெயர்ப்பு கோபாலையர் செய்ததுதான். தொல்காப்பியம் சேனாவரையம் பிரெஞ்சு மொழிபெயர்ப்பு இவருடைய உதவியுடன் வெளியிடப் பட்டதாகும். 2005இல் கலிபோர்னியாவில் வெளிவந்த சீவக சிந்தாமணி 1 – 1165 பாடல்களின் மொழிபெயர்ப்புக்குப் பேரளவு உதவியவர் கோபாலையர்தான் என்று அதன் ஆசிரியர் ஜேம்ஸ் டி ராயன் குறிப்பிடுகிறார். இணை ஆசிரியர் என்று கோபாலைய ரைக் குறிப்பிட விரும்பியதாகவும் அதனை அவர் மறுத்துவிட்ட தாகவும் ராயன் குறிப்பிடுகின்றார்.

இவருடைய தமிழ் இலக்கணப் பணிகளைத் தவிர, இலக்கியப் பணிகளில் குறிப்பிடத்தக்கவை, தேவாரம் ஏழு திருமுறைகளுக்கான செம்பதிப்பும், தேவார ஆய்வுத்துணை என்ற பெயரில் தேவாரம் பற்றிய பல்வேறு தகவல்களை உள்ளடக்கிய நூலும். திவ்வியப் பிரபந்தத்தில் திருமங்கை ஆழ்வார் பாடிய பெரிய திருமொழி உள்ளிட்ட ஆறு பிரபந்தங் களுக்கான பெரியவாச்சான் பிள்ளையின் மணிப்பிரவாள உரை விளக்கத்தின் தமிழ் ஆக்கமும் ஆகும். எடுத்துக்காட் டாகத் தேவாரத்தில் உள்ள முதல் திருமுறையில் 103ஆம் பதிகம் 1113ஆம் பாடலில் உள்ள "கேணவல்லான்" என்ற சொல்லுக்கு "சிதைக்க வல்லவன்" என்று பொருள் எழுதுகிறார். இத்தகைய சொற்கள் தமிழ்ப் பேரகராதி போன்ற வற்றில் இடம்பெறவில்லை என்பது குறிப்பிடத்தக்கது.

கோபாலையரிடம் உள்ள போற்றத்தக்க பண்புகளில் ஒன்று, தான் எடுத்துக்கொண்ட நூலில் என்னென்ன பகுதிகள் தெளிவாக்கப்பட்டுள்ளன. எந்தப் பகுதிகள் விரிவான விளக்கங் கள் பெற்றுள்ளன என்று குறிப்பாரே தவிர, தனக்கு முன்னர் பதிப்பித்தவர்களைக் குறைகூறுவதில்லை. குறிப்பாக வீரசோழியம் நூல் இவருடைய பதிப்பில் பெரும் மாற்றங்களைப் பெற்றுள் ளது. 102ஆம் காரிகையும் அதன் உரைப்பகுதியும் முந்தைய பதிப்பிலிருந்து பெரிதும் வேறுபட்டுச் செம்மை அடைந் திருக்கும். (இவருடைய பதிப்பில் 102 என்று குறிப்பிடப்பட்டு இருக்கும் காரிகை எண், இவருக்கு முந்தைய பதிப்பில் 100ஆகக் குறிப்பிடப்பட்டு இருக்கும்.)

தமிழை வைத்துப் பிழைப்பு நடத்துபவர்களையும் தமிழ் மக்களை வஞ்சித்து வாழும் அரசியல்வாதிகளையும் சீரழிவுக் கலாச்சாரத்தின் சின்னங்களாகிய நடிகர்களையும் முன்னிறுத்திப் பிழைப்பு நடத்தும் பத்திரிகைகளும் ஊடகங்களும் கோபாலையர்

போன்ற உண்மையான தமிழ் அறிஞர் ஒருவரின் மறைவைக் கண்டுகொள்ளாதது ஒன்றும் வியப்பானதல்ல. ஆனால் இத் தகைய மனிதரை இனங்கண்டு சுமார் 28 ஆண்டுகளாக அவரைத் தங்கள் நிறுவனத்தின் ஆய்வாளராகப் போற்றி வைத்துக் காப்பாற்றி, தங்கள் நிறுவனத்தின் விதியையே மாற்றி அவருக்கு ஓய்வளிக்கத் தேவையில்லை என அவருக்காக மாற்றி, அவரிட மிருந்து தமிழுக்கு மேன்மைதரும் பல ஆக்கங்களை உருவாக்கி, அதனைத் தமிழகத்திலேயே வெளியிட்டுக்கொள்ள அனுமதியும் வழங்கிய, பிரான்ஸ் நாடு புதுச்சேரியில் நடத்தும் பிரெஞ்சு ஆய்வுப் பள்ளியைப் பார்த்துக் கொஞ்சம் சுரணையுள்ள தமிழர் கள் வெட்கப்படத்தான் வேண்டும்.